சிந்துவெளிப் பண்பாட்டின்
திராவிட அடித்தளம்

ஆர். பாலகிருஷ்ணன்

ஓர் இந்தியவியல், திராவிடவியல் ஆய்வாளர். திண்டுக்கல் மாவட்டம், நத்தம் இவரது ஊர். மதுரையில் பள்ளி, கல்லூரிக் கல்வி கற்றார்.

இந்திய ஆட்சிப் பணி (இ.ஆ.ப.) தேர்வை (1984) முதன்முதலாக முழுவதுமாகத் தமிழில் எழுதி முதல் முயற்சியிலேயே வெற்றி பெற்றவர் மற்றும் இந்திய ஆட்சிப் பணியில் நுழைந்த முதல் தமிழ் இலக்கிய மாணவர் என்பன இவரின் அழுத்தமான அடையாளங்கள்.

பேரிடர் மேலாண்மை, தேர்தல் மேலாண்மை ஆகியவற்றில் தனித்தடம் பதித்துள்ளார்.

இந்தியவியல், மானிடவியல், இடப்பெயராய்வு முதலியவை இவரது முனைப்புக் களம். ஐராவதம் மகாதேவன் மூலமாகச் சிந்துவெளி ஆய்வுகளுக்குள் வழிநடத்தப்பட்டார். ஒடிசாவின் வரலாறு, அதன் பன்முகப் பண்பாடு, இடப்பெயராய்வுகள், மட்பாண்டங்களின் பண்பாடு முதலியவை குறித்துப் பல ஆய்வுக்கட்டுரைகளை வெளியிட்டுள்ளார். சிந்துவெளிப் பண்பாடு செழித்த "கொற்கை, வஞ்சி, தொண்டி வளாகத்தை" (KVT Complex) ஆய்வுலகின் கவனத்திற்கு முதன்முதலாகக் கொண்டு வந்தார். இவரின் "சிந்துவெளி நகரங்களின் 'மேல்மேற்கு: கீழ்கிழக்கு' வடிவமைப்பும் அதன் திராவிட அடித்தளமும்' என்பது பரவலாகக் கவனம் பெற்ற ஆய்வாகும். இவரது சிந்துவெளி ஆய்வுகளுக்காகப் பெரியார்மணியம்மை பல்கலைக் கழகம் 2017ல் கௌரவ டாக்டர் பட்டம் வழங்கியது.

இவரது நூல்கள்: "அன்புள்ள அம்மா" (1991), "சிறகுக்குள் வானம்" (2012), "சிந்துவெளிப் பண்பாட்டின் திராவிட அடித்தளம்" (2016), "நாட்டுக்குறள்" (2016), "பன்மாயக் கள்வன்" (2018), "இரண்டாம் சுற்று" (2018), "Journey of A Civilization - Indus to Vaigai" (2019), "சங்கச் சுரங்கம் (தொகுதி 1, 2, 3)" (2022), "ஒரு பண்பாட்டின் பயணம் - சிந்து முதல் வைகை வரை" (2023).

34 ஆண்டுகள் இந்திய ஆட்சிப்பணியில் பணியாற்றி 2018 ஆம் ஆண்டு பணிநிறைவு பெற்றார். ஓய்வுக்குப் பின்னர் ஒடிசா மாநில முதல்வரின் தலைமை ஆலோசகராக ஆறு ஆண்டுகள் பொறுப்புவகித்தார் 2024 தமிழ்நாடு திரும்பி சென்னையில் வசிக்கிறார். ரோஜா முத்தையா ஆராய்ச்சி நூலகத்தில் செயல்படும் சிந்துவெளி ஆய்வுமையத்தின் மதிப்புறு ஆலோசகராகப் பொறுப்பு வகிக்கிறார்.

மின்னஞ்சல்: bali909@gmail.com

சிந்துவெளிப் பண்பாட்டின்
திராவிட அடித்தளம்

ஆர். பாலகிருஷ்ணன்

ரோஜா முத்தையா
ஆராய்ச்சி நூலகம்
சிந்துவெளி ஆய்வு மையம்

பாரதி
புத்தகாலயம்

CINTUVEḶIP PAṈPĀṬṬIṈ TIRĀVIṬA AṬITTAḶAM (In Tamil)
R. BALAKRISHNAN
First Published : April, 2016 | Second Edition: February, 2018
Seventh Print: December, 2020 | Tenth Print: October, 2023

Published by

BHARATHI PUTHAKALAYAM
7, Elango Salai, Teynampet, Chennai - 600 018
Email: bharathiputhakalayam@gmail.com | www.thamizhbooks.com

In association with
Indus Research Centre of the **Roja Muthiah Research Library**

சிந்துவெளிப் பண்பாட்டின் திராவிட அடித்தளம்
ஆர். பாலகிருஷ்ணன்
முதல் பதிப்பு: ஏப்ரல், 2016 | இரண்டாம் பதிப்பு: பிப்ரவரி, 2018
ஏழாம் அச்சு: டிசம்பர், 2020 | பதினோராம் அச்சு: அக்டோபர், 2024

வெளியீடு:

7, இளங்கோ சாலை, தேனாம்பேட்டை, சென்னை - 600 018.
தொலைபேசி : 044 24332424, 24330024 விற்பனை: 24332924

விற்பனை நிலையங்கள்

ஈரோடு: 39, ஸ்டேட் பாங்க் சாலை - 9245448353
கரூர்: நாரத கானசபா அருகில் (TNGEA OFFICE)- 9442706676
காரைக்குடி : 12, 2 வது தெரு, கம்பன் மணிமண்டபம் பின்புறம் - 9443406150
கும்பகோணம்: 352, ரயில் நிலையம் எதிரில் - 9443995061
கோவை: சிங்காநல்லூர் பேருந்து நிலையம் - 641 005 - 8903707294
சிதம்பரம்: 22A / 18B தேரடி கடைத் தெரு, கீழவீதி அருகில் - 9994399347
செங்கல்பட்டு: 1 D ஜி.எஸ்.டி சாலை - 044 27426964
சேலம்: 15, வித்யாலயா சாலை, ராமகிருஷ்ணா பார்க் அவென்யூ - 636 007- 8610050311
தஞ்சாவூர்: கடை எண்.8, முன்னாள் இராணுவத்தினர் மாளிகை, H.P.O. எதிரில் - 613 001 - 9442781491
திண்டுக்கல்: பேருந்து நிலையம் - 9942331105, 9976053719
திருச்சி: வெண்மணி இல்லம், கரூர் புறவழிச்சாலை - 9994289492
திருநெல்வேலி: நவஜீவன் டிரஸ்ட் வளாகம், 48-B/10, அம்பை ரோடு, வீரமாணிக்கபுரம் - 9442149981
திருப்பூர்: 447, அவினாசி சாலை - 9486105018
திருவண்ணாமலை: முத்தம்மாள் நகர்
திருவல்லிக்கேணி: 48, தேரடி தெரு - 9444428358
திருவாரூர்: 35, நேதாஜி சாலை - 9442540543
நாகர்கோவில்: 699, கே.பி.ரோடு R.V.புரம் - 9443450111
நெய்வேலி: பேருந்து நிலையம் அருகில் - 9443659147
பழனி: பேருந்து நிலையம் - 7010760693
புதுச்சேரி : கிழக்கு கடற்கரைச் சாலை, இலாசுப்பேட்டை - 9486102777
பெரம்பூர்: 52, கூக்ஸ் ரோடு - 9444373716
மதுரை: மேல பெருமாள் மேஸ்திரி வீதி - 625 001 - 9443449225 & சர்வோதயா மெயின்ரோடு
வடபழனி: பேருந்து நிலையம் எதிரில் அடையார் ஆனந்தபவன் மாடியில் - 9444476967
விருதுநகர்: 131, கச்சேரி சாலை - 0456 2245300
வேலூர்: பேஸ் III, சத்துவாச்சாரி - 9442553893

நிறைந்த நூல்கள்... நிறைந்த நேரத்தில்... BharathiTV | www.bookday.in

thamizhbooks.com 8778073949

முகப்பு வடிவமைப்பு: **மோசஸ் கிளாட்சன்**
ரோஜா முத்தையா ஆராய்ச்சி நூலகத்தின் சிந்துவெளி ஆய்வு மையத்தில்
ஆர். பாலகிருஷ்ணன் மேற்கொண்ட ஆய்வில் வெளியாகும் நூல்.

ரூ.200/-

அச்சு : மணி ஆப்செட், சென்னை - 77.

"பாடம் படிக்காவிட்டாலும் பரவாயில்லை;
பத்திரிக்கை படி"
என்று எனக்குப் பாதை காட்டிய
நினைவில் வாழும்
எனது தந்தை
அ.ரெங்கராஜு அவர்களுக்கு...

இந்நூல் பற்றிய சில மதிப்புரைகள்

நா.மம்மது – *உயிர்மை (பக்கம் : 190)*
பிரபஞ்சன் – *தமிழ் இந்து (பக்கம் : 197)*
சு.கி. ஜெயகரன் – *புதிய புத்தகம் பேசுது (பக்கம் : 201)*
டாக்டர் சங்கர சரவணன் – *ஆனந்த விகடன் (பக்கம் : 205)*
முனைவர் பக்தவத்சல பாரதி *(பக்கம் : 207)*

நன்றி

சிந்துவெளி ஆய்வு என்ற ஆய்வுக்களத்திற்குள் என்னை ஆற்றுப்படுத்தியவர் எனது ‘குருநாதர்’என்று நான் மதித்துப் போற்றும் சிந்துவெளி ஆய்வறிஞர் ஐராவதம் மகாதேவன். திராவிடக்கருதுகோளை வலுப்படுத்துவதற்கு அவரது ஆய்வுகள் மிகப்பெரும் பங்களிப்பைச் செய்துள்ளன. அத்தகைய பேரறிஞர் எனது இந்நூலிற்கு அணிந்துரை வழங்கியுள்ளார் என்பது எனது பெரும் பேறு. அவரது அன்பிற்கும் வழிகாட்டுதலுக்கும் நான் கடப்பாடுடையவன்.

இந்நூலாக்கத்தின் போது புவித்தகவல் முறைமை (GIS) சார்ந்த பணிகளிலும் வரைபட வடிவமைப்பிலும் எனக்கு தொழில் நுட்ப உதவி அளித்த சுபதர்ஸி மிஸ்ரா, அசோக் டாக்குவா, ஆபாஷ் சுபாக்கர் (புவனேஸ்வரம், ஒடிஸா), லாசர் ஆரோக்கியசாமி (சென்னை) ஆகியோருக்கு எனது நன்றி.

இந்நூலாக்கத்தில் பெரும் ஒத்துழைப்பு நல்கிய ரோஜா முத்தையா ஆராய்ச்சி நூலகத்தின் இயக்குநர் க. சுந்தர், உதவி இயக்குநர் பிரகாஷ், தொழில்நுட்ப அலுவலர் கோ.ச. சுரேஷ் பாபு, மற்றும் இந்நூலகத்தின் சிந்துவெளி ஆய்வுமையத்தைச் சேர்ந்த எனது சக ஆய்வாளர் ச. சுப்ரமணியன், திருவள்ளுவர் பல்கலைக்கழகத் தமிழ்த்துறைப் பேராசிரியரும் துறைத்தலைவருமான முனைவர் ஆர்.ஜெயராமன், தஞ்சைத் தமிழ்ப்பல்கலைக்கழகத்தின் சுவடிப்புலத்தலைவர் பேராசிரியர், முனைவர் ஆர். ராசவேலு ஆகியோருக்கும் எனது நெஞ்சார்ந்த நன்றி.

இந்நூலை வெளியிட ஆர்வத்துடன் முன்வந்த பாரதி புத்தகாலய மேலாளர் க. நாகராஜனுக்கு எனது நன்றியை அன்புடன் தெரிவித்துக்கொள்கிறேன். இந்நூலாக்கத்தில் எனக்கு ஊக்கமளித்த நண்பர்கள் எழுத்தாளர் எஸ்.ராமகிருஷ்ணனுக்கும் ‘கனவு ஆசிரியர்’ துளசிதாசனுக்கும் நன்றி.

எனது ஆய்வுப்பணிகளில் எனக்கு உறுதுணையாய் நின்று ஊக்குவிப்பதுடன் “எல்லாவற்றையும் தூக்கிப்போட்டுவிட்டு எழுத உட்காருங்கள்” என்று எனது முன்னுரிமையை எனக்கு அடிக்கடி நினைவுபடுத்தும் எனது மனைவி சுஜாதாவை இந்நூல் மகிழ்விக்கும். என்னை ஊக்கப்படுத்தும் மகள்கள் ஓவியாவிற்கும் ஸ்மிருதிக்கும் எனது நன்றி.

உள்ளடக்கம்

முதற்பதிப்பிற்கான என்னுரை	12
இரண்டாம் பதிப்பிற்கான என்னுரை	22

கட்டுரை 1

சிந்துவெளிப் புதிரும் இடப்பெயர் ஆய்வு தரும் புத்தொளிச் சான்றுகளும்

சிந்துவெளிப் புதிர்	35
புதிய சான்றுகளுக்கான தேவையும், முன் வரையறைகளும்	36
சிந்துவெளி ஆராய்ச்சியில் இடப்பெயர்களின் பங்கு	37
திராவிடக் கருதுகோளும் இடப்பெயர்ச் சான்றுகளும்	38
அடிப்படையான சில ஊகங்கள்	39
இதுவரை கண்டறியப்பட்ட இடப்பெயர்ச் சான்றாதாரங்கள்	43

கட்டுரை 2

சிந்துவெளி நகரங்களின் "மேல்-மேற்கு: கீழ்-கிழக்கு" வடிவமைப்பும் அதன் திராவிட அடித்தளமும்

சுருக்கக் குறியீட்டு விளக்கம்	51
புவித்தகவல் ஒழுங்குமுறை (Geographical Information System)	53
சிந்துவெளி நகரங்களின் "மேல்-மேற்கு: கீழ்-கிழக்கு" வடிவமைப்பும் அதன் திராவிட அடித்தளமும் - சுருக்கம்	55
அறிமுகமும் பின்புலச் செய்திகளும்	57
பகுதி 1: சிந்துவெளி நகர்களின் வடிவமைப்பின் இருமைப்பாகுபாடு	61
பகுதி 2: திராவிட மொழிகளின் "மேல்-மேற்கு: கீழ்-கிழக்கு" கட்டமைப்பு	83
பகுதி 3: இந்தோ ஐரோப்பிய மொழிகளில் திசைகளுக்கான பெயர்களின் உருவாக்க வரலாறு	101
பகுதி 4: 'மேல்' என்பது 'மேற்கு', 'கீழ்' என்பது 'கிழக்கு' எனும் மானிடப் புவிச்சூழல்கள்	109
பகுதி 5: மலைசார்ந்த குடியிருப்புகளின் இடப்பெயர்கள்	115
பகுதி 6: 'கோட்டை' குடியிருப்புகளின் இடப்பெயர்கள்	129
பகுதி 7: சிந்துவெளி, திராவிட மற்றும் இந்தோ ஆரியக் கட்டமைப்புகளின் ஒப்பீடு	139
பகுதி 8: தொடரும் மரபுகள்	145
பகுதி 9: முடிவுகளும் முன்மொழிவுகளும்	155
பின்னிணைப்பு 1	157
பின்னிணைப்பு 2	161
பின்னிணைப்பு 3	170
துணைநூல் பட்டியல்	184
பொருளடைவு	186
இந்நூல் பற்றிய சில மதிப்புரைகள்	190
கருத்துரை	207

ஐராவதம் மகாதேவன்
சிந்துவெளி ஆய்வாளர்
சென்னை

அணிந்துரை

சிந்துவெளிப் பண்பாட்டின் திராவிட அடித்தளம் என்ற இந்த நூல் சிந்துவெளி நாகரிகத்தைப் பற்றி இன்றுவரை வெளியாகியுள்ள தமிழ் நூல்களிலேயே தனிச்சிறப்பு வாய்ந்தது, சற்றே வித்தியாசமானதும் கூட என்பது என் கருத்தாகும். இதை விளக்குமுன்னர் நூலாசிரியரை பற்றிய ஒரு சிறிய அறிமுகம் தேவைப்படுகிறது.

திரு. பாலகிருஷ்ணன் தமிழில் முதுகலைப் பட்டம் பெற்றவுடன் முதலில் *தினமணி* நாளிதழின் மதுரைப்பதிப்பு அலுவலகத்தில் மாதம் இருநூறு ரூபாய் சம்பளத்தில் ஓர் உதவி ஆசிரியராகப் பணியில் அமர்ந்தார். அப்பொழுது நான் ஐ. ஏ. எஸ். பணியிலிருந்து விருப்ப ஓய்வு பெற்று *இந்தியன் எக்ஸ்ப்ரஸ், தினமணி* ஆகிய நாளிதழ்களின் நிர்வாக இயக்குநர் என்ற பொறுப்பில் இருந்தேன். பாலகிருஷ்ணன் என்னிடம் தாம் ஐ. ஏ. எஸ். தேர்வுகளைத் தமிழில் எழுதப்போவதாகத் தெரிவித்தார். அதுவரை ஐ. ஏ. எஸ். தேர்வுகளை எவரும் தமிழில் எழுதியிருக்கவில்லை. ஆகையால் அவருக்கு என் வாழ்த்துகளை வழங்கினாலும் அவர் வெற்றி பெறுவாரா என்ற ஐயப்பாடு எனக்கு இருந்தது. ஆனால் அவர் ஐ. ஏ. எஸ். தேர்வுகளை முதன்முதலாகத் தமிழிலேயே எழுதி வெற்றி பெற்று அனைவரையும் வியப்பிலாழ்த்தினார். ஒடிஸா மாநிலத்தில் ஐ. ஏ. எஸ். பணியில் சேர்ந்து தம்முடைய கடும் உழைப்பாலும் வேலைத் திறனாலும் வேகமாக முன்னேறி இன்று அந்த மாநிலத்தின் கூடுதல் தலைமைச் செயலராகவும் முதன்மை நிதிச் செயலராகவும் உயர் பதவிகளை வகித்து வருகிறார். அதே நேரத்தில் அவர் தமிழ்ப் பணியையும் விடாது தொடர்ந்து செய்துகொண்டிருப்பது இன்னொரு வியப்புக்குரிய விஷயமாகும்.

இடப்பெயர்களின் ஆய்வு என்ற துறையில் கணினி மூலம் ஆய்வுகளை நடத்தி உலகப்புகழ் பெற்றவர் பாலகிருஷ்ணன். இந்த ஆய்வுகளின் தொடர்ச்சியாக சிந்துவெளியிலும் ஆப்கானிஸ்தான், ஈரான் போன்ற

நாடுகளிலும் இன்றுவரை திராவிட இடப்பெயர்கள் தொடர்ந்து நிலைபெற்றுள்ளன என்ற உண்மையை அறிவியல் பூர்வமாகவும் வெளிப்படையான ஆதாரங்களின் அடிப்படையிலும் இவர் இந்த நூலில் நிறுவியுள்ளார்.

வட இந்தியாவில் 'கோட்டை, ஊர்' போன்ற பொதுவான திராவிட இடப்பெயர்கள் இன்றுவரை நிலைத்துள்ளன என்பது ஏற்கனவே ஓரளவு தெரிந்த உண்மையாகும். இதுவே முற்காலத்தில் வட நாட்டிலும் திராவிட மொழிகள் பேசப்பட்டு வந்தன என்பதற்கு ஆதாரமாக எடுத்துக்காட்டப்பட்டுள்ளது. ஆயினும் சங்க இலக்கியங்களில் குறிப்பிடப்பட்டுள்ள கொற்கை, வஞ்சி, தொண்டி போன்ற நகரங்களின் பெயர்கள் கூட சிந்துவெளியிலும் அதற்கும் அப்பால் ஆப்கானிஸ்தான், ஈரான் போன்ற நாடுகளிலும் இன்றுவரை நிலைத்துள்ளன என்ற செய்தி முற்றிலும் புதியது, எவரும் கேள்விப்படாதது.

கொற்கை, வஞ்சி, தொண்டி போன்ற சங்க காலத்து தமிழ் நகரங்களின் பெயர்கள் சிந்துவெளியிலும் அதற்கு அப்பாலும் கூட எப்படி நிலைபெற்றுள்ளன என்ற புதிருக்கு பாலகிருஷ்ணன் அறிவியல்பூர்வமான விளக்கத்தையும் அளித்துள்ளார். மக்கள் ஓரிடத்திலிருந்து மற்றொரு இடத்துக்கு குடிபெயரும்பொழுது தம்முடைய பழைய இடப்பெயர்களையும் தம்முடன் எடுத்துச்சென்று புதிய குடியிருப்புகளுக்கு அப்பழைய பெயர்களைச் சூட்டி மகிழ்வது உலகெங்கிலும் காணமுடியும். சிந்துவெளி மக்கள் இடம் பெயர்ந்து தெற்கே புதிய நகரங்களை அமைத்தபோது முன்னர் சிந்துவெளியில் வழங்கிய பழைய இடப்பெயர்களையே அவற்றுக்கும் இட்டனர் என்றும், அதேபோன்று பழமை வாய்ந்த பெயர்கள் பழைய இடங்களிலும் தொடர்ந்து நிலைத்திருப்பதும் உலகெங்கிலும் காணப்படுகிறது என்பதும் இவர் தரும் விளக்கங்களாகும்.

கூகுள் போன்ற கணினி மயமாக்கப்பட்ட தரவுகளிலிருந்தும் பன்னாட்டு புவியியல் வரைபடங்களிலிருந்தும் அரும்பாடுபட்டு செய்திகளைச் சேகரித்து அட்ச-தீர்க்க ரேகைகள் உள்ளிட்ட துல்லியமான தகவல்களை அட்டவணைப்படுத்தி இந்த நூலில் இவர் தந்துள்ளார். இச்செய்திகளின் வெளிப்படையான நம்பகத்தன்மையும், எவரும் அவற்றை கணினி மூலம் சரிபார்த்துகொள்ள முடியும் என்ற வாய்ப்பும் இவருடைய பெரும் சாதனைகளாகும். இப்புதிய தகவல்களைத் தமிழ் மக்கள் தெரிந்துகொள்ள வேண்டும் என்ற நோக்கத்தில் எளிய தமிழில் அனைவரும் புரிந்துகொள்ளக்கூடிய நடையில் பாலகிருஷ்ணன் எழுதியுள்ளது ஒரு அரிய தமிழ்த் தொண்டாகும்.

இந்நூல் இரண்டு கட்டுரைகளை உள்ளடக்கியுள்ளது. மேற்கூறிய புதிய தகவல்கள் முதல் கட்டுரையில் தரப்பட்டுள்ளன. இரண்டாவது

கட்டுரையிலும் பாலகிருஷ்ணன் ஒரு புத்தம் புதிய அடிப்படைக் கருதுகோளை வெளியிட்டுள்ளார். அதன் மூலம் சிந்துவெளி நாகரிகம் திராவிட மொழி பேசிய சமுதாயத்தினரால் தான் உருவாக்கப்பட்டிருக்க வேண்டும் என்ற கருதுகோளைப் புதிய சான்றுகள் மூலம் வலியுறுத்தியுள்ளார்.

சிந்துவெளி நகரங்களின் வடிவமைப்பில் இருமைப்பாகுபாடு காணப்படுவது தொல்லியல் ஆய்வாளர்கள் கண்டறிந்த உண்மையாகும். மேற்குத் திசையில் உயர் மேடை அமைத்து அதன்மீது அகநகரும், கிழக்குத் திசையில் சற்றே தாழ்வான இடத்தில் புற நகரும் அமைக்கப்பட்டுள்ளன. இவ்வாறாக மேற்கு உயர்ந்தது, கிழக்கு தாழ்வானது என்ற இருமைப்பாகுபாடு திராவிட மொழிகளிலும் காணப்படுகிறது, ஆனால் ஆரிய மொழிகளில் இவ்விரு திசைச்சொற்களுக்கு இருபொருள்கள் இல்லை என்ற மொழியியல் உண்மையையும் இவர் சுட்டிக் காட்டியுள்ளார். புறநானூற்றில் “இருபால் பெயரிய உருகெழு மூதூர்” என்ற சொல் தொடர் (பாடல் 202) சிந்துவெளி நகர வடிவமைப்பின் இருமைப்பாகுபாட்டை உணர்த்தி நிற்கிறது என்பது ஒரு வியப்பான உண்மையாகும்.

நூலாசிரியர் திராவிட மொழியியலையும், சிந்துவெளிப் புவியியலையும் பிணைத்து ஒரு புதிய கருதுகோளைப் படைத்துள்ளார். அதன் மூலம் சிந்து நகர மக்கள் திராவிட மொழிகளையே பேசியிருக்க வேண்டும் என்ற வரலாற்று உண்மையை அறிவியல் அடிப்படையில் அனைவரும் ஏற்றுக்கொள்ளும் வண்ணம் மீண்டும் நிறுவியுள்ளார். இந்த அணிந்துரையின் தொடக்கத்தில் நான் குறிப்பிட்டுள்ளபடி இந்நூலின் சிறப்பு அம்சங்கள் இவையே ஆகும். இந்த அரிய நூலை தமிழ் ஆய்வாளர்களும் வரலாற்று ஆய்வாளர்களும் கவனமாகப் படித்துப் பயன்பெறவேண்டும் என்பது என் அவா.

திரு. பாலகிருஷ்ணன் என்னைவிட வயதில் மிகவும் இளையவர், அடுத்த தலைமுறையைச் சேர்ந்தவர். அவருடைய ஆய்வுகள் மேலும் விரிவாகவும் ஆழமாகவும் எதிர்காலத்தில் அமைந்து தமிழ் மொழிக்கு வளம் சேர்க்க என் ஆசிகளை வழங்கி அமைகிறேன்.

சென்னை
07 ஏப்ரல் 2016

ஐராவதம் மகாதேவன்

முதற் பதிப்பிற்கானது

என்னுரை

சிந்துவெளி நாகரிகம் பற்றி அண்மையில் நான் எழுதியுள்ள இரண்டு கட்டுரைகள் இந்நூலில் இடம்பெற்றுள்ளன. இவற்றுள், "சிந்துவெளி நகரங்களின் "மேல்-மேற்கு: கீழ்-கிழக்கு" வடிவமைப்பும் அதன் திராவிட அடித்தளமும்" என்ற ஆய்வுக்கட்டுரை, சென்னையிலுள்ள ரோஜா முத்தையா ஆராய்ச்சி நூலகத்தில் இயங்கும் சிந்துவெளி ஆய்வு மையத்தின் ஆய்விதழில் (Bulletin of the Indus Research Centre, No.3, December, 2012) நான் எழுதிய "The 'High-West: Low-East' Dichotomy of Indus Cities: A Dravidian Paradigm" என்ற ஆங்கிலக் கட்டுரையை அடிப்படையாகக் கொண்டு மேலும் சில புதிய தரவுகளையும் உள்ளடக்கியதாகும்.

மேற்சொன்ன கட்டுரை சிந்துவெளி ஆய்வு பற்றிய முன்னோடி வலைத்தளமான ஹரப்பா.காம் (a.harappa.com) என்ற தளத்திலும் பதிவேற்றப்பட்டுச் சிந்துவெளி ஆய்வாளர்கள் மற்றும் ஆர்வலர்களைச் சென்றடைந்துள்ளது. ஆயினும், இக்கட்டுரையின் மையப்பொருள் சிந்துவெளிப் பண்பாட்டின் திராவிட அடித்தளத்தை நிறுவும் சான்றுகள் பலவற்றையும் உள்ளடக்கி, பழந்தமிழ்த் தொன்மங்களுக்கும் சிந்துவெளிப் பண்பாட்டிற்குமான வேர்நிலைத் தொடர்புகளை விளக்குவதால் இக்கட்டுரை தமிழ் மக்களையும் நேரடியாகச் சென்று சேரவேண்டுமென்று விரும்பினேன். எனவே, இந்த ஆங்கிலக் கட்டுரையை தற்போது தமிழில் மொழிபெயர்த்துள்ளேன். இந்த ஒரு கட்டுரையையே சிறிய தனி நூலாக வெளியிடுவதுதான் திட்டம். அதன்படி, இந்நூலிற்கு 'என்னுரை' எழுதத் தொடங்கியபோதுதான், இக்கட்டுரையின் உள்ளடக்கம் குறித்த சரியான புரிதலுக்கு, சிந்துவெளி ஆய்வில் இடப்பெயர்கள் ஆற்றக்கூடிய பங்களிப்பு பற்றிய விரிவான விளக்கமும் ஏனைய பின்புலச் செய்திகளும் உதவியாக இருக்கும் என்று தோன்றியது.

எனவே, "சிந்துவெளிப் புதிரும் இடப்பெயர் ஆய்வு தரும் புத்தொளிச் சான்றுகளும்' என்ற தலைப்பில் ரோஜா முத்தையா ஆராய்ச்சி நூலகத்தின் காலாண்டிதழான 'ரோஜா இதழில் நான் எழுதிய தமிழ்க் கட்டுரையையே (ரோஜா இதழ், ஜூலை 2012) சில கூடுதல் செய்திகளோடு இந்நூலின் முதல் கட்டுரையாகச் சேர்த்துவிட்டால் மேற்சொன்ன தேவையை அது ஓரளவு நிறைவுசெய்யும் என்று தோன்றியது. அவ்வாறே செய்துள்ளேன். இக்கட்டுரையில், தொடக்ககாலத் தமிழ்க் கல்வெட்டுக்களில் குறிப்பிடப்படும் பெயர்களுக்கும் வடமேற்கு நிலப்பகுதிகளில் இன்றுவரை வழங்கும் இடப்பெயர்களுக்கும் இடையிலான வேர்நிலைத் தொடர்புகள் பற்றி

அண்மையில் நான் கண்டறிந்த புதிய தரவுகளையும் இணைத்துள்ளேன்.

சிந்துவெளி நாகரிகம் கண்டுபிடிக்கப்பட்ட காலகட்டத்திலிருந்தே அந்நாகரிகம் ஒரு திராவிட நாகரிகமாக இருந்திருக்கலாம் என்பது குறித்த விவாதங்களும் தொடங்கிவிட்டன. சிந்துவெளி நாகரிகம் கண்டறியப்பட்ட செய்தியை, ஜான் மார்ஷல் 1924ஆம் ஆண்டு அக்டோபரில் 'இல்லஸ்ட்ரேடட் லண்டன் நியூஸ்' (Illustrated London News) இதழில் வெளியான தனது விரிவான கட்டுரையின் மூலம் முதன்முதலாக உலகிற்கு அறிவித்தார். இந்த அறிவிப்பு வெளியாகி ஓரிரு மாதங்களுக்குள்ளாகவே, கல்கத்தாவிலிருந்து பதிப்பிக்கப்பட்ட 'தி மாடர்ன் ரிவியூ' (The Modern Review) என்ற இதழில் வங்காள மொழி அறிஞர் சுனிதி குமார் சட்டர்ஜி, 'திராவிடர்களின் தோற்றமும் இந்திய நாகரிகத்தின் தொடக்கமும்' ('Dravidian origins and beginnings of Indian Civilization') என்ற தலைப்பில் ஓர் ஆய்வுக்கட்டுரையை எழுதினார். ராபர்ட் கால்டுவெல்லின் திராவிட மொழிக்குடும்பம் பற்றிய ஆய்வுகளையும், சிந்துவெளி அகழ்வாராய்ச்சித் தடயங்கள் மற்றும் தமிழகத்திலுள்ள ஆதிச்சநல்லூர் அகழ்வாய்வுச் செய்திகளையும் மேற்கோள்காட்டி எழுதப்பட்ட இந்தக் கட்டுரைதான் சிந்துவெளிப் பண்பாட்டின் திராவிடத் தொடர்பை வலியுறுத்தும் முதல் பதிவாகும்.

இவ்வாறு தொடங்கிய 'திராவிடக் கருதுகோள்' (Dravidian Hypothesis) கடந்த 90 ஆண்டுகளாகப் பல்வேறு வெளிநாட்டு ஆய்வாளர்களும் இந்திய ஆய்வாளர்களும் செய்த விரிவான ஆய்வுகளின் விளைவாக மென்மேலும் வலுப்பட்டிருக்கிறது. எனினும், "திராவிடக் கருதுகோள்" இன்றுவரை, ஒப்பீட்டு அளவில், ஆகக்கூடுதலான சாத்தியக் கூறுகள் கொண்ட ஒரு கருத்தோட்டமாக இருக்கிறதே தவிர முடிந்த முடிவாக ஏற்றுக்கொள்ளப்படவில்லை. பல்வேறு அறிஞர்கள், எவ்வளவோ முயன்றும் சிந்துவெளி வரிவடிவங்களை இன்னும் வாசித்தறிய முடியவில்லை; சிந்துவெளி மக்கள் என்ன மொழி பேசினார்கள் என்பது இன்றுவரை தெளிவாகவில்லை என்பதே இதற்குக் காரணம்.

இந்நிலையில், சிந்துவெளி மக்களின் மொழி குறித்து ஒன்றுக்கொன்று மாறுபட்ட பல்வேறு கருத்துக்கள் நிலவுவதில் வியப்பொன்றும் இல்லை. தொல் எலாமைட், சுமேரியன், தொல்எலாமைட்திராவிடம், ஹிட்டைட், திராவிடம் மற்றும் இந்தோ ஆரியமொழிகள் போன்ற மொழிக் குடும்பங்களோடு சிந்துவெளி மொழியைத் தொடர்புபடுத்திப் பல்வேறு ஆய்வுநூல்களும், கட்டுரைகளும் வெளியாகியுள்ளன. பசுபிக் பெருங்கடலிலுள்ள ஈஸ்டர் தீவுகளில் பயன்படுத்தப்பட்டுள்ள 'ரொங்கோரொங்கோ' வரிவடிவத்தோடு சிந்துவெளி எழுத்துக்களைத் தொடர்புபடுத்தியும்கூட ஆய்வுகள் நடந்துள்ளன. இவை போதாதென்று, சிந்துவெளி வரிவடிவம் உண்மையில் வாசிக்கப்படக்கூடிய ஒரு மொழியின் வரிவடிவமா அல்லது

வெறும் குறியீடுகள்தானா என்ற ஐயத்தைக்கூடச் சில ஆய்வாளர்கள் எழுப்பிவிட்டார்கள். இத்தகைய தெளிவின்மையின் கூட்டுவிளைவாக, சிந்துவெளிப்புதிர் இந்தியவியலின் மிகப்பெரும் கேள்விக்குறியாக இன்றும் தொடர்கிறது.

கடந்த இருபத்தைந்து ஆண்டுகளுக்கும் மேலாக, பொதுவாக ஊர்ப்பெயர்கள் பற்றிய ஆராய்ச்சியிலும், குறிப்பாக வடமாநில ஊர்ப்பெயர்களில் காணப்படும் தமிழ்க்கூறுகள் பற்றிய கள ஆய்விலும் ஈடுபட்டுள்ள என்னை, சிந்துவெளி மற்றும் ஹரப்பா பகுதிகளிலுள்ள ஊர்ப்பெயர்களின் மீது கவனம் செலுத்தும்படி ஆற்றுப்படுத்தியவர் சிந்துவெளி ஆய்வறிஞர் ஐராவதம் மகாதேவன். சிந்துவெளி வரிவடிவங்களை எல்லோரும் ஒப்புக்கொள்ளத்தக்க வகையில் படித்தறியமுடியாத சூழ்நிலையில், இந்தியத் துணைக்கண்டத்தின் வடமேற்குப் பகுதிகளில் வழங்கும் இடப்பெயர்கள் பற்றிய அறிவியல்பூர்வமான, ஆழமான ஆய்வுகள், சிந்துவெளி மக்களின் மொழி பற்றிய புரிதலுக்கு உதவக்கூடும் என்ற தனது நம்பிக்கையை அவர் என்னிடம் பகிர்ந்துகொண்டார்.

அப்போது ஒடிஸா மாநிலத்தில் பணியாற்றிக்கொண்டிருந்த நான் 1990களின் தொடக்கத்திலிருந்தே எனது இடப்பெயர் ஆய்வுகளில் கணிப்பொறித் தரவுகளை முழுமையாகப் பயன்படுத்தத்தொடங்கியிருந்தேன். தமிழ்நாட்டில் மதுரை, தேனி மற்றும் கேரள எல்லைப்பகுதிகளில் வழங்கும் பல இடப்பெயர்கள் வடமாநிலங்களில் இன்றுவரை அப்படியே அச்சுமாறாமல் பயன்படுத்தப்படுவதைக் கணிப்பொறித் தரவுகளின் துணையோடு சுட்டிக்காட்டி, அத்தகைய ஒருமைக்கு ‘சிந்துவாரா நிலவரம்’ (Chhindwara Syndrome) என்று பெயர் சூட்டினேன். (சிந்துவாரா என்பது மத்தியப் பிரதேசத்தில் திராவிடப் பழங்குடியினர் வாழும் ஒரு பகுதியாகும்) இதுபற்றி, ஆங்கிலத்தில் ஆய்வுக்கட்டுரையொன்றை 1997 ஆம் ஆண்டு ஆசியவியல் ஆய்வு நிறுவனத்தின் ஆய்விதழில் (R.Balakrishnan. “The Term Tamil a Toponymical Probe”, Journal of the Institute of Asian Studies, Vol.XIV, No.2, March 1997) எழுதியிருந்தேன்.

இவ்வாறு, எனது மனத்திலும் வடமாநிலங்களிலுள்ள தமிழ்ச்சாயல் பெற்ற ஊர்ப்பெயர்கள் பற்றிய சிந்தனைதான் ஓடிக்கொண்டிருந்தது. ஒடிஸா, சத்திஸ்கர் போன்ற மாநிலங்களில் வாழும் மலைவாழ் மக்களின் பண்பாட்டிற்கும் சங்க இலக்கியக் குறிஞ்சித்திணைப் பாடல்களில் வெளிப்படும் வாழ்வியல் கூறுகளுக்கும் இடையிலான ஒருமைப்பாட்டைக் கண்கூடாகக் கண்டு வியப்படைந்த எனக்குள், எனது ஆராய்ச்சியின் அடுத்த கட்டமாக திராவிடர்களின் தோற்றம் மற்றும் புலப்பெயர்வுகளின் சுவடுகளை மீட்டெடுக்க இடப்பெயர்ச் சான்றுகளைக் கருவியாகப் பயன்படுத்தவேண்டும் என்ற முனைப்புத் தோன்றியது.

இதைத்தொடர்ந்து பாகிஸ்தான், ஆப்கனிஸ்தான், ஈரான் உள்ளிட்ட வெளிநாடுகளிலுள்ள இடப்பெயர்கள் அனைத்தையும் கணிப்பொறியில் பதிவுசெய்து இந்திய இடப்பெயர்களுடன் ஒப்பாய்வு செய்யத்தொடங்கினேன். ஆயினும், ஒடிஸா மாநிலத்தில் சூரியன் கோயில் அமைந்துள்ள கோனார்க் என்ற இடத்தின் பெயரின் தோற்றம் பற்றிய ஆய்வின்போதுதான் (2002-2003), பாகிஸ்தான் இடப்பெயர்களை மிக உன்னிப்பாகக் கவனிக்கும் வாய்ப்புக் கிடைத்தது.

கடந்த காலங்களில் ஒரு நிலப்பகுதியிலிருந்து இன்னொரு நிலப்பகுதிக்குப் புலம்பெயர்ந்தவர்கள் தங்களோடு எதை எடுத்துச்சென்றார்களோ, இல்லையோ, பெரும்பாலும் தங்களது இடப்பெயர்களை மீள்நினைவாக எடுத்துச்சென்று புதிய இடங்களில் மீண்டும் பயன்படுத்தியிருக்கிறார்கள். அவ்வாறு எடுத்துச்செல்வதற்கு வலுவான சமூக, உளவியல் காரணங்கள் உள்ளன என்பதை உலகளாவிய ஆய்வுகளின் துணைகொண்டும், இந்தியாவின் பல்வேறு பகுதிகளுக்கும் அவ்வப்போது பயணித்து நான் செய்த கள ஆய்வுகளின் மூலமும் எனக்கு நானே உறுதிசெய்துகொண்டிருந்தேன். அதன் விளைவாக இடப்பெயர்ச் சான்றுகளின் நம்பகத் தன்மை குறித்த எனது நம்பிக்கை வலுவாகியது.

இந்நிலையில், சங்க இலக்கியங்கள், பழந்தமிழ் அரசியலோடு தொடர்புபடுத்திக் கொண்டாடும் கொற்கை, வஞ்சி, தொண்டி போன்ற முக்கியமான இடப்பெயர்கள் வடமேற்கு நிலப்பகுதிகளில் இன்றுவரை வழக்கிலுள்ளன என்பதை நான் முதன் முதலாகக் கண்டறிந்தபோது என்னால் எளிதாக நம்ப முடியவில்லை. இளங்கலை, முதுகலை தமிழ் இலக்கியம் பயின்ற தமிழ் இலக்கிய மாணவனாகிய நான், வரலாற்றுக்கு முற்பட்ட தமிழ்த்தொன்மங்கள் பற்றிய பழமரபுக்கதைகள் சார்ந்த புரிதல்களோடு வளர்ந்தவன். எனவே, இந்தப் புதிய தரவுகள் எனக்குள் அதிர்வலைகளை ஏற்படுத்தியதில் வியப்பில்லை. சங்க இலக்கியங்கள் குறிப்பிடும் இடப்பெயர்கள், இந்தியத் துணைக்கண்டத்தின் வடமேற்குப் பகுதிகளில் இன்றுவரை பயன்படுத்தப்படுவது ஓர் எதேச்சையான நிகழ்வா அல்லது சங்க இலக்கிய இடப்பெயர் மரபிற்கும் சிந்துவெளிப் பண்பாடு ஒருகாலத்தில் செழித்திருந்த நிலப்பகுதிகளில் இப்பெயர்கள் இன்றுவரை நிலைத்திருப்பதற்கும் உண்மையிலேயே ஏதேனும் தொடர்பிருக்கிறதா என்று எனக்குள் நானே எழுப்பிய கேள்வி, என்னைத் தூங்கவிடாமல் துளைத்து எடுத்தது. இதற்கான விடையைப் .பன்முகத் தரவுகளின் துணையோடு எனக்கு நானே உறுதிசெய்து கொள்ளாமல் இதுபற்றிப் பேசுவதில்லை என்றும் முடிவெடுத்தேன்.

வடமேற்கு நிலப்பகுதிகளில் வழங்கும் ‘கொற்கை, வஞ்சி, தொண்டி’ போன்ற தமிழ்ச்சாயல் இடப்பெயர்கள்; தமிழ்த்தொன்மங்களை சிந்துவெளிப்

பகுதிகளோடு தொடர்புபடுத்தச் சங்க இலக்கியங்களில் காணப்படும் அகச்சான்றுகள் பற்றிய செய்திகளை எனது மனைவி, குடும்பத்தினர் மற்றும் எனது ஆய்வுகளில் அக்கறை கொண்ட சில நெருங்கிய நண்பர்களுடன் அவ்வப்போது பகிர்ந்து கொண்டேன் என்பதைத்தவிர முறையான ஆய்வறிக்கை எதனையும் நான் வெளியிடவில்லை. அதன்பின்னர், மேலும் பன்முகத் தரவுகளைத் திரட்டி, குறிப்பாகத் தமிழ்நாட்டு இடப்பெயர்களுக்கும் வடமேற்கு இடப்பெயர்களுக்கும் உள்ள தொடர்பு, பெயராக்க முறையில் எவ்வாறு இயங்குகிறது என்பது குறித்த தரவுகளையும் நெறிப்படுத்திக்கொண்ட பின்னர், 2010-ல் கோவையில் நடைபெற்ற உலகத் தமிழ்ச் செம்மொழி மாநாட்டு ஆய்வரங்கில் முதன்முறையாக இச்செய்தியை அறிவித்தேன்.

சிந்துவெளி எழுத்துக்களைப் படித்தறியமுடியாத நிலையில், சிந்துவெளிப் பண்பாடு நிலவிய நிலப்பகுதிகளில் ஒருகாலத்தில் திராவிட மக்கள் வசித்தார்கள் என்பதைச் சான்றாதாரங்களுடன் நிறுவ முடியுமா என்பதைப் பொறுத்தே சிந்துவெளிப் பண்பாடு ஒரு திராவிடப்பண்பாடு என்ற வாதத்தின் நம்பகத்தன்மை தீர்மானிக்கப்படும். அத்தகைய சான்றாதாரம் ஒரு குறைந்தபட்ச, மேலும் நியாயமான தேவையும்கூட. திராவிட மக்கள் வடமேற்குப் பகுதிகளில் தொடர்ந்து வாழ்ந்திருக்காவிட்டால் ஒரு திராவிட நாகரிகத்தை அப்பகுதிகளில் எப்படித் தோற்றுவித்திருக்க முடியும்?

தற்போது இந்தியாவில் திராவிட மொழிகள் பேசப்படும் நிலப்பகுதிகளுக்கும், குறிப்பாகத் தென்னிந்தியாவிற்கும் சிந்துசமவெளி அமைந்துள்ள வடமேற்குப் புலங்களுக்கும் இடையே கிட்டத்தட்ட 2000 கி.மீ. இடைவெளி உள்ளது. திராவிடக் கருதுகோளைப் பொறுத்தவரையில் இந்த இடைவெளி ஒரு “பிரச்னை”யாகவே கருதப்படுகிறது.

இதைப்போலவே, சிந்துவெளிப் பண்பாடு மெல்ல நலிந்தொழிந்து அடையாளம் இழந்த காலகட்டத்திற்கும் (ஏறக்குறைய கி.மு 1900) தென்னிந்திய திராவிடப் பண்பாட்டின் மிகத் தொன்மையான அடையாளம் என்று கருதப்படுகிற பழந்தமிழ்ச் சங்க இலக்கியங்கள் தொகுக்கப்பட்ட காலத்திற்கும் (ஏறத்தாழ கி.மு மூன்றாம் நூற்றாண்டு முதல் கி.பி இரண்டாம் நூற்றாண்டு வரையிலான காலகட்டம்) இடையிலான சுமார் 1500 ஆண்டுகால இடைவெளியும் சிந்துவெளிப் பண்பாட்டிற்கும் திராவிடப் பண்பாட்டிற்குமான நேரடித்தொடர்பு பற்றி ஐயம் எழுவதற்கு வாய்ப்பளிக்கிறது.

இவ்வகையில், சிந்துவெளிப் பண்பாட்டிற்கும், சங்ககாலத் தமிழர் பண்பாட்டிற்குமிடையிலான நில மற்றும் கால இடைவெளியை நேர்செய்வதைப் பொறுத்தே சிந்துவெளிப் பண்பாட்டின் திராவிடத் தொடர்பு பற்றிய வினாக்கள் மட்டுமின்றி, திராவிடர்களின் தோற்றம் பற்றிய

வினாக்களும் வெளிச்சம் பெறும். ஏனெனில், ஒருவகையில் திராவிடர்களின் தோற்றம், சிந்துவெளி மக்களின் மொழி பற்றிய இருவினாக்களும் ஒரே நாணயத்தின் இருபக்கங்களே. இதைப் புரிந்துகொள்ளாத வரையில், இந்தியவியலின் 'தும்பை விட்டு வாலைப் பிடிக்கிற' துயரம் தொடரும்.

இந்தியத் துணைக்கண்டத்தின் வடமேற்குப் பகுதிகளில் வரலாற்றுக்கு முற்பட்ட காலகட்டங்களிலேயே, இந்தோ ஆரிய மொழிபேசுவோர் வாழத்தொடங்கிவிட்டார்கள் என்பது வேத இலக்கியங்கள் மற்றும் வடமொழிக் காப்பியங்கள் மூலமும், அதைத்தொடர்ந்து வரலாற்று ஆவணங்கள் மூலமும் தெளிவாகத் தெரிகிறது. வேத இலக்கியங்கள் சித்தரிக்கும் பண்பாடு, சமயக் கோட்பாடுகள் மற்றும் வாழ்க்கை முறைகளுக்கும் சிந்துவெளி அகழ்வாராய்ச்சிகள் வெளிக்கொணர்ந்துள்ள தொல்பொருள் தடயங்கள் மற்றும் அத்தடயங்கள் உணர்த்தும் வாழ்வியல் கூறுகளுக்கும் இடையே அடிப்படையான வேறுபாடுகள் உள்ளன என்ற கருத்தானது சிந்துவெளிப் பண்பாடு கண்டுபிடிக்கப்பட்ட காலம் முதலாகவே வலியுறுத்தப்பட்டுள்ளது. சிந்துவெளிப் பண்பாடு வேத கால ஆரியப் பண்பாட்டிலிருந்து தன்மையால் மாறுபட்டது மற்றும் காலத்தால் முற்பட்டது என்பது இக்கருத்தியலின் சாரமாகும்.

எனவே, வரலாற்றுக்கு முற்பட்ட காலகட்டங்களில், திராவிடர்கள் வடமேற்கு இந்தியாவில் பெரும் எண்ணிக்கையில் வாழ்ந்தார்கள் என்பதை நிறுவக்கூடிய எந்தச் சான்றாதாரமும், சிந்துவெளிப் பண்பாட்டின் திராவிடத் தொடர்பிற்கான சாத்தியத்தை வலுப்படுத்தும். ஏனெனில், சிந்துவெளி நாகரிகம் குறித்த எந்த நேரடிச் செய்தியும் வேதங்களிலோ, ஏனைய வடமொழி இலக்கிய மற்றும் வரலாற்று ஆவணங்களிலோ காணப்படவில்லை. அதே நேரத்தில், தொன்மையான வடமொழி இலக்கியங்களும், கல்வெட்டுக்கள் உள்ளிட்ட பண்டைய வட மற்றும் கிழக்கிந்திய வரலாற்று ஆவணங்களும் தொடக்கத்திலிருந்து திராவிடர்களை இந்தியாவின் தென்கோடிப்பகுதியில் வைத்து இனங்காணுகின்றனவேயன்றி அம்மக்களை ஒருபோதும் வடக்கு மற்றும் வடமேற்குப் பகுதிகளின் பின்னணியில் சித்தரிக்கவே இல்லை. அவ்வாறாயின், சிந்துவெளிப் பகுதிகளில் திராவிடர்கள் வாழ்ந்ததற்கான எந்தத் தடயமும் வரலாற்றுக்கு முற்பட்ட காலத்தோடும், அதன் காரணமாக சிந்துவெளிப் பண்பாட்டுடனும் தொடர்புடையதாக இருக்கவேண்டும். இத்துடன், சிந்துவெளி நாகரிகம் வேத இலக்கிய நாகரிகத்திலிருந்து வேறுபட்டதாக இருக்கிறது; இன்னும் குறிப்பாக பலவகையிலும் திராவிடச்சாயல் கொண்டதாக இருக்கிறது என்ற கருத்துக்கள் அனைத்தையும் ஒருசேரக் கவனத்தில் கொண்டால், திராவிடர்கள் ஒருகாலத்தில் வடமேற்குப் பகுதிகளில் வாழ்ந்தார்கள் என்பதற்கான சான்றாதாரமே அம்மக்களின் சிந்துவெளிப்பண்பாட்டுத் தொடர்பிற்கான முதல்நிலைஆதாரமும் ஆகும் என்ற உண்மை புலப்படும்.

அத்தகைய முதல்நிலை ஆதாரத்தைக் கண்டறிந்து நிறுவிவிட்டால், திராவிடமொழிகளின் மிகப்பழமையான இலக்கியப் பதிவான சங்கப் பாடல்களின் மூலம் சிந்துவெளியின் 'மொழிதெரியாப்' பண்பாட்டை மேலும் புலன்விசாரிக்கலாம் என்ற வாதம் வலுப்படும்.

வடமொழி இலக்கியங்கள் அறியாத தமிழ்த்தொன்மங்களின் அடிப்படை அடையாளங்கள் சிலவற்றை 2000 கிமீ தூரத்திலுள்ள சிந்துவெளிப்பகுதிகளிலும், அப்பகுதிகளுக்கே உரித்தான, தற்காலத் தமிழகத்திற்குத் தொடர்பில்லாத சில தனித்துவக்கூறுகளை, சிந்துவெளிப்பண்பாட்டின் நலிவிற்கு 1500 ஆண்டுகளுக்குப் பின்னர் (அதாவது இன்றிலிருந்து சுமார் 2000 முதல் 2300 ஆண்டுகளுக்கு முன்னர்) தொகுக்கப்பட்ட பழந்தமிழ் இலக்கியப்பதிவுகளிலும் மீட்டுருவாக்கம் செய்யமுடிந்தால் "பிரச்னை" என்று கருதப்படுகிற கால நில இடைவெளியே சிந்துவெளிப் புதிரின் தீர்வுக்கான புதிய சாளரங்களைத் திறந்துவிடும். அதாவது, எது பலவீனம் என்று கருதப்பட்டதோ அதுவே பலமாகிவிடும்.

பாகிஸ்தான் ஆப்கனிஸ்தான் எல்லையிலுள்ள பலூசிஸ்தானில் பிராகுயி என்ற திராவிடமொழி இப்போதும் பேசப்படுகிறது. பிராகுயி சிந்துவெளிப் பண்பாட்டுக் காலத்து தொல்திராவிடத் தொடர்பின் எச்சமே என்ற வாதம் முன்வைக்கப்பட்டாலும் அதை அனைவரும் ஒருமனதாக ஏற்றுக்கொள்வதில்லை. இப்போதும்கூட பிராகுயி மொழி பேசும் பழங்குடியினர் மிக அடிப்படையிலான, வளர்ச்சி பெறாத சமூகப்பண்பாட்டுப் பின்புலத்தில்தான் வாழ்ந்துகொண்டிருக்கிறார்கள். இதனால், சுமார் 4000 ஆண்டுகளுக்கு முன்பே இவர்களின் முன்னோர்கள் மொகஞ்சதாரோ, ஹரப்பா போன்ற மிக உன்னதமான நகர்மயப் பண்பாட்டிற்குச் சொந்தக்காரர்களாக இருந்தார்கள் என்பதை பலரும் நம்ப மறுக்கிறார்கள். அதுமட்டுமன்றி, பிராகுயி மொழிபேசுவோர் அப்பகுதிக்குப் புலம்பெயர்ந்து வந்ததே பிற்காலத்தில்தான் என்ற மாற்றுக்கருத்தும் நிலவுகிறது. இதன் விளைவாக, சிந்துவெளிப் பண்பாட்டிற்கும் பிராகுயிப் பழங்குடியினருக்கும் நேரடித் தொடர்பு எதுவும் இருந்திருக்கமுடியாது என்ற வாதம் திராவிடக் கருதுகோளை மறுத்து முரண்படுவோர்களால் ஆர்வத்துடன் முன்வைக்கப்படுகிறது.

இத்தகைய வினாக்குறிகளின் விளைவாக, 'பிராகுயி' என்ற திராவிடமொழி இந்தியத் துணைக்கண்டத்தின் வடமேற்கு எல்லையில் பேசப்படுகிறது என்ற உண்மை, சிந்துவெளிப் பண்பாடு குறித்த ஆய்வுக்களத்தில் ஒரு பிரச்னைக்குரிய செய்தியாகப் ("Brahui Problem") பேசப்படுகிறதே அன்றி தீர்வுக்கான வழி என்று கருதப்படவில்லை. இந்த ஐயப்பாட்டை நியாயமற்றது என்று கூறிவிடவும் முடியாது. சிந்துவெளிப் பண்பாடு ஒரு திராவிடப் பண்பாடே என்ற கருத்திற்கு முற்றிலும் தங்களை ஒப்புக்கொடுத்தவர்கள்கூட, பிராகுயி மொழியை மட்டுமே அடிப்படையாகவைத்து சிந்துவெளிப்

பண்பாட்டின் திராவிடத் தொடர்பை நிறுவிவிடமுடியாது என்பதை உறுதியாக அறிவார்கள்.

திராவிடக் கருதுகோள் என்ற எல்லைக்குள்ளும், சிந்துவெளி மக்கள் பேசியிருக்கக்கூடிய திராவிட மொழியின் தன்மை மற்றும் வளர்ச்சிநிலை பற்றிய தெளிவில்லை. அதை மூலதிராவிடமொழி என்று அடையாளப்படுத்துவதிலும் பிரச்னை இருக்கிறது. இந்த அணுகுமுறை வட, நடு மற்றும் தென் திராவிட மொழிகள் மூலதிராவிட மொழியிலிருந்து பிரிந்து தனித்தனி மொழிகளாக மாறிய படிநிலை வளர்ச்சியை முழுக்க முழுக்க சிந்துவெளிப் பண்பாட்டின் வீழ்ச்சிக்குப் பிந்தைய நிகழ்வாகவே பார்க்கிறது. ஆனால், சிந்துவெளிப் பண்பாடு அறிவியல், தொழில்நுட்பம், கடல் வணிகத்திறன், கணிதம், கட்டிடக்கலை, உலோகவியல், ஓவியம், சிற்பம் என்று எல்லாத் துறைகளிலும் பண்பட்டு வளர்ந்திருந்தநிலையில் அம்மக்கள் பேசிய மொழி மட்டும், இந்தியாவில் தற்போதுள்ள எல்லா வகையான திராவிட மொழிகளுக்கும் அடிப்படையாக இருந்திருக்கக்கூடிய, முழுமையாக வளர்ச்சிபெறாத ஒரு மூலமொழியாக (Proto Language) இருந்திருக்கும் என்று எதிர்பார்ப்பது கடினமாக உள்ளது. சிற்பம், ஓவியம் போன்ற நுண்கலைத் திறன்களும், உயரிய தொழில்நுட்பமும் செழித்திருந்த சிந்துவெளிப் பண்பாட்டிற்கென்று இலக்கிய மரபு குறிப்பாக வாய்மொழி இலக்கியமரபு இருந்திருக்காதா? அவ்வாறு இருந்திருந்தால், அதன் தொடர்ச்சியை, மிகத் தொன்மையான தென்திராவிடப் பழந்தமிழ் இலக்கிய மரபிற்குள் தேடாமல் வேறெங்கு தேடுவது?

இப்பின்னணியில், சிந்துவெளிப் பண்பாட்டிற்கும் திராவிடப் பண்பாட்டிற்கும் இடையிலான வேர்நிலை உறவுகளுக்கான சான்றாதாரங்களை இரண்டாயிரம் ஆண்டுகளுக்கு முன்பே மிக ஆழமான சமூக இலக்கிய மரபுகளோடு செழித்தோங்கிய பழந்தமிழ் வாழ்வியல் மற்றும் இலக்கியப் புலங்களில் தேடுவதற்கான நியாயமும், தேவையும் உள்ளது என்பதை உணரவேண்டும். திராவிடக் கருதுகோளின் அடிப்படையில், சிந்துவெளிப் பண்பாட்டை ஆராயும் முயற்சிகளில் பழந்தமிழ் இலக்கியங்கள் மிக முக்கியமான பங்களிக்கக்கூடும் என்ற கருத்தை ஐராவதம் மகாதேவனும், அஸ்கோ பர்போலாவும் ஏற்கனவே, தங்களது ஆய்வுகளின் மூலம் வலியுறுத்தியுள்ளார்கள்.

சிந்துவெளிப்புதிர் எப்படி இந்தியவியலின் மிகமுக்கியமான கேள்விக்குறியாக உள்ளதோ அதைப்போன்றதே திராவிடர்களின் தோற்றம் பற்றிய தெளிவற்ற நிலையும். பழந்தமிழ் மரபுகள் பேசும் கடல்கோள்கள், அவற்றின் விளைவான புலப்பெயர்வுகள், தமிழ்ச்சங்கமரபுகள் ஆகியவையே திராவிடமொழி பேசுவோரிடையே கிடைக்கும் வரலாற்றுக்கு முற்பட்ட காலகட்டம் பற்றிய மிகத் தொன்மையான மீள்நினைவுகளாகும்.

சோழர்களின் தலைநகரம் மண்மாரியால் அழிந்ததாகவும் அதனால் சோழர்கள் புதிய தலைநகரை ஏற்படுத்தியதாகவும் கதைமரபுகள் இருந்தாலும் கடல்கோள் சார்ந்த, பாண்டியர்களோடு தொடர்புடைய புலப்பெயர்வு மீள்நினைவுகளே பழந்தமிழர்களின் தோற்றம் மற்றும் புலப்பெயர்வுகள் குறித்த சொல்லாடல்களின் அடிப்படையாக உருப்பெற்றுள்ளன. மேலும், இந்து மாக்கடலில் மூழ்கி மறைந்ததாகக் கருதப்படும் லெமூரியாக் கண்டம் குறித்து வெளியான கருத்துக்களைப் பழந்தமிழ்த் தொன்மங்கள் குறிப்பிடும் கடல்கோள் மீள்நினைவுகளோடு குறிப்பாக குமரிக்கோட்டுடன் தொடர்புபடுத்தி, தமிழர்களின் வரலாற்றுக்கு முற்பட்ட வாழ்விடங்களை இந்து மாக்கடலின் ஆழங்களில் தேடும் அணுகுமுறை தமிழ்நாட்டில் பரவலாக அறியப்பட்டுள்ள ஒன்றாகும். இதற்கு மாறாக, தமிழர் தொன்மங்களை மத்தியதரைக்கடல் பகுதிகளோடு தொடர்புபடுத்தும் ஒரு கருத்தும் நிலவுகிறது. ஆனால், இத்தொன்மத் தொடர்புகளின் திசை, காலம் பற்றிய ஆகத்தெளிவான கருத்தொருமை எதுவும் இல்லை. எனினும், கடல் கோள், மண்மாரி போன்ற இயற்கையின் சீற்றங்கள்; அத்தகைய பேரிடர்களின் விளைவான புலப்பெயர்வுகள் பற்றிய மீள் நினைவுகளே பழந்தமிழ்த் தொன்மங்களின் தோற்றுவாய் குறித்து எஞ்சியுள்ள கூட்டுணர்வான குறியீடும் காட்சிப் படிமமும் ஆகும்.

சிந்துவெளிப் பண்பாட்டின் ஆக்கத்தில் திராவிடர்களின் பங்களிப்பையும் வரலாற்றுக்கு முற்பட்ட காலகட்டங்களில் ஈரான் மலைப்பகுதிகளில் திராவிடர்கள் வாழ்ந்திருக்கக்கூடும் என்ற கருத்தையும் ஒன்றோடொன்று தொடர்புடைய தொடர்நிகழ்வுகளாகப் பார்க்கும் கமில்சுவலபிலின் கருத்து சாத்தியக் கூறுகள் மிக்கதாகவும், வாழ்வியல் நடைமுறை சார்ந்ததாகவும் இருக்கிறது. இக் கருத்து, மிகவும் கவனத்திற்குரியது.

தமிழ்த் தொன்மங்களை லெமூரியாக் கண்டத்தோடு இணைத்துப் பார்ப்பவர்கள்கூட சிந்துவெளிப் பண்பாட்டின் திராவிடத் தன்மை பற்றி மாற்றுக்கருத்துக் கொண்டவர்கள் இல்லை. அவர்களைப் பொறுத்தவரையில் புலப்பெயர்வு பிரச்னை அல்ல. புலப்பெயர்வின் திசைதான் பிரச்னை. இந்தப்பிரச்னை தீர்க்கமுடியாத, விடை காணமுடியாத ஒன்றல்ல. "யாதும் ஊரே யாவரும் கேளிர்" என்ற ஒப்பற்ற, வாழ்வியல் உண்மை ஒரு தனிமனிதனின் குரல் அல்ல; பன்னெடுங்காலம் பயணங்களால் பட்டை தீட்டப்பட்ட ஒரு நாகரிகத்தின் பட்டறிவுக் கொடை என்ற புரிதலே திறந்த மனம் கொண்ட அறிவியல் சார்ந்த ஆய்வுகளுக்கான திறவுகோல்

எனது ஆய்வுகளில், இதுவரை கிட்டியுள்ள இடப்பெயர்த் தரவுகள், மற்றும் அவை வழங்கும் தன்மை, அகழ்வாய்வுகள் உள்ளிட்ட பன்முகத்தரவுகள் திராவிட மக்களின் தொன்மச்சுவடுகள் சிந்துவெளி நாகரிகம் செழித்தோங்கிய இந்தியத் துணைக்கண்டத்தின் வடமேற்குப் பகுதிகளோடு தொடர்புடையன

என்பதையும் அவற்றின் மீள்நினைவுகள் வாய்மொழி இலக்கியங்களில் வேரூன்றிப் பழந்தமிழ்ச் சங்க இலக்கியங்களில் பதிவாகியுள்ளன என்பதையும் சாத்தியக்கூறுகள் மிகுந்த கருதுகோளாக முன்னிறுத்தி நிறுவுகின்றன.

இவ்வகையில், இந்தியவியல் எதிர்நோக்கும் மேற்சொன்ன இந்த இரு வினாக்களும், அதாவது சிந்துவெளிப்பண்பாட்டை உருவாக்கியவர்கள் பேசிய மொழி எது என்ற வினாவும் சங்க இலக்கிய காலத்திற்கு முற்பட்ட, வரலாற்றிற்கு முற்பட்ட பழந்தமிழ்த்தொன்மங்களின் தோற்றுவாய் மற்றும் தொடர்புகள் எவை என்ற வினாவும் ஒன்றோடொன்று தொடர்புடையவை என்ற புரிதலே ஆக்கபூர்வமான, அரசியல் கலப்பற்ற ஆய்விற்கான இன்றியமையாத் தேவையாகும்.

தமிழ்நாட்டைப் பொறுத்தவரையில் ஆய்வாளர்கள் மட்டுமின்றி பரவலாகத் தமிழ்மக்களும் சிந்துவெளி நாகரிகம் குறித்த செய்திகளில் தொடர்ந்து ஆர்வமும் அக்கறையும் காட்டிவந்திருக்கிறார்கள். அண்மைக் காலங்களில் இந்த விழிப்புணர்வு மேலும் வலுப்பெற்றுள்ளது. ஊடகங்களிலும், இணையதளத்திலும் சிந்துவெளிப் பண்பாடு குறித்த விவாதங்களின் முனைப்பு மென்மேலும் கூடிவருகிறது.

இவ்விழிப்புணர்வு வளர இந்நூல் மேலும் துணைபுரியும் என்று நம்புகிறேன். அவ்வாறு துணைபுரிந்தால் மிகமகிழ்வேன். சிந்துவெளிபற்றிய எனது ஆய்வுகளை தொடர்ந்து தமிழில் வெளியிட ஆவல் கொண்டிருக்கிறேன்.

புவனேஸ்வரம், ஒடிஸா
05.04.2016

அன்புடன்,
ஆர்.பாலகிருஷ்ணன்

இரண்டாம் பதிப்பிற்கானது

கிழக்கு வெளுக்கிறது 'கீழடி'யில்...

என்னுரை

சிந்துவெளிப் பண்பாட்டின் திராவிட அடித்தளம் என்ற இந்த நூல் வெளியிடப்பட்டு இன்னும் இரண்டு ஆண்டுகள் கூட ஆகவில்லை. இதற்கிடையில், முதற்பதிப்பு நான்கு முறை மறுஅச்சு செய்யப்பட்டிருக்கிறது. இப்போது, இரண்டாம் பதிப்பு வெளிவருகிறது. இந்நூல் பற்றிய பல்வேறு மதிப்புரைகள், திறனாய்வுகள் ஊடகங்களில் வெளியாகியுள்ளன. தமிழ்நாடு முற்போக்கு எழுத்தாளர் சங்கத்தின் விருது உள்ளிட்ட பல விருதுகளையும் இந்நூல் பெற்றுள்ளது. மகிழ்ச்சி.

ஆனால், இதையெல்லாம் விட மிக முக்கியமானது இந்நூலை தமிழ் மக்கள் அணுகியவிதமும் அரவணைத்தவிதமும் தான். 2017ல் சென்னை புத்தகக்கண்காட்சியில் அதிகமாக விற்பனையான முதல் ஐந்து நூல்களின் பட்டியலில் இந்த ஆய்வுநூல் இடம்பெற்றது.

இந்த நூல் வெளிக்கொணரும் சிந்துவெளியின் தமிழ்த்தொன்மத் தொடர்புகள் மற்றும் பல செய்திகளை முன்னிறுத்தி, எழுத்தாளர் தமிழ்மகன் "வேங்கை நங்கூரத்தின் ஜீன் குறிப்புகள்" என்ற நவீன விஞ்ஞானப் புதினம் ஒன்றை எழுதியிருக்கிறார்.

இந்த நூலிற்கு தமிழ்ச்சமூகம் அளித்துவரும் ஆதரவின் அளவும் அழகும் என் எதிர்பார்ப்புகளை விஞ்சியதாக இருக்கிறது. இது தமிழ்மொழியின் ஊடாக வளர்ந்த இந்த உயர் பண்பாட்டின் அறிவார்ந்த அடிப்படையில் எனக்கிருக்கும் நம்பிக்கையை மேலும் வலுப்படுத்துகிறது. எனது 30 ஆண்டுகால ஆய்வுப்பணியை இது பொருளுடையதாக்கி புரதமூட்டுகிறது. இதனால் நான் மேலும் ஊக்கமுடன் செயலாற்றுவேன்.

இப்படியாக, தமிழ்ச்சமூகம் இந்த நூலை வாசித்து வரவேற்கும் விதம் பற்றிய எனது மகிழ்ச்சியை, நன்றியுணர்வை பதிவிடுவதும்; இந்த நூல் முன்வைக்கும் அடிப்படையான கருத்தாக்கத்திற்கும் அண்மையில் கீழடி அகழ்வாராய்ச்சி முன்னூட்டமாய்த் தெரிவிக்கும் தொடக்கநிலைச் சான்றாதாரங்களுக்கும் இடையே உள்ள மிகமுக்கியமான தொடர்புகளை, தொடர்ச்சியை அடிக்கோடிடுவதும் ஆகிய இரண்டு காரணங்களே இந்த இரண்டாம் பதிப்பின் என்னுரைக்கான தூண்டுதல்களாகும்.

மேலும், "கிழக்கு வெளுக்கிறது 'கீழடி'யில்' என்ற இந்த 'என்னுரை' தலைப்பு ஓசை நயத்தால் மட்டும் உந்தப்பட்டதல்ல. இந்த நூல் அடிக்கோடிடும் கீழ்கிழக்கு மேல்மேற்கு என்பதான திராவிடக் கட்டமைப்பு முறையையும் மற்றும் அதன் உள்ளீடான நெடுவீச்சுக் கருத்தியலையும் வைகைக்கரை அகழ்வாராய்ச்சிகள் எதிர்காலத்தில் உறுதிசெய்யக்கூடும் என்ற எதிர்பார்ப்பை பதிவுசெய்வதும் ஆகும்.

2016 ஏப்ரல் 13 அன்று இந்த நூல் ஐராவதம் மகாதேவனின் அணிந்துரையுடன் அவரது கரங்களால் வெளியிடப்பட்ட அடுத்த மாதமே எனக்கு ஓர் ஆனந்த அதிர்ச்சி காத்திருந்தது. 2016 மே மாதம் 30 ஆம் தேதியும், 31 ஆம் தேதியும் வெளியான "டைம்ஸ் ஆப் இந்தியா" நாளிதழின் மதுரை பதிப்பில் கீழடி அகழ்வாராய்ச்சி பற்றியும் அங்கு கிடைத்துள்ள அகழ்வாய்வுத் தடயங்கள் ஹரப்பா நகர்மயப் பண்பாட்டை நினைவுபடுத்துவது பற்றியும் விரிவான செய்திகள் வெளியாகி இருந்தன. இச்செய்தியை இணையத்தில் படித்ததுமே மிகவும் மகிழ்ச்சியாக இருந்தது. சிந்துவெளியின் 'கொற்கை வஞ்சி தொண்டி வளாகம்' வெறும் ஊகம் அல்ல என்ற எனது உறுதியான கருத்து மேலும் வலுவடைந்தது போலத் தோன்றியது.

ஒடிசாவில் இருந்த எனக்கு இருப்புக்கொள்ளவில்லை. கீழடி அகழ்வாராய்ச்சியாளர் அமர்நாத் ராமகிருஷ்ணனை தொடர்புகொண்டு பேசினேன். கீழடி அகழ்வாய்வுத் தடயங்களை நேரில் காண்பதற்காக ஒடிசாவிலிருந்து 2016 ஜூன் 5 ஆம் தேதி *(அதாவது மேற்சுட்டிய 'டைம்ஸ் ஆப் இந்தியா' செய்தி வெளிவந்த ஒருவாரத்திற்குள்)* மதுரைக்கு வந்தேன். தஞ்சைத் தமிழ்ப்பல்கலைக்கழகத்தின் சுவடிப்புலத்தலைவர் சு.ராஜவேலுடன் கீழடிக்குச் சென்றேன். கீழடியில் அமர்நாத் ராமகிருஷ்ணன் தனது அகழ்வாய்வில் கிடைத்துள்ள தடயங்கள் அனைத்தையும் எனக்கு ஆர்வத்துடன் அருமையாக விளக்கினார்.

கீழடி. 2000 ஆண்டு கால இலக்கியப் பழமையும் தமிழ்ப்பண்பாட்டுத் தலைநகரம் என்று அழைக்கப்படும் பெருமையும் கொண்ட மதுரை மாநகருக்கு கிழக்கே, சிலைமான் என்ற ஊருக்கு அருகே, மதுரைசிவகங்கை மாவட்டங்களின் எல்லையில் அமைந்துள்ள சின்னஞ்சிறு கிராமம். தமிழகத்தின் வரலாற்றைப் புரட்டிப்போட்டு புதுவெளிச்சம் பாய்ச்சப்போகும் 'புதையலை' தன் ஆழ்மடியில் தாங்கும் அழகிய மருதநிலம். கூகுள் வரைபடத்தில் 9.8630 வடக்கு அட்சரேகை, 78.1820 கிழக்கு தீர்க்கரேகை. அஞ்சல்குறியீடு 630611.

அகழ்வாராய்ச்சியாளர் அமர்நாத் ராமகிருஷ்ணன் மற்றும் அவரது அணியினருடன் இந்த பூமியில் நின்றபோது என் மெய்சிலிர்த்தது. நமது தொன்மங்களின் தொப்புள் கொடியைத் தொட்டுப்பார்த்தது போன்ற ஓர்

உணர்வு. இந்த அகழ்வாராய்ச்சியாளர்களோடு பேசிக்கொண்டிருந்த போது, மொகஞ்சதாரோவையும் ஹரப்பாவையும் அகழ்ந்தெடுத்து, அறிவித்து அதன்மூலம் இந்திய வரலாறு பற்றிய கோணல் மாணலான புரிதல்களை நிமிர்த்தி நேர்செய்த சர் ஜான் மார்ஷலும், ஆர்.டி. பானர்ஜியும் என் நினைவுக்குள் வந்து போனார்கள்.

சிந்துவெளி நாகரிகம் என்ற உலகின் மிகச் சிறந்த நாகரிகம் மண்ணிற்கு கீழே 4000 ஆண்டுகளுக்கும் மேலாக மவுனமாய்ப் புதைந்து கிடந்தது கூட 1924 ஆம் ஆண்டு வரை இந்த உலகிற்குத் தெரியாத விஷயம் தான். அதைப் போலத்தான் இப்போது கீழடியும். சிந்துசமவெளிக்கு 1924 என்னவோ அது போன்றது 2016 கீழடிக்கு. வைகைக் கரை நாகரிகத்தின் கீழ்வாசல்படி போல் தோன்றுகிறது இந்தக் கீழடி.

கீழடி அகழ்வாராய்ச்சியின் பின்னணி, இந்த அகழ்வாய்வுகள் தமிழக வரலாறு மட்டுமல்ல, இந்திய வரலாற்றின் மீது ஏற்படுத்தக்கூடிய தாக்கங்கள், கீழடி மற்றும் சுற்றுவட்டப்பகுதிகளில் தொடர்ந்து அகழ்வாராய்ச்சிகளை மேற்கொள்ள வேண்டியதன் அவசியம் பற்றி கொஞ்சம் பேசலாம்.

சிந்துவெளிப் பண்பாடு நகர்மய வாழ்வியலின் உச்சகட்டம் என்றால் சங்க இலக்கியம் இந்தியாவின் நகர்மய இலக்கியத்தின் கம்பீரமான தொடக்கம் ஆகும். திராவிட மொழி இலக்கியங்களிலேயே மிகத்தொன்மையான சங்க இலக்கியங்களில் ஓர் உன்னதமான நகர நாகரிகம் சித்தரிக்கப்படுகிறது. மதுரைக்காஞ்சி, பட்டினப்பாலை போன்ற பத்துப்பாட்டு இலக்கியங்களின் தலைப்பே இதைச் சொல்லும். சங்க இலக்கியங்களில் இடம்பெறும் நகர் அமைப்பு வர்ணனைகள், கோட்டைகள், மதில் சுவர்கள், ஆறு போல அகன்ற தெருக்கள், அங்காடிகள் படிப்பவர்களை வியக்க வைக்கும்.

ஓர் பெண்ணின் அழகை வர்ணிக்கும் போது பல்வேறு நகரங்களின், ஊர்களின் வனப்பை உவமையாகக் குறிப்பிடும் ஒரே இலக்கியம் சங்க இலக்கியம் தான். கொஞ்சம் யோசித்துப் பாருங்கள். யாராவது ஒரு பெண்ணைப் பார்த்து “உன் நெற்றி மேலமாசி வீதி போல ஒளி வீசுகிறது”; “உன் முகம் திருவாரூர் போல அழகாக இருக்கிறது” என்று கவிதை எழுதமுடியுமா? ஆனால், சங்கப் புலவர்கள் இப்படிப்பட்ட உவமைகளை பெருமிதத்தோடு கையாண்டிருக்கிறார்கள். நகரங்களும், நகர் சார்ந்த பண்பாடும் ஒரு சமூகத்தின் கூட்டுணர்வில் மிக அழுத்தமாக ஊறிப்போய் இருந்தால்தான், ஒரு பெண்ணின் அழகை வர்ணிக்க ஒரு நகரத்தின் அழகை உவமையாகக் கூறியிருக்க முடியும். இந்த நகர்மயப் பண்பாட்டு மரபின் இலக்கியத் தொடர்ச்சியை சிலப்பதிகாரத்தின் மங்கல வாழ்த்தில் காண்கிறோம். திங்களையும் ஞாயிறையும் மாமழையையும் போற்றும் சேரநாட்டு இளங்கோவடிகள் “பூம்புகார் போற்றுதும் பூம்புகார் போற்றுதும்” என்று சோழநாட்டு துறைமுக நகரை போற்றி வழிபடுகிறார். இதற்கு

இணையான நகர்வழிபாடு வேறெந்த இலக்கியத்திலும் மங்கலவாழ்த்தாக இருக்கிறதா?

இந்த அளவிற்கு நகர் சார்ந்த இலக்கியமரபு தமிழ் மொழியில் இருந்தாலும் பழங்காலத்து நகரங்களுக்கான அகழ்வாய்வுத்தடயங்கள் தமிழ் மண்ணில் அண்மைக்காலம் வரை தோண்டி எடுக்கப்படவில்லை. ஆதிச்சநல்லூர் ஒரு புதைகுழியாகக் கருதப்பட்டதே தவிர குடியிருப்புகளுக்கான தடயங்கள் கண்டுபிடிக்கப்படவில்லை; அல்லது அதற்கான முயற்சிகள் முழுமனதுடன் செய்யப்படவில்லை. அரிக்கமேடு, கொடுமணல் போன்ற இடங்களில் வெளிநாட்டு வணிகத்திற்கு தடயங்கள் கிடைத்ததே தவிர திட்டமிட்ட குடியிருப்புகளுக்கான சான்றுகள் கிடைக்கவில்லை.

வரலாற்றாசிரியர்கள் அகழ்வாய்வுத் தலங்களில் கிடைக்கும் 'தட்டுமுட்டுச் சாமான்களுக்கும், பண்டம் பாத்திரங்களுக்கும்' கொடுக்கும் முக்கியத்துவத்தில் நூற்றில் ஒரு பங்கைக் கூட இலக்கியங்களுக்கு கொடுப்பதில்லை. மிகத்துல்லியமான வர்ணனைகள் நிறைந்த சங்க இலக்கியங்களுக்கு கூட இந்த நிலைமை தான். இதன் விளைவாக பட்டினப்பாலையும், மதுரைக்காஞ்சியும் புலவர்களின் கற்பனையாக கருதப்பட்டனவே தவிர அக்கால நடைமுறை வாழ்க்கைக்கான குறைந்தபட்ச ஆதாரமாகக் கூட கருதப்படவில்லை.

இதனால், இந்திய வரலாற்றில் வேதகாலத்துக் கதை, இராமாயணம், மகாபாரதம் என்று தொடங்கி, வரலாற்றுக்காலத்தில், மௌரியர் ஆட்சி, அலெக்சாண்டர் படையெடுப்பு, அசோகர் காலம், பின்னர் குப்தர்கள், ஹர்ஷர் என்று இரண்டாம் புலிகேசி வரை பேசிவிட்டு, அதற்குப் பின்னால், தென்னிந்திய வரலாறு என்ற தலைப்பில், சேரர், சோழர், பாண்டியர் என்று கிளைக்கதை போலப் பேசுவது தான் வழக்கமாக உள்ளது. இது வசதிக்கேற்றபடி எழுதிய வரலாறு. இந்தியாவின் முதல் பெருநகரமே 'பாடலிபுத்திரம்' என்ற எண்ணம் தான் இன்றுவரை உள்ளது. சிந்துவெளி மக்கள் பேசிய மொழி ஒரு திராவிட மொழியாக இருக்கும் என்ற கருத்து வலுப்பட்டதற்குப் பின்னாலும் இந்த நிலைமை மாறவில்லை. மொகஞ்சதாரோ, ஹரப்பா போன்ற முக்கியமான அகழ்வாராய்ச்சி இடங்கள் இந்திய விடுதலைக்குபின் ஏற்பட்ட பிரிவினையினால் பாகிஸ்தானின் பகுதிகளாக ஆகிவிட்டதால் சிந்துவெளி ஆராய்ச்சியில் சமகால சமூக, பூகோள அரசியலின் நிழல் படிந்தது என்பதை மறுப்பதற்கில்லை. இந்தியாவில் அதற்குபின் நிகழ்ந்த சிந்துவெளி பண்பாட்டின் தொடர்ச்சிக்கான தேடுதல்கூட கிழக்கிலிருந்து மேற்காக நகர்ந்த அளவிற்கு வடமேற்கிலிருந்து தென்மேற்காக, தெற்காக அவ்வளவு முனைப்புடன் தொடரவில்லை என்பது உண்மை. அதிலும் குறிப்பாக சிந்துவெளியில் பேசியவர்களின் மொழி அநேகமாக திராவிட மொழியாக இருக்கக்கூடும் என்ற கருதுகோள் பல்வேறு ஆராய்ச்சிகள் மூலம் வலுப்பெற்றதற்கு பின்னாலும் அத்தகைய 'தீவிர தேடல்கள்' தொடரவில்லை

என்பது கண்கூடான உண்மை. சிந்துவெளி குறியீடுகளை ஒத்த மட்பாண்டக் கீறல்கள் இந்தியாவிலேயே தமிழ்நாட்டில்தான் அதிகம் கிடைத்துள்ளன என்ற உண்மை அனைவரையும் யோசிக்க வைத்திருக்க வேண்டும். ஆனால் யோசிக்க வைக்கவில்லை.

சங்க இலக்கியத்தின் காலத்தை விட முக்கியமானது அதன் தனித்துவமான கண்ணோட்டமும் கருத்தியலும் தான். சங்க இலக்கிய காலம் என்பது சங்கப் பாடல்கள் தொகுக்கப்பட்ட காலம்தான். அதிலுள்ள மீள் நினைவுகளின் தொன்மையை ஆய்வுலகம் உரிய அக்கறையோடு மதிப்பிடவில்லை. அதனால் சங்க இலக்கியங்களில் வருகிற சில வடமொழிச்சொற்களை மட்டும் வைத்து அது கி.மு 2 ஆம் நூற்றாண்டா என்ற அல்லது கி.பி இரண்டாம் நூற்றாண்டா என்று விவாதத்தில் ஈடுபடுவதே இதுவரை வாடிக்கையாக இருக்கிறது.

இதற்கான முக்கியமான காரணம், தமிழ்நாட்டில் மேற்சொன்னபடி ஒரு நகரப்பண்பாடு நிலவியது என்பதற்கான வலுவான அகழ்வாய்வுச் சான்று கிடைக்கவில்லை என்பது தான். தற்கால மதுரை நகரத்திற்கு இரண்டாயிரம் ஆண்டுகளுக்கும் மேற்பட்ட தொடர்ச்சியான வரலாறு இருக்கிறது என்பதில் ஐயமில்லை. மதுரையின் சுற்றுவட்டாரப்பகுதிகளில் கிடைக்கும் சங்ககாலப்பெயர்களுடன் கூடிய தமிழ்பிராமி மற்றும் பழந்தமிழ்க்கல்வெட்டுகளும் ஏனைய சான்றுகளும் இதை வலியுறுத்துகின்றன. மதுரையைச் சுற்றி ஏற்கனவே அங்கும் இங்குமாக நடந்திருக்கிற அகழ்வாய்வுகள் காட்டும் அறிகுறிகள் அப்பகுதியின் பண்பாட்டுத் தொடர்ச்சியைக் காட்டினாலும் இவை அனைத்தையும் ஒரு விரிவான நாகரிகத்தின் எச்சங்கள் என்று கூறமுடியாத நிலை இருந்தது. மொகஞ்சதாரோ, ஹரப்பா நகர்ப்பண்பாட்டோடு ஒப்பிடக்கூடிய அல்லது அத்தகைய நகர்ப்பண்பாட்டு மரபின் தொடர்ச்சி என்று கருத இடமளிக்கக்கூடிய தடயம் எதுவும் கிடைக்காததுதான் இதற்கு காரணம். இந்த இடைவெளியை நேர்செய்யும் அகழ்வாய்வு முயற்சிகள் முன்னுரிமை பெறவில்லை என்பது தான் வருத்தத்திற்குரிய உண்மை.

உணர்ச்சியால் உந்தப்பட்ட பேச்சுக்களும்; அறிவியல்பூர்வமாக நிறுவமுடியாத கருத்துகளை முன்வைத்து நம்பகத்தன்மையை இழப்பதும், நிகழ்கால துதிபாடல்களில் நேரத்தை செலவிட்டதும் தமிழ்ச்சமூகம் தனக்குத்தானே இழைத்து கொண்ட அநீதிகளும் அதன்விளைவாக நேர்ந்த கூட்டுக்காயங்களும் ஆகும்.

அப்படியேவா போய்விடும் காலம்? தொல்காப்பியத்தையும் சங்க இலக்கியங்களையும் திருக்குறளையும் காலத்திடமிருந்தும் கரையான்களிடமிருந்தும் தொடர்ந்து முயன்று நமக்காக காப்பாற்றிக்கொடுக்கவில்லையா முகம் தெரிந்தவர்களும் முகம்

தெரியாதவர்களும். இதைப் போன்றதே கீழடி அகழ்வாராய்ச்சியும் வைகைக்கரை பண்பாட்டிற்கான தேடுதல்களும்.

தமிழ்த்தொன்மங்களின் தொடக்கவேர்களையும் தொடர்ச்சியையும் இணைக்கும் முயற்சியில் இன்னும் கண்ணுக்குப் புலப்படாத கைக்கு கிடைக்காத இடைவெளிகளை (missing links) நிரப்ப கீழடி உள்ளிட்ட வைகைக்கரை அகழ்வாராய்ச்சிகள் உதவும் என்ற நம்பிக்கை பிறந்திருக்கிறது.

கீழடியில் அமர்நாத் ராமகிருஷ்ணன் செய்த அகழ்வாராய்ச்சி மிக அறிவியல் பூர்வமாக, அகழ்வாய்வுக்குரிய சிறப்பு நடைமுறைகளின்படி நடைபெற்றது மகிழ்ச்சிக்குரியது. அகழ்வாய்வுப் பகுதிகளை கட்டம் கட்டமாகப் பிரித்து (grids), மண்அடுக்குவாரியாக (stratigraphy) படிவு ஆய்வு செய்து தடயங்களை முறைப்படி அடையாளப்படுத்தி ஆவணமாக்கி இருப்பதால் எதிர்கால ஆராய்ச்சிகளுக்கும் விவாதங்களுக்கும் மிகவும் உதவியாக இருக்கும்.

"அப்படி என்ன தான் கிடைத்துவிட்டது கீழடியில்?, எல்லோரும் இப்படித் துள்ளிக் குதிப்பதற்கு?" என்று சிலர் கேட்கலாம். அதற்கான விடைகள் இவை:

❖ தமிழ்நாட்டில் தொன்மையான நகர்ப்பண்பாடு இருந்தது என்பதற்கான தொல்பொருள் தடயம் கிடைக்கவில்லை என்ற குறையை கீழடி நீக்கி வருகிறது.

❖ சிந்துவெளிப்பண்பாட்டின் மிக முக்கியமான அடையாளமான சுட்ட செங்கற்கள், கருப்புசிவப்பு மட்பாண்டங்களின் பெருக்கம், சுட்ட செங்கலால் ஆன தரை, செங்கல் மற்றும் சுட்ட மண் ஓடுகளால் ஆன வடிகால்கள், ஓடுகளால் மூடிய மற்றும் மூடாத என்று இருவகையான சாக்கடைகள் போன்றவை கீழடிக்குடியிருப்பில் கண்டுபிடிக்கப்பட்டுள்ளன. அகழ்வாராய்ச்சியாளர்கள் தங்களது கருத்துக்களை முடிவாகத் தெரிவிக்கும் வரை, தொல்பொருட்களின் காலம் நிர்ணயிக்கப்படும் வரை, இவ்விரு பண்பாடுகளுக்கும் இடையிலான ஒற்றுமை, வேற்றுமைகள் பற்றி உறுதியாக எதுவும் கூறமுடியாது என்றாலும் சிந்துவெளிப் பண்பாட்டுத் தொடர்ச்சியின் தெற்கு எல்லையை இதுவரை எல்லோரும் நினைத்துக்கொண்டிருப்பது போல மகாராஷ்டிராவிலுள்ள தைமாபாத் (Daimabad) பகுதியிலேயே நிரந்தரமாக 'பட்டா' போட்டுவிட முடியாது என்பது நிச்சயம்.

❖ விளையாட்டுப்பொருட்கள், பொழுதுபோக்குப் பயன்பாடுகள் போன்ற பொருட்களும் தொலைதூரத்தில் இருந்து கொண்டுவரப்பட்ட மூலப்பொருட்களாலான அணிகலன்கள் கிடைத்திருப்பதால், கீழடிக்குடியிருப்பின் பொருளாதாரம் வேளாண்மை சார்ந்ததாக

மட்டுமல்லாமல் வணிகம் சார்ந்த ஒன்றாக இருந்திருக்கவும் வாய்ப்பிருக்கிறது.

❖ கீழடி அகழ்வாய்வுத் தடயங்களில் சமயவழிபாட்டிற்கான அடையாளங்கள் எதுவும் தூக்கலாக தென்படவில்லை என்பது தமிழ்த்தொன்மங்களின் அணுகுமுறையோடு இணக்கம் காட்டுவதோடு அது சிந்துவெளி நகர்மயச் சமூகவாழ்வின் அடிப்படைகளோடும் ஒப்பிடத்தக்கதாக உள்ளது.

கீழடியிலிருந்து மீண்டும் இந்த நூலின் மையப்பொருளான சிந்துவெளிக்கு மிகக் குறிப்பாக இடப்பெயர்த்தரவுகளின் துணையோடு இந்த நூல் அறிமுகம் செய்கிற 'கொற்கை வஞ்சி தொண்டி' வளாகத்திற்கு (KVT Complex) செல்வோம். கீழடி அகழ்வாராய்ச்சி, சிந்துவெளியின் கொற்கை வஞ்சி தொண்டி வளாகத்திற்கும் சங்க இலக்கியங்கள் போற்றிக்கொண்டாடும் கொற்கை வஞ்சி தொண்டி உள்ளிட்ட புவிப்பரப்பிற்கும் மதுரை மாநகர் உள்ளிட்ட இன்றைய வைகை நதியின் இருகரைகளுக்கும் ஒரு முக்கியமான இணைப்புச் சங்கிலியை அளித்துள்ளது.

'கொற்கை வஞ்சி தொண்டி வளாகம்' என்ற கருதுகோளுக்கு கீழடி வலுச்சேர்ப்பதைப் போலவே வைகைக்கரைப் பண்பாடு என்ற நகர்மயப் பண்பாட்டிற்கும் சிந்துவெளிப் பண்பாடு என்ற நகர்மயப் பண்பாட்டிற்கும் இடையில் இருந்திருக்கக்கூடிய வேர்நிலைத் தொடர்பை மதிப்பிட இடப்பெயர் ஆய்வு உதவும் என்பது எனது நம்பிக்கை.

மதுரை பாத்திமா கல்லூரியில் 2016 ஆகஸ்ட் மாதம் 12 ஆம் நாள் நடைபெற்ற 'சங்கம் 4' நிகழ்வில் 'கீழடி' என்ற தலைப்பில் ஆய்வுரை நிகழ்த்தினேன். அமர்நாத் ராமகிருஷ்ணன் உள்ளிட்ட அகழ்வாய்வாளர்கள்; கீழடி பகுதியில் தொல்பொருள் ஆராய்ச்சிக்கு வாய்ப்புள்ளது பற்றி அரசின் கவனத்தை ஈர்க்க பல ஆண்டுகளாக முயற்சி செய்துவந்த தலைமையாசிரியர் பாலசுப்ரமணியம்; கீழடியில் தங்களது நிலத்தை தோண்டி அகழ்வாய்வு செய்ய ஒப்புதல் அளித்து உதவிய உள்ளூர் விவசாயிகள் அவ்விழா மேடையில் சிறப்புச் செய்யப்பட்டார்கள். அன்றைய ஆய்வுரையில் நான் முன்வைத்த சில தொடக்கநிலைத் தரவுகள் வெளிப்படுத்தும் பின்வரும் செய்திகள் இடப்பெயர் ஆய்வு ஓர் இணைப்பு சங்கிலியாக எதிர்கால ஆய்வுகளுக்கு உதவும் என்ற நம்பிக்கையை உறுதி செய்கின்றன.

➤ மதுரை, சிவகங்கை, இராமநாதபுரம், தேனி, திண்டுக்கல், விருதுநகர், திருநெல்வேலி, தூத்துக்குடி மற்றும் கன்னியாகுமரி உள்ளடங்கிய தென் மாவட்டங்களில் தற்போது பயன்படுத்தப்படுகின்ற இடப்பெயர்களில் 97 இடப்பெயர்கள் சிந்துவெளிப் பண்பாட்டுப் பகுதிகளில் இன்றுவரை அச்சுமாறாமல் அப்படியே பயன்படுத்தப்படுகின்றன.

- இப்பெயர்களில் சில சிந்துவெளிப் பண்பாட்டுப் பகுதிகளில் ஒன்றுக்கும் மேற்பட்ட முறை பயன்படுத்தப்படுவதால், தற்கால இந்தியாவிற்கு வெளியே சிந்துவெளிப் பண்பாடு செழித்திருந்த பாகிஸ்தானில் அத்தகைய பெயர்கள் 131 இடங்களிலும், ஆப்கனிஸ்தானில் 24 இடங்களிலும் பயன்படுத்தப்படுகின்றன. இதைப்போலவே தற்கால இந்தியாவில் குஜராத், மகாராஷ்டிரம் போன்ற மாநிலங்களில் இப்பெயர்கள் 133 இடங்களில் பயன்படுத்தப்படுகின்றன. தென்தமிழ்நாட்டுக்கும் சிந்துவெளிப்பண்பாட்டிற்கும் இடையிலான பொதுவான இடப்பெயர்கள் பயன்படுத்தப்படும் இடங்களை அட்சரேகை தீர்க்கரேகையோடு பட்டியலிட்டு வரைபடமாக்கி இருக்கிறேன். இவ்விடப்பெயர் பட்டியலும் வரைபடங்களும் இனிவரும் எனது நூல்களில் இடம்பெறும். இந்த இடங்களின் வரலாற்று மற்றும் தொல்லியல் சிறப்புக்கூறுகள் பற்றி ஒப்புநோக்கில் விரிவாக ஆராயவேண்டும்.

- இந்த ஒப்புமை பொத்தாம்பொதுவாக இல்லாமல், வைகை நதியின் இருகரைகளிலும் இந்திய அகழ்வாய்வு நிறுவனத்தின் அகழ்வாய்வு வல்லுனர்கள் பலரும் சேர்ந்து அடையாளப்படுத்தியுள்ள சுமார் 200 இடங்களின் பெயர்களில் 122 இடங்களின் பெயர்கள் சிந்துவெளி பெயர்களோடு தொடர்புடையனவாய் ஒத்துப்போவது மிகவும் வியப்பாக இருக்கிறது (பாகிஸ்தான் 90, ஆப்கனிஸ்தான் 32, குஜராத், மகாராஷ்டிரம் 94). இந்த ஒப்புமையை ஏனோதானோ என்று புறக்கணித்துவிட முடியாது. இது கணினி சார்ந்த தரவுகளால் கட்டமைக்கப்படுகிற ஆய்வுகளின் காலம். விபத்தாக நிகழ்கிற பெயர் ஒற்றுமைக்கும், புலப்பெயர்வுகளின் ஊடாகப் பயணித்து, வாய்மொழி மரபுகளிலும், இலக்கியங்களிலும், கல்வெட்டுகளிலும் இடம்பெற்று இன்று வரை புழக்கத்தில் உள்ள பெயர்களின் பெயர் ஒற்றுமைக்கும் உள்ள வேறுபாட்டை மனதில் கொண்டு தரவு சார்ந்த புதிய ஆய்வு அணுகுமுறைகள் கையாளப்படுகின்றன.

ஒருவேளை, சிந்துவெளி நாகரிகம் கண்டுபிடிக்கப்பட்டிருக்காவிட்டால், ஹீராஸ் பாதிரியார், ஐராவதம் மகாதேவன், அஸ்கோ பர்போலா, போன்ற அறிஞர்களின் அரைநூற்றாண்டுக் கால உழைப்பு சிந்துவெளி ஆய்விற்கு கிடைத்திருக்காவிட்டால், ஒருவேளை, சங்க இலக்கியம் நம் கைகளுக்குக் கிடைக்காமல் போயிருந்தால், தில்லியில் ஒருநாள் நள்ளிரவில் என் கணிப்பொறித் தரவைத் துருவித் துருவி 'கொற்கை வஞ்சி, தொண்டி வளாகத்தை' நான் கண்டறிந்து வரைபடமாக்கி வலைத்தளத்தில் தந்திருக்காவிட்டால், அமர்நாத் ராமகிருஷ்ணனும் அவரது அணியினரும் அயராது பாடுபட்டு கீழடி விவசாய மேன்மக்களின் துணையோடு நம் தொன்மங்களின் ஆழத்தை தோண்டியிருக்காவிட்டால், நிச்சயமாக,

'தும்பை விட்டு வாலைப்பிடித்துத் தொங்கும்' இந்திய வரலாற்றுத் துயரம் காலவரையின்றி தொடரும். கடைச்சங்கம் இடைச்சங்கம் எல்லாம் கட்டுக்கதை என்று பேசியவர்கள், பேசுபவர்கள் உரத்தகுரலில் பேசிக்கொண்டே இருப்பார்கள். ஆனால், இன்றைய நிலவரப்படி நிலைமை அவ்வளவு கவலைக்கிடமாக இல்லை. எல்லா இடையூறுகளையும் மீறி தமிழ்த்தொன்மம் தனக்குரிய இடத்தை தரவுகளுடன் நிறுவும்.

இதற்கிடையில் இந்த நூலைப் பற்றி திறனாய்வு செய்த நடுநிலையான, பெருமதிப்பிற்குரிய திறனாய்வாளர்கள் நூலாசிரியனாகிய எனக்கு சில கேள்விகளையும் தொடுத்துள்ளார்கள். இந்த நூலை திறந்தமனதுடன் ஆய்வு செய்து, வெகுவாகப்பாராட்டி பரிந்துரைத்துள்ள நா. மம்மது சிந்துவெளியின் மொழி மற்றும் பண்பாட்டு அடித்தளங்களை நேரடியாக தமிழோடு தொடர்புபடுத்தாமல் 'திராவிட மொழி', 'பழந்தமிழ்த் தொன்மங்களோடு வேர்நிலைத் தொடர்பு கொண்ட பழந்திராவிட மொழி', 'Tamil Indus' போன்ற பல்வேறு அடையாளங்களை நான் பயன்படுத்துவது ஏன் என்ற கேள்வியை முன்வைக்கிறார். இந்தக் கேள்வி தேவையானதும் நியாயமானதும் கூட. இந்தக் கேள்வி நான் எதிர்பார்க்காத ஒன்றும் அல்ல. இன்னும் தெளிவாகச் சொல்வதெனில் சிந்துவெளியில் கொற்கை வஞ்சி தொண்டி வளாகத்தை கண்டறிந்த பின்னாலும் (2002) மேலும் எட்டு ஆண்டுகள் (2010 வரையில்) பல ஆதாரங்களைத் தேடிக்கொண்டிருந்தபோது என்னை முழுவதுமாய் ஆட்கொண்டிருந்தது இந்தக் கேள்வி தான்.

"சிந்து சமவெளியிலுள்ள தமிழ் ஊர்ப்பெயர்கள், சேவல் சண்டை, தமிழக நில அமைப்பிலுள்ள சிந்து நாகரிக மேல்கீழ் நகர அமைப்பு என இவ்வளவு சார்ந்திருந்தும், சிந்து சமவெளி மக்கள் பேசிய மொழி தமிழ்தான் என்ற கருதுகோளைக்கூட முன்வைக்க ஏன் ஒரு தயக்கம்? நூலின் பெயர் 'சிந்துவெளிப்பண்பாட்டின் தமிழ் அடித்தளம்' என்றல்லவா இருந்திருக்க வேண்டும். மேலும் சான்றுகள் தேடப்படவேண்டும் என்ற எண்ணத்தில் என நம்மை நாம் ஆற்றுப்படுத்திக்கொள்ளலாம்" என்று மம்மது குறிப்பிடுகிறார். அவரது கேள்வியில் உள்ள நியாயத்தை அடிக்கோடிட விரும்பும் நான் மேற்சுட்டிய வரிகளில் தெரிவிக்கும் நம்பிக்கைக்காக, புரிதலுக்காக எனது நன்றியைத் தெரிவிக்கிறேன்.

என் மட்டில் திராவிடம் என்பது இந்தோஆரிய மொழிக்குடும்பத்திலிருந்து வேறுபட்ட ஒரு மொழிக்குடும்பத்தின் மொத்தக் குறியீடான அடையாளப்பெயர். இம்மொழிக் குடும்பத்தில் ஆகச்சிறந்த நாகரிகவளமும் மிகத்தொன்மையான இலக்கண இலக்கிய வளமும், கடல்வணிக மரபும், நகர்வாழ்வியலும் கொண்டு சிந்துவெளிப்பண்பாட்டின் அடித்தளத்திற்கான உரிமைகோரலில் முன் நிற்பது பழந்தமிழ்த் தொன்மங்களே என்பதில் மாற்றுக்கருத்திற்கே இடம் இல்லை. ஆயினும் கீழ்கிழக்கு, மேல்மேற்கு என்ற

நெடுவீச்சுச் சிந்தனை திராவிட மொழிப்புலம் முழுவதும் பரவிக்கிடக்கிறது என்பதையும் சங்க இலக்கிய வாழ்வியல் முறைகளுக்கு இன்றும் கூட வட இந்திய தொல்திராவிடப் பழங்குடியினர் நிகழ்காலச் சான்றாக வாழ்கிறார்கள் என்பதையும் என்னால் புறக்கணிக்கமுடியவில்லை.

மேலும், சிந்துவெளியை ஒட்டிய பலுச்சிஸ்தானிலும் வடகிழக்கு ஈரானிலும் 'பிராகுயி' என்ற திராவிட மொழி இன்றுவரை பேசப்படுகிறது. பலுச்சிஸ்தானில் கச்சி சமவெளிப்பகுதியில் மெகர்கர் (Mehrgarh) என்ற இடத்தில் கி.மு 7000 வாக்கிலேயே பழங்குடியிருப்புகள்; பின்னர் வேளாண்மையின் தோற்றம், திட்டமிட்ட குடியிருப்பு போன்ற படிநிலைவளர்ச்சிக்கான தொடர்ச்சியான தொல்பொருள் சான்றுகள் கிடைத்துள்ளன; சிந்துவெளிப்பண்பாட்டின் முன்னோட்டம் என்று மெகர்கர் குடியிருப்பு கருதப்படுகிறது; இன்னும் சொல்லப்போனால் கிழக்கு மேற்காக இருமையாகப் பிரித்து வடிவமைக்கப்படுகிற குடியிருப்புமுறை, மதில்சுவர்கள் போன்ற சிந்துவெளியின் முத்திரை அடையாளங்களின் முன்னோடியாக இந்த இடம் கருதப்படுகிறது. இந்த ஆதாரபூர்வமான உண்மைகளை எல்லாம் அவ்வளவு எளிதாக என்னால் கடந்து, நடந்து புறந்தள்ள இயலவில்லை.

எந்த உன்னதமான நகர்மயப்பண்பாடும் ஒரே நாளில் தோன்றுவதுமில்லை; அதேபோல ஒரே நாளில் அழிந்துவிடுவதுமில்லை. ஆகவே, ஒரு நாகரிகத்தைப் பற்றிய மதிப்பீட்டில் படிநிலைவளர்ச்சியான முன்நிகழ்வுகளும், அந்நாகரிகம் நலிவடையும் போது நிகழ்கிற பின்நிகழ்வுகளும் முக்கிய இடம் வகிக்கின்றன.

உண்மைக்கான தேடலுக்கே எனது வாழ்வின் பெரும்பகுதியைச் செலவிட்டு சிந்துவெளியின், பழந்தமிழ்த்தொன்மங்களின் மர்மமுடிச்சுகளை அவிழ்க்கும் முயற்சியிலேயே நான் தொடர்ந்து இயங்குகிறேன். சிந்துவெளிப்பண்பாடு மிக உன்னதமான வளர்ந்து முதிர்ந்த நகர்மயப் பண்பாடு; திராவிட இலக்கியங்களிலேயே மிகத்தொன்மையானது பழந்தமிழ்ச் சங்க இலக்கியமே. அவ்விலக்கியமே இந்தியாவின் முழுமுதல் நகர்மய இலக்கியம். சிந்துவெளி விட்ட இடமும் சங்க இலக்கியம் தொட்ட இடமும் வேறு வேறல்ல; சிந்துவெளி வன்பொருள்: சங்க இலக்கியம் அதன் மென்பொருள் என்பதே எனது ஆய்வுகளின் அடிப்படையான வாதம்.

ஆயினும், இதுவரை சிந்துவெளிப் பண்பாட்டின் தென் எல்லையாக அறியப்படுவது மகாராஷ்டிரத்திலுள்ள தைமாபாத் என்ற இடம் தான். "வடவேங்கடம் தென்குமரி ஆயிடைத் தமிழ்கூறும் நல்லுலகம்" என்ற தொல்காப்பிய சிறப்புப் பாயிரம் சங்ககால மொழி அரசியல் எல்லையை வரையறுத்தாலும், சங்க இலக்கியம் தமிழ்த்தொன்ம மரபின் ஊடாகக் குறிப்பிடும் நன்னன் என்ற மன்னன் "பொன்படு கொண்கானத்து நன்னன்"

(நற்றிணை. 391) என்ற தெளிவாக புவியியல் நோக்கில் அடையாளம் காட்டப்படுகிறார். கொண்கானம் தைமாபாத்திலிருந்து வெகுதூரம் இல்லை. “துவரை ஆண்ட வேளிருள் வேளே“ *(புறநானூறு. 201)* என்ற மீள்நினைவும் இதுபோன்ற பிற சான்றுகளும் சங்க இலக்கியத்தின் நில, கால எல்லைகள் மற்றும் பரிமாணங்கள் சங்க கால அரசியல் மற்றும் தமிழ்மொழியின் வழங்கு எல்லைகளை விட விரிவானவை என்பதையே காட்டுகின்றன. இதைச் சான்றாதாரங்களுடன் நிறுவும் நோக்கத்திலேயே எனது தற்போதைய ஆய்வுகள் நடைபெறுகின்றன.

இப்படியாக, வைகையின் இரு கரைகளிலும் சிந்துவெளியின் அடையாளங்களை ஒத்த அகழ்வாய்வுத் தடயங்கள் மேலும் மேலும் கிட்டும் போது; தமிழக நகர்மயக் குடியிருப்புகளின் தொல்பொருள் தடயங்களின் கரிமக் காலக்கணிப்பு முறை சங்ககால குடியிருப்புகள் மற்றும் அதற்கு முற்பட்ட குடியிருப்புகளின் காலத்தை சிந்துவெளி பண்பாட்டின் காலத்தை நோக்கி நெருக்கி எடுத்துச் செல்லும் போது; சங்க இலக்கியங்கள் பேசும் மீள் நினைவுகள் நம்மைச் சிந்துவெளிக்கு புவியியல் அடிப்படையில் நெருங்கிய இடங்களுக்கு ஆதாரபூர்வமாக எடுத்துச் செல்லும்போது; சிந்துவெளிக்கும் தமிழகத்திற்கும் தமிழ்த்தொன்மங்களுக்கும் இடையிலான நில கால இடைவெளிகள் தானாகவே சுருங்கும். அப்போது ‘சிந்துவெளிப்பண்பாட்டின் தமிழ் அடித்தளம்’ என்று வைகையின் இருகரைகளிலும் மாறி மாறி நின்று நானே முழக்கமிடுவேன்.

அதுவரையில் இவ்வளவு ஆதாரங்கள் இருந்தும் உறுதிபட அறிவிக்காமல் ‘கருதுகோள்’ என்ற நிலையிலேயே பேசுகிறாரே என்று திறனாய்வாளர்களுக்கு ஆதங்கம் ஏற்படுவதும் அதற்கான காரணத்தை ஆய்வாளனாகிய நான் விளக்குவதும் தான் அறிவியல்பூர்வமான, உறுதிசெய்யத்தக்க தரவுகளின் தடம் பற்றி இயங்கும் ஆய்வுப்பணிக்கு அழகாகும். அதிகப்படியான, முன்கூட்டிய அறிவிப்புகளும் முழக்கங்களும் முப்பது ஆண்டுகால தொடர் உழைப்பின் நம்பகத்தன்மையை நீர்த்துப் போகச் செய்யும் என்ற அச்சம் எனக்கு இருப்பதும் நியாயம் தானே மம்மது அய்யா..

சிந்துவெளி விட்ட இடமும் சங்க இலக்கியம் தொட்ட இடமும் வேறுவேறு அல்ல என்பதை புதிய புதிய மெய்ப்பிக்கத்தக்க சான்றாதாரங்களின் மூலம் தொடர்ந்து நிறுவுதல் என்பது தமிழ்த்தொன்மங்கள் பற்றிய புரிதல்களுக்கு மட்டுமல்ல; வரலாற்றுக்கு முற்பட்ட இந்தியாவின் தேதிகள் அற்ற காலகட்டங்களின் சமூகப் பண்பாட்டு வேர்களின் மீது வெளிச்சம் பாய்ச்சவும் துணைபுரியும்.

நாடு விட்டுநாடும் கண்டம் விட்டு கண்டமும் “நகர்ந்து கொண்டே” இருந்தாலும் “நகராமல்” இருப்பவன் தமிழன். அவனது தமிழுணர்வும் பண்பாட்டு அடிப்படைகளும் அவனோடு அவன் எங்கு சென்றாலும்

உடன் செல்லுகின்றன. ஆனால் இதற்கு மாறாக "நகராது" இருப்பது போல் இருக்கும் தமிழகப் புவிப்பரப்பு விரிந்தும் சுருங்கியும் "நகர்ந்து" கொண்டேஇருக்கிறது. நாஞ்சில் நாட்டிலும் தேவிகுளம் பீர்மேட்டிலும் இருப்பவர்களுக்கு இது நன்றாகவே புரியும். "செந்தமிழ் சிவணிய பன்னிரு நிலத்தை" தற்கால தமிழக வரைபடத்தில் யார் காட்டமுடியும் வரைந்து?

காலம் நகர்வதைப் போலவே இடங்களும் நகர்கின்றனவோ?

மண்ணை விட மனிதர்கள் முக்கியம். ஏனெனில், மனிதர்களை ஊடகமாகக் கொண்டே மொழியும் பண்பாடும் உயிர்ப்புடன் வளர்கின்றன. மனிதர்கள் அன்றாடம் பேசாத மொழி வாழும் மொழியல்ல. அது கும்பிடப்படாத தெய்வம் போல 'காலமானது'.

அதைப்போலவே, பாதையை விட, பயணத்தின் திசையை விட முக்கியமானது பயணம். அதைவிட முக்கியமானவன் பயணப்பட்டவன். வரலாறு என்பது வரல் ஆறு. அதாவது வந்த வழி. ஏனெனில் ஆறு என்பது வழி.

மக்களை மையத்தில் வைக்காத வரலாறு மன்னர்கள் பிறந்த கதை, வளர்ந்த கதை, இறந்த கதை பேசும்; அரண்மனைகளையும் அந்தப்புரங்களையும் மட்டுமே துருவி துருவி ஆராய்ந்து களிப்படையும் அல்லது களைப்படையும். நாம் மீட்டெடுக்கவேண்டியது மன்னர்களின் கதையை அல்ல. இன்னும் சொல்லப்போனால் வெறும் மண்ணின் கதையை கூட அல்ல. அதைவிட முக்கியமாய், மொழியை மூச்சில் ஏந்தி முன் நடந்து, பண்பாட்டுத் தொடர்ச்சியை காலத்தை வென்று நிற்கும் நடைமுறையாக்கிய மனிதர்களின் கதையை...

இந்தத் தெளிவே தமிழ் மொழியை ஒரு மாவட்ட மொழியாய் ஒரு மாநில மொழியாய் சுருக்கிவிடாமல் ஓர் உயர் நாகரிகத்தின் மொழியாய் உயர்த்தி பிடிக்கும் பக்குவத்தை அளிக்கும்.

உண்மையில் கணியன் பூங்குன்றனும் வள்ளுவனும் நமக்கு வாசித்தளித்த வாழ்வியல் இதுதான். சுவர்களைவிட வலுவானது திறந்தவெளியின் சுதந்திர காற்று.

அதுவே இன்றைய சூழ்நிலையில் ஓர் இன்றியமையாத் தேவை. இது காலம் நமக்கிட்டிருக்கும் கட்டளை. நமது கடமையும் ஆகும்.

குறித்துக்கொள்ளுங்கள். "கிழக்கு வெளுக்கிறது கீழடியில்". இது தொடக்கம் தான். இது தொடரும். தொடர வேண்டும். சிந்துவெளிக்கும் வைகைக்கரைக்கும் பொதுவான இடப்பெயர்களைக் கொண்ட அகழ்வாய்வுக்கு வாய்ப்புள்ள இடங்களில், கால தாமதமின்றி "கடப்பாரை" போடவேண்டும். வரலாற்றில் அக்கறையுள்ளவர்கள் வாய் திறந்து பேசவேண்டும். கவனமாக, கண்காணித்து,

'கையோடு' அறிக்கை வெளியிடவைத்து, அச்சில் ஏற்றி ஆவணப்படுத்திவிட வேண்டும். ஆதிச்சநல்லூர் போல விட்டுவிடக்கூடாது கீழடியை. கீழடி நமது தாய்மடி.

இது மதில்சுவர்களுக்கான தேடல் இல்லை. மனித முயற்சியின் ஆழ அகலங்களை புலன்விசாரிக்கும் அக்கறை.

புவனேஸ்வரம், ஒடிசா   ஆர். பாலகிருஷ்ணன்

27/01/2018

கட்டுரை 1

சிந்துவெளிப் புதிரும்
இடப்பெயர் ஆய்வு தரும் புத்தொளிச் சான்றுகளும்

சிந்துவெளிப் புதிர்

சிந்துவெளி நாகரிகம் கண்டறியப்பட்டு 90 ஆண்டுகளாகிவிட்டன. தற்காலத்திலிருந்து 4000 ஆண்டுகளுக்கும் மேல் பழமையான இந்த நகர்மயப் பண்பாட்டை உருவாக்கியவர்கள் யார்? அம்மக்கள் பேசிய மொழி எது? சிந்துவெளிக் குறியீடுகள் சொல்லும் செய்தி என்ன? இந்நாகரிகம் எப்படி முடிவுக்கு வந்தது? என்பது போன்ற அடிப்படைக் கேள்விகளுக்கு இன்னும் விடை கிடைக்கவில்லை. சுமேரிய நாகரிகத்தை இனங்கண்டறிய உதவிய இருமொழிப் பொறிப்புகள் (bilingual scripts) போன்ற மூலச்சான்றுகள் எதுவும் கிடைக்காத நிலையில், சிந்துவெளி மொழி மற்றும் வரிவடிவம் பற்றிய ஒருமித்தக் கருத்திற்கு வாய்ப்பு இல்லை. இதன் விளைவாக, சிந்துவெளியின் விளங்காப் புதிர்கள் இன்னும் வெளிச்சம் பெறாமல், மனித வரலாற்றின் மிகச் சிக்கலான மர்ம முடிச்சுகளாய், புரியாத விடுகதைகளாய்த் தொடர்கின்றன.

சிந்துவெளி நாகரிகம் ஒரே நாளில் திடீரென்று அழிந்து ஒழிந்துவிடவில்லை. படிப்படியாகவே நலிவடைந்தது. சிந்துவெளி மக்களில் ஒருபகுதியினர் அந்நாகரிகத்தின் நலிவின்போதும், வீழ்ச்சியின் பின்னரும் புதிய வாழ்வாதாரங்களைத் தேடி, புதிய நிலப்பகுதிகளுக்கு படிப்படியாய் புலம்பெயர்ந்து சென்றிருக்கவேண்டும். வாழ்வாதாரங்களுக்கான தேடலே மனிதகுல வரலாற்றின் பாதச்சுவடுகளையும் பயணத்திசைகளையும் வழிநடத்தி இருக்கிறது. அதற்காக, சிந்துவெளி நாகரிக மக்கள் அனைவரும் ஒரேநாளில் ஒட்டுமொத்தமாகப் புலம் பெயர்ந்துவிட்டார்கள் என்பது பொருள் அல்ல. அப்படிப் புலம் பெயராமல் சிந்துவெளிப் பகுதியிலேயே தொடர்ந்து வாழ்ந்தவர்கள், அதற்குப் பின்னர் வந்த, புதிய பண்பாடுகளின் தாக்கத்திற்கு ஆளாகித் தங்களின் மொழி, மற்றும் பண்பாட்டு அடையாளங்கள் நீர்த்து, அல்லது மாறுதல்களுக்கு ஆளாகி, புதிய பண்பாடுகளில் கலந்திருக்கவேண்டும். அதனால் தான், சிந்துவெளிப் பண்பாட்டின் சில அடிப்படையான கூறுகளை இன்றைய வட இந்தியச் சமூகங்களிலும் அடையாளம் காணமுடிகிறது.

இத்தகைய பின்னணியில் சிந்துவெளிப் பண்பாட்டின் வழித்தோன்றல்களைக் கண்டறிந்து, அதன் மூலம், அந்நாகரிகம் வீழ்ந்த போது அங்கு நிலவியிருக்கக்கூடிய மொழி, மற்றும் பண்பாட்டுச் சூழலை, அடையாளங்களை, மீட்டுருவாக்கம் செய்ய வகைசெய்யும் தடயங்களை, புலம்பெயர்ந்த சிந்துவெளி மக்கள் சென்று சேர்ந்திருக்கக்கூடிய சாத்தியக்கூறுகள் கொண்ட நிலப்பகுதிகளில் மீட்டெடுக்கவே வாய்ப்புகள் மிகுதி. ஏனெனில், சிந்துவெளிப் பண்பாட்டின் மையப்புலமான வடமேற்குப் பகுதிகள் வரலாற்றுக்கு முற்பட்ட காலத்திலும், வரலாற்றுக் காலத்திலும் தொடர்ந்து, பல்வேறு வெளித் தாக்கங்களுக்கு ஆளாகிவந்திருக்கிறது. எனவே, ஏற்கனவே கிடைத்துள்ள, கிடைத்துவருகிற தொல்பொருள் சான்றுகளைத் தவிர வேறுவகையான புத்தொளிச் சான்றுகளை அந்நிலப் பகுதிகளில் பெருமளவில் இனம்கண்டுபிடிக்கமுடியுமா என்பது ஐயமே. அப்படியே கண்டறிந்தாலும் அவை சிந்துவெளி நாகரிகத்தோடு, அதிலும் குறிப்பாக அதன் திராவிட அடித்தளத்தோடு தொடர்புடையவை என்பதை நிறுவுவதில் பல நடைமுறைச் சிக்கல்கள் உள்ளன.

புதிய சான்றுகளுக்கான தேவையும், முன் வரையறைகளும்

இந்நிலையில், அகழ்வாய்வுக்களத்திற்கு அப்பால் சென்று, சிந்துவெளி நாகரிகத்தின் விளங்காப் புதிர்களுக்கு வெளிச்சம் தரக்கூடிய புதிய சான்றாதாரங்கள் தேவைப்படுகின்றன. அப்புதிய சான்றாதாரங்கள் எத்தகையதாக இருக்க வேண்டும் என்ற கேள்வியும் உடன் எழுகிறது.

முதலில், அப்புதிய சான்றாதாரம் சிந்துவெளி நாகரிகம் செழித்திருந்த காலத்தோடு தொடர்புடையது என்று நம்பத் தகுந்ததாகவும், குறைந்தபட்சம் அவ்வாறு ஊகிக்க இடமளிப்பதாகவும், அன்றுமுதல் இன்றுவரை சிந்துவெளி நிலப்பகுதிகளிலேயே அழியாதிருப்பதாகவும், எளிதில் அடையாளம் காணக்கூடியதாகவும் இருக்கவேண்டும். அதே நேரத்தில், அந்தச் சான்றாதாரம், சிந்துவெளியிலிருந்து புலம்பெயர்ந்து சென்றவர்கள் தங்களின் மொழி, பண்பாட்டு அடையாளமாய்த் தங்களோடு எடுத்துச் சென்றதாகவும், எடுத்துச் சென்ற இடத்தில் தக்கவைத்து நிலைப்படுத்தியதாகவும், இப்போதும் அடையாளம் காணப்படக்கூடியதாகவும் இருக்கவேண்டும்.

அத்தோடு மட்டுமின்றி, அந்த அடையாளங்கள் சிந்துவெளிப் பகுதிகளிலிருந்துதான் எடுத்து வரப்பட்டன என்பதற்கும், அவ்வாறு எடுத்துவரப்பட்ட காலகட்டத்தை ஊகிப்பதற்குமான சான்றாதாரங்களும் சாத்தியக் கூறுகளும் புலப்பெயர்வின் தொடக்கப் புள்ளியிலும் (Source points) அதாவது, வடமேற்கு நிலப்பகுதிகளிலும், ஊகத்திற்கிடமளிக்கும் சேர்விடங்களிலும் (probable destinations) நம்பத்தகுந்த "இருவழிச் சோதனை"யின்

(reliable two-way check) தேவைகளை நிறைவு செய்யக்கூடியனவாகவும் இருக்கவேண்டும். இப்படிப்பட்ட முன்நிபந்தனைகளை, வழிகாட்டுதல்களை வரையறுத்துக் கொண்டால் தான், உண்மையின் வெளிச்சத்தை உணர்ச்சித் திரை மறைக்காத அறிவார்ந்த ஆய்வு கைகூடும்; கட்டுப்படியாகும்.

சிந்துவெளி ஆராய்ச்சியில் இடப்பெயர்களின் பங்கு

மேற்சொன்ன இருவழிச் சோதனையைச் சந்தித்துச் சிந்துவெளி நாகரிகம் பற்றிய புதிய வெளிச்சங்களைத் தரக்கூடிய ஆகப்பொருத்தமான தகுதிறன் இடப்பெயர் ஆய்விற்கு உண்டு என்று தோன்றுகிறது.

இடப்பெயர்கள் தொன்மையான நாகரிகங்களைவிடத் தொன்மையானவை நாகரிகங்கள் தோன்றும் முன்னரே இடப்பெயர்கள் தோன்றிவிட்டன. தொல்பழங்குடிகள்கூட தங்களின் வாழ்விடங்களுக்கும், புலங்களுக்கும், மலைகளுக்கும், குன்றுகளுக்கும், காடுகளுக்கும் ஓடைகளுக்கும் பெயர்வைத்திருக்கிறார்கள். ஏனெனில், மொழியாக்கத்தின் மிகத்தொடக்க நிலையிலேயே பெயர்கள் வழக்கத்திற்கு வந்துவிட்டன. வேளாண்மை சார்ந்த வாழ்வியலின் தொடக்கத்திலேயே ஊர்ப்பெயர்களும், பெயர் மரபுகளும் வேரூன்றி நிலைபெற்றிருக்க வேண்டும். பண்டைய நாகரிகங்கள் குறித்த ஆராய்ச்சிகளில் பெயராய்வியலின் (Onomastics) பங்களிப்பு குறிப்பிடத்தக்கது. சுமேரிய, மெசபடோமியப் பொறிப்புகளில் அந்நாகரிகத்தோடு தொடர்புடைய ஊர்களின் பெயர்கள், கடவுளர் பெயர்கள், மன்னர்களின் பெயர்கள் முக்கியமான இடம் பெற்றுள்ளன; அந்நாகரிகத்தின் மொழிபற்றிய தெளிவிற்கு இப்பெயர்கள் பெரிதும் உதவியுள்ளன.

சிந்துவெளி பற்றிய ஆராய்ச்சியில் இடப்பெயர்த் தடயங்களின் பயன்பாடு புதிதல்ல. ஹரப்பா பகுதியில் வழக்கிலுள்ள இடப்பெயர்கள் ஹரப்பா பண்பாட்டின் மொழியைக் கண்டறியும் முயற்சியில் உதவக்கூடும் என்ற எதிர்பார்ப்பை அஸ்கோ பர்போலா பதிவுசெய்திருக்கிறார். இந்த எதிர்பார்ப்பை நியாயப்படுத்தும் வகையில், இந்தியத் துணைக்கண்டத்தின் வடமேற்குப் பகுதிகளில் வழங்கும் இடப்பெயர் விகுதிகளில் உள்ள 'பள்ளி', 'பட்டன', 'கோட்ட' போன்ற, ஆரியமொழிசாராத வேர்ச்சொற்களை அவர் எடுத்துக்காட்டாக முன்வைக்கிறார். தொடக்கநிலைச் சிந்துப்பண்பாட்டுக் காலம்வரையிலான ஆய்விற்கு, குடியிருப்புப் பகுதிகளின் பெயர்கள் (Settlement Names) பயன்படும் என்றும் அவர் கருதுகிறார். சிந்துவெளி நாகரிகம் பற்றிக் கிடைத்துள்ள 'மிக முக்கியமான, உண்மையான, ஒரே ஒரு மொழியியல் தடயம்' ("the most important single piece of actual linguistic evidence") என்று அஸ்கோ பர்போலா பல அடைமொழிகளோடு வர்ணித்து முன்னிறுத்துவது, தொல் பாபிலோனிய காலத்து ஆப்பு வடிவ எழுத்துமுறையில் பதிவுசெய்யப்

பட்டுள்ள 'மெலூகா' என்ற இடப்பெயரைத்தான். (Asko Parpola. 2000:170) 'மெலூகா' என்ற இடப்பெயர் சிந்துவெளி நாகரிகப் பகுதிகளையே குறித்தது என்று பரவலாக நம்பப்படுகிறது.

ரிக் வேதத்தில் ஹரியுப்பா (Hariyuppa) என்று குறிப்பிடப்படுகின்ற போர்க்களத்தின் பெயரைச் சிந்துஹரப்பா பண்பாட்டின் மிக முக்கியமான அகழ்வாராய்ச்சித்தலமான ஹரப்பாவோடு ஒப்பிட்டு, ஹரப்பா நாகரிகத்தின் அழிவை, ரிக்வேத ஆரியர்களுடன் தொடர்புபடுத்திப் பார்க்கும் அணுகுமுறையும் சிந்துவெளி ஆய்விற்குப் புதியது அல்ல (பார்க்க: D.D. Kosambi: 1965; Mortimer Wheeler:1966).

சிந்துவெளி வாசகங்களின் (texts) தொடக்கச் சொற்றொடர் (opening phrase) இடப்பெயர்களை உள்ளடக்கியிருக்கக் கூடும் என்று ஐராவதம் மகாதேவன் கருதுகிறார் (I. Mahadevan 1981:5) பழந்தமிழ் இலக்கியங்கள் மற்றும் கல்வெட்டுகள் குறிப்பிடும் 'பாழி' (அகம்: 372, 375), 'ஏழில்' (அகம்: 152), 'நான்மாடக்கூடல்' (கலி: 9265), 'மதிரை' (மதிரை: தமிழ்பிராமிக் கல்வெட்டு, மேட்டுப்பட்டி, கி.மு. இரண்டாம் நூற்றாண்டு; 'மதிரய்': தமிழ்பிராமிக் கல்வெட்டு, அழகர்மலை, கி.மு. முதல் நூற்றாண்டு. மேலும் விவரம் பார்க்க: Iravatham Mahadevan: 2003) போன்ற ஊர்களின் பெயர்களோடு தொடர்புபடுத்த ஏதுவான சாத்தியக்கூறுகள் கொண்ட சிந்துவெளிக் குறியீடுகளையும் அடையாளம் காட்டுகிறார். (Iravatham Mahadevan 2011:82-85)

மகாராஷ்டிர மாநிலத்தின் இடப்பெயர்களின் திராவிட அடித்தளம் (Dravidian Substratum) பற்றி தொல்பொருள் ஆய்வாளர்களான பிரிட்ஜெட் மற்றும் ரேமோண்ட் அல்ச்சின் குறிப்பிடுகிறார்கள் (Bridget and Raymond Allchin 1968:) பழங்காலக் கல்வெட்டுக்களின் அடிப்படையில் குஜராத் இடப்பெயர்களிலுள்ள திராவிட விகுதிகளை சங்காலியா அடையாளம் காண்கிறார். மேற்கிந்தியாவில் முன்னொரு காலத்தில் திராவிடர்கள் வாழ்ந்தார்கள் என்பதற்கு அப்பகுதியிலுள்ள இடப்பெயர் விகுதிகளிலுள்ள திராவிடக்கூறுகளைச் சான்றாகக் கொள்கிறார் எஃப்.சி சௌத்வொர்த் (F.C. Southworth 1995,2005) இடப்பெயர்களை ஆதாரமாகக் கொண்டு, 'திராவிட மகாராஷ்டிரா' என்ற நூலை, விஸ்வநாத் கைரே (Vishvanath Khaire:1977) என்பவர், மராத்தி மொழியில் எழுதியுள்ளார்.

திராவிடக் கருதுகோளும் இடப்பெயர்ச் சான்றுகளும்

சிந்துவெளி நாகரிகத்தின் மொழி பற்றிய பல்வேறு கருதுகோள்களில், சாத்தியக்கூறுகள் மிகுந்ததாகக் கருதப்படுவது திராவிடக் கருதுகோளாகும். தொல்பொருள் தடயங்களால் அறியலாகும் பண்பாட்டுக் கூறுகள், மேலும், சிந்துவெளி முத்திரை எழுத்துக்களைப் படித்தறிவதற்காக இதுவரை

செய்யப்பட்டுள்ள முயற்சிகள் வெளிக்கொணர்ந்துள்ள சாத்தியக்கூறுகளின் அடிப்படையில் திராவிடக் கருதுகோள் மேலும் வலுப்பெற்றுள்ளது. இடப்பெயர்ச் சான்றுகளை வலுவான துணைநிலைச் சான்றாகப் பயன்படுத்துவதிலும் திராவிடக்கருதுகோள் சார்ந்த அணுகுமுறையே இதுவரை முன்னிலை பெற்றுள்ளது.

திராவிட மொழியான பிராகுயி இந்திய துணைக்கண்டத்தின் வட மேற்குப் பகுதிகளில் இன்றுவரை பேசப்படுவதைவைத்து, அம்மொழியைச் சிந்துவெளிப் பண்பாட்டின் எச்சமாகவும், அம்மொழி பேசுவோரை அப்பண்பாட்டின் வழித்தோன்றல்களாகவும் கருதுவதற்கு வாய்ப்புள்ளது எனினும் அதை ஒரு வலுவான சான்றாக ஆய்வாளர்கள் ஏற்றுக்கொள்ளத் தயங்குகிறார்கள். சிந்துவெளிப்பண்பாட்டின் நகர்சார்ந்த வாழ்வியலின் உன்னதத்திற்கும், பிராகுயி மொழிபேசுவோரின் இன்றைய வாழ்வியல் சூழலுக்குமுள்ள ஒப்பிடமுடியாத இடைவெளியே இத்தயக்கத்திற்குக் காரணம்.

திராவிடக் கருதுகோளின் அடிப்படையில் சிந்துவெளிப் பண்பாட்டை ஆராயும் முயற்சிகளில் பழந்தமிழ் இலக்கியங்கள் மிக முக்கியப் பங்களிக்கக்கூடும் என்ற கருத்து ஐராவதம் மகாதேவன், அஸ்கோ பர்போலா ஆகியோரின் ஆய்வுகளின் மூலம் வலுப்பெற்றுள்ளது. எனினும், சிந்துவெளி நிலப்பகுதிக்கும் தென்கோடித் தமிழகத்திற்கும் இடையிலுள்ள பூகோள இடைவெளியையும், சிந்துவெளிப் பண்பாட்டின் காலத்திற்கும் பழந்தமிழ் இலக்கியங்களின் காலத்திற்கும் இடையேயுள்ள பெரும் கால இடைவெளியையும் காரணம் காட்டி பழந்தமிழ்த் தரவுகளின் பயன்பாடு குறித்த ஐயங்கள் எழுப்பப்படுகின்றன.

இந்நிலையில், சிந்துவெளி நாகரிகம் பற்றிய திராவிடக் கருதுகோளிற்கு இடப்பெயர் ஆராய்ச்சி எவ்வகையில் உதவ முடியும்? அச்சான்றுகளின் நம்பகத் தன்மையை எப்படி நிறுவமுடியும்? சிந்துவெளி நாகரிகத்திற்கும் பழந்தமிழ்த் தொன்மங்களுக்கும் இடையிலான கால, நில இடைவெளிகளை எவ்வாறு நேர் செய்து நியாயப்படுத்தமுடியும்? இவைதான் முக்கியக் கேள்விகள்.

அடிப்படையான சில ஊகங்கள்

திராவிடக் கருதுகோளை இடப்பெயர் ஆராய்ச்சியின் துணைகொண்டு மதிப்பீடு செய்யும் முயற்சியில் நாம் அடிப்படையான சில ஊகங்களை, கற்பிதங்களை (assumptions) வரையறுத்துக்கொள்ளும் தேவையுள்ளது.

1. சிந்துவெளிப் பண்பாடு நலிந்து, மறைந்து 4000 ஆண்டுகளாகிவிட்டாலும் அப்பண்பாட்டுக் காலத்தில் பயன்படுத்தப்பட்ட, அந்நாகரிக மக்களின் பண்பாட்டோடு தொடர்புடைய ஊர்ப்பெயர்களில் பலவும் இன்றுவரை வழக்கொழியாமல், பிழைத்துத் தொல்பழங்காலத்தின்

எச்சமாய் இந்தியத் துணைக்கண்டத்தின் வடமேற்குப் பகுதிகளில் (இன்றைய பாகிஸ்தான், வடமேற்கு இந்தியா, ஆப்கானிஸ்தான் எல்லைப்பகுதிகள் உள்ளிட்ட) பயன்பட்டுவரக்கூடும். இடப்பெயர்கள் ஒருவகையில் 'சாகா வரம்' பெற்றவை. அவை, நினைவுக்கு எட்டாத பழைய காலங்களின் மொழியியல் தொல் எச்சங்கள் (fossilised representations of the immemorial past). பெயர் வைத்தவர்களும் பெயர் பெற்றவர்களும் மறைந்து போனாலும், உலக நாகரிகங்களின் தோற்றம், எழுச்சி, நலிவு, அழிவு ஆகிய அனைத்து நிகழ்வுகளுக்கும் மவுன சாட்சியாய் இடப்பெயர்கள் விளங்குகின்றன. காரணப்பெயர் என்று வகைப்படுத்திக் கற்பிதம் செய்யப்படுகின்ற காரணங்கள் வேண்டுமென்றால் பொய்யாய், புனைகதையாய் இருக்கலாம். ஆனால் பெயர்கள் நிஜமானவை. சுமேரிய, மெசபடோமிய எகிப்து நாகரிகங்களோடு தொடர்புடைய ஊர்ப்பெயர்கள் இன்றுவரை அப்பகுதிகளில் நிலைத்திருக்கும்போது சிந்துவெளிப் பெயர்கள் ஏன் பிழைத்திருக்கக் கூடாது? இதில் அதிகப்படியான எதிர்பார்ப்பு எதுவும் இல்லை.

2. சிந்துவெளி மக்கள் புலம் பெயர்ந்தபோது தங்களின் ஊர்ப்பெயர்களையும் மீள்நினைவாக எடுத்துச் சென்று தங்களின் புதிய தாயகங்களில் மீண்டும் பயன்படுத்தியிருக்கவேண்டும். - யூதர்கள் தாங்கள் புலம் பெயர்ந்து சென்ற இடங்களுக்கெல்லாம் தங்களது முந்தைய ஊர்ப்பெயர்களைக் கொண்டுசென்றதையும் பாரசீகத்திலிருந்து இந்தியாவிற்கு இடம் பெயர்ந்து வந்த பார்சி மக்கள் ஈரான் நாட்டு இடப்பெயர்களை கொண்டுவந்ததையும் ஐரோப்பாவிலிருந்து அமெரிக்காவிற்கு குடிபெயர்ந்தவர்கள் ஐரோப்பிய இடப்பெயர்களை அமெரிக்காவில் பயன்படுத்தியதையும் இங்கே நினைவுகூரலாம். அண்மை நூற்றாண்டுகளில் உலகின் பல பகுதிகளுக்கும் புலம்பெயர்ந்துள்ள தமிழர்கள் தங்களது இன மொழி அடையாளங்களை இடப்பெயர்களாகவும், குழுப்பெயர்களாகவும் கடவுள்கள் மற்றும் தனிமனிதப்பெயர்களாகவும் தங்களோடு எடுத்துச்சென்று மறுபதியம் செய்திருக்கிறார்கள் என்பது கண்கூடான உண்மை எனில், அதுவே பழங்காலப் புலப்பெயர்வுகளுக்கும் ஏன் பொருந்தக் கூடாது?

3. இந்த ஊகம் சரியென்றால், அவ்வாறு கொண்டுசென்ற ஊர்ப்பெயர்கள், சிந்துவெளி மக்களின் வழித்தோன்றல்களின் வரலாற்றுக்கு முற்பட்ட காலத்துத் தொன்மங்களில், செவிவழிச்செய்திகளில் மற்றும் பாணர் வாய்மொழி இலக்கிய மரபுகளில், பண்டைய இலக்கியங்களில் மீள்நினைவாகப் பதிவு செய்யப்பட்டிருக்க வேண்டும். கர்ண பரம்பரைக் கதைகள் பலவும் கவிதையாகி,

காப்பியமாகி, நாடகமாகி, திரைப்படங்களாகி இன்று தொலைக்காட்சி நெடுந்தொடர்களாய் வெவ்வேறு வடிவங்களில் தொடர்ந்து மீள்பதிவு செய்யப்படுவது சாத்தியமெனில் மேற்சொன்ன ஊகத்தில் தவறு என்ன இருக்கமுடியும்?

4. அவ்வாறு கொண்டுசெல்லப்பட்டு, மறுபடியும் பயன்படுத்தப்பட்ட ஊர்ப்பெயர்கள் அப்புதிய தாயகங்களில் இன்றுவரை பயன்பாட்டில் இருக்கவேண்டும். (ஆரியர் வருகை, அலெக்சாண்டர் படையெடுப்பு, மொகலாயர் ஆட்சி என்று அடுக்கடுக்கான வெளித்தாக்கங்களுக்கு ஆளான வடமேற்கு நிலப்பகுதிகளிலேயே சிந்துவெளித் தொல் பெயர்கள் பிழைத்திருக்கும் என்று நம்மால் ஊகிக்க முடியும் என்றால் (ஊகம் எண் 1), புலம் பெயர்ந்து வந்த, புறத்தாக்கங்கள் மிகுதியும் நேராத புதிய தாயகங்களில் அப்பெயர்கள் நிலைத்திருக்கும் என்று எதிர்பார்ப்பது நியாயமே).

5. தங்களது ஊர்ப்பெயர்களைத் தங்களது இயற்பெயராகவும், தங்களது இயற்பெயரின் ஒருபகுதியாகவும் பயன்படுத்துவது திராவிட மொழிபேசும் மக்களிடையே அன்றுமுதல் (கோவூர் கிழார், குமட்டூர் கண்ணனார் போன்ற சங்கப் புலவர்களில் பலர் ஊரால் பெயர் பெற்றவர்கள்) இன்றுவரை (திருவாரூர் வி. கலியாணசுந்தரனார், காருகுறிச்சி அருணாசலம் போன்ற பெயர்கள்) காணப்படும் ஒரு பண்பாட்டுக் கூறாகும். சிந்துவெளி மக்கள் திராவிடர்களாய் இருந்திருக்கக்கூடும் என்ற ஊகம் சரியானதென்றால், வடமேற்குப் பகுதிகளில் இன்றுவரை நிலவும் ஊர்ப்பெயர்களில் சிலவற்றையாவது, சிந்துவெளிப் பண்பாட்டின் வழித்தோன்றல்கள் எனக்கருதப்படும் மக்களின் தொன்ம மரபுகளில், தொல்லிலக்கியங்களில், கல்வெட்டுக்களில், தற்கால வாழ்வியலில் குழுப்பெயர்களாக, குலக்குறிப் பெயர்களாக, தனிமனிதப் பெயர்களாக அல்லது பெயரின் ஒரு பகுதியாகக் கண்டறிதல் சாத்தியமாக வேண்டும். சிந்துவெளி முத்திரைக் குறியீடுகளை படிக்க முடியாதென்பதால் அவற்றில் இடம் பெற்றிருக்கக்கூடிய ஊர்ப்பெயர்கள் எவையென்று நமக்குத் தெரியாது. எனவே, தற்போது வடமேற்குப் பகுதியில் வழங்கப்படும் ஊர்ப்பெயர்களை மேற்சுட்டிய ஊகம் எண் 1 இன் அடிப்படையில் கணக்கில் எடுத்துக்கொள்வதைத் தவிர வேறுவழியில்லை சிந்துவெளி வாசகங்களின் (text) தொடக்கச் சொற்றொடர் (opening phrase) இடப்பெயர்களை உள்ளடக்கியிருக்கக் கூடும் என்று ஐராவதம் மகாதேவன் கூறுவதை நாம் இங்கு நினைவுபடுத்திக்கொள்ளலாம்.

6. தற்கால வடமேற்கு ஊர்ப்பெயர்களுக்கும் சிந்துசமவெளியின் வழித்தோன்றல்களாய்க் கருதப்படும் சாத்தியக் கூறுள்ளவர்கள்

வாழும் பகுதிகளிலுள்ள தற்கால ஊர்ப்பெயர்களுக்கும் இடையிலான ஒப்புமைக் கூறுகள் ஆழமானதாகவும், வடிவமைதிப் பொருத்தமுடையதாகவும் (typological affinity) இருக்கவேண்டும். (இடப்பெயர்களின் ஆக்கமுறையில் பயன்படுத்தப்படும் மரபுகள், குறிப்பிட்ட பெயராக்க விகுதிகள், இடப்பெயர்ப் பொதுப்பெயர்கள் ஆகியவை இவ்வடிவமைதிப் பொருத்தங்களை இனம்காண உதவுகின்றன.)

7. அவ்வாறான ஒற்றுமைப் பெயர்கள், புலப்பெயர்வின் சேர்விடத்தில் (destination region) நிலவும் பண்பாட்டின் தொன்ம மரபுகளோடு தொடர்புடையதாகவும், அந்தக் காலகட்டத்து மொழி, இன அடையாளங்களின் வெளிப்பாடாகவும் இருக்கவேண்டும். அப்போதுதான், அப்பெயர்களின் தொன்மை, மாறாத்தன்மை மற்றும் முக்கியத்துவம் பற்றிய நம்பகத்தன்மை வலுப்படும்.

8. அத்தகைய ஒற்றுமைப்பெயர்கள் புலப்பெயர்வின் சேர்விடத்தில் (destination region) இப்போதும் வசிக்கிற மக்களின் குலக்குறி மற்றும் குடியடையாளங்களோடு (clan ethnic identities) தொடர்புடையதாகவும், அவ்வினக்குழுக்களின் புலப்பெயர்வுத் தொன்ம மரபுகளின் துணைகொண்டு நிறுவத் தக்கதாகவும் இருத்தல் வேண்டும்.

9. இத்துடன், புலப்பெயர்வை ஊடகமாகக் கொண்டு ஊர்ப்பெயர்களும் புலம் பெயர்ந்திருக்கக்கூடிய வாய்ப்பை வலுப்படுத்தும் தொல்பொருள் சான்றுகளும், ஊர்ப்பெயர்களின் வடிவத்தில் தொடரிணைப்பான (connecting links) இடைவழிச் சான்றுகளும் இருத்தல் வேண்டும்.

10. வடமேற்கு இந்தியாவின் ஊர்ப்பெயர்களுக்கும் மற்றொரு நிலப்பகுதியிலுள்ள ஊர்ப்பெயர்களுக்கும் இடையே ஒற்றுமையுள்ளது என்ற ஒரு காரணத்தை மட்டும் வைத்து அப்பெயர்களின் புலப்பெயர்வைச் சிந்துவெளிப் பண்பாடு சார்ந்த புலப்பெயர்வுகளோடு உறுதிபடத் தொடர்புபடுத்திவிட முடியாது. எனவே இவ் இடப்பெயர் புலப்பெயர்வுகளின் சிந்துவெளித் தொடர்பை நிறுவும் முதல்நிலை (primary) இணை நிலை (collateral) அல்லது துணைநிலைச் (secondary) சான்றுகளும் தேவைப்படும். அப்போதுதான் புதிய சான்றாதாரங்களின் நம்பகத்தன்மை வலுப்படும்.

இதுவரை கண்டறியப்பட்ட இடப்பெயர்ச் சான்றாதாரங்கள்

மேற்சொன்ன ஊகங்களின், முன் நிபந்தனைகளின் வரையறைக்குட்பட்டு இந்தியத் துணைக்கண்டத்தின் வடமேற்குப் பகுதிகளில் (பாகிஸ்தான், வடமேற்கு இந்தியா, ஆப்கானிஸ்தான் மற்றும் ஈரானின் கிழக்கு எல்லைப்பகுதிகள்) தற்போது பயன்படுத்தப்படுகிற இடப்பெயர்களைக் கணிப்பொறியின் உதவியுடன் தமிழ்நாட்டு ஊர்ப்பெயர்களுடனும் சங்க இலக்கியம் மற்றும் பழந்தமிழ்க் கல்வெட்டுக்களில் பதிவுசெய்யப்பட்டுள்ள இடப்பெயர்களுடனும் ஒப்பிட்டு ஆராய்ந்தேன்.

இந்த ஆய்வுகளின் மூலம் கண்டறிந்த புத்தொளித் தரவுகளைக் கடந்த சில ஆண்டுகளாக ஆய்வுக்கட்டுரைகள் மற்றும் ஆய்வுச் சொற்பொழிவுகளின் (உலகத் தமிழ்ச் செம்மொழி மாநாட்டு ஆய்வரங்கம், கோயமுத்தூர், ஜூலை 23-27, 2010; ரோஜா முத்தையா நூலக ஆய்வுச் சொற்பொழிவு, சென்னை, ஆகஸ்ட் 6, 2010, பேராசிரியர் மால்கம் ஆதிசேசையா நினைவுச் சொற்பொழிவு, உலகத்தமிழ் ஆராய்ச்சி நிறுவனம், பிப்ரவரி 4, 2011, அறிஞர் மயிலை சீனி வேங்கடசாமி அறக்கட்டளைச் சொற்பொழிவு, சென்னைப் பல்கலைக்கழகம், பிப்ரவரி 25, 2011; பேராசிரியர் எம்.அனந்தகிருஷ்ணன் அறக்கட்டளைச் சொற்பொழிவு ரோஜா முத்தையா நூலகம், சென்னை, செப்டம்பர் 12, 2012, தமிழ் மய்யம் சொற்பொழிவு, சென்னை ஜனவரி 10, 2013; பேராசிரியர் எம்.அனந்தகிருஷ்ணன் அறக்கட்டளைச் சொற்பொழிவு ரோஜா முத்தையா நூலகம், சென்னை, ஜூலை 12, 2013) வாயிலாக வெளியிட்டேன். இச்சான்றாதாரங்களை வகைப்படுத்தி, நூல் வடிவில் வெளியிடத் திட்டமிட்டுள்ளேன்.

இந்த ஒப்பாய்வுகள் வெளிக்கொணரும் தரவுகளில் சிலவற்றை அறிமுகச் சான்றுகளாக (Introductory Evidence) இங்கே குறிப்பிடுகிறேன்.

1. தமிழ்நாட்டு இடப்பெயர்களுக்கும் இந்தியத் துணைக்கண்டத்தின் வடமேற்குப்பகுதிகளில் வழங்கும் இடப்பெயர்களுக்கும் இடையே வியப்பூட்டும் ஒற்றுமையைக் காணமுடிகிறது. இவ்வொற்றுமை கீழ்க்கண்ட வகைகளில் வெளிப்படுகிறது.

   அ. சிந்துவெளி நாகரிகம் தோன்றிச் செழித்த இந்தியத் துணைக்கண்டத்தின் வடமேற்குப்பகுதிகளில் இப்போதும் வழக்கத்திலுள்ள பல இடப்பெயர்கள், தென்கோடியிலுள்ள தமிழ்நாட்டில் அப்படியே ஓரசை கூட வேறுபடாமல், அச்சு மாறாமல் இன்றும் வழங்குகின்றன. சற்றும் வேறுபடாத இந்த ஒற்றுமை, சிறப்புப்பெயர் பொதுப்பெயர் என்று அறியப்படும் தனித்தனி கூறுபாடுகளற்ற ஒருசொல் இடப் பெயர்களுக்கும் (single -component or mono-word place names); சிறப்புப்பெயர், பொதுப்பெயர் என்ற இருகூறுகள் சேர்ந்த

இடப்பெயர்களுக்கும் (double-component place names) பொருந்துவதாக உள்ளது. எடுத்துக்காட்டாக, தமிழ்நாட்டிலுள்ள ஆமூர், ஆரணி, கஞ்சூர், கள்ளூர், காலூர், கொற்கை, மைலம், மானூர், நாகல், நள்ளி, பாசூர், தள்ளி, தொண்டி ஊரல், கண்டிகை போன்ற இடப்பெயர்கள் தற்போது பாகிஸ்தான் என்று அறியப்படும் (பண்டைய சிந்துவெளி நாகரிகம்) நிலப்பகுதிகளில் புழக்கத்தில் உள்ளன. , தமிழ்நாட்டிலுள்ள ஆலூர், ஆசூர், படூர், இஞ்சூர், குந்தா, நாகல், தானூர், செஞ்சி போன்ற இடப்பெயர்கள் தற்போதைய ஆப்கனிஸ்தானிலும் (இப்பகுதிகளில் பிராகுயி என்ற திராவிட மொழி இன்றுவரை பேசப்படுவதை நினைவில் கொள்ளலாம்) இப்போதும் பயன்படுத்தப்படுகின்றன. (இது முழுப்பட்டியல் அல்ல; ஒருசோற்றுப் பதம் போன்ற அறிமுகச் சான்றுதான்.)

ஆ. வடமேற்குப் பகுதிகளின் ஊர்ப்பெயர் அடிச்சொற்களுடன் (toponymic stems) 'அம்', 'ஐ' போன்ற பெயராக்க விகுதிகளையும், 'ஊர்', 'காடு', 'நல்லூர்', 'பள்ளி' போன்ற பொதுப்பெயர்களையும் சேர்த்துத் தமிழ்நாட்டின் ஏராளமான ஊர்ப்பெயர்களின் வடிவமைதியும் பெயருருவாக்கமும் நேரும் பாங்கைக் காணமுடிகிறது. இதற்கான எடுத்துக்காட்டாக தமிழ்நாட்டில் தற்போது வழங்கும் நூற்றுக்கணக்கான இடப்பெயர்களைக் குறிப்பிட முடியும்.

இ. தமிழ்நாட்டில் மிகப் பரவலாகப் பயன்படுத்தப்படுகிற 'ஊர்', 'பட்டி', 'மலை', 'சேரி', 'காடு', 'கோட்டை', 'பாடி', 'பாக்கம்', 'வாடி', 'கரை', 'நேரி', 'தாங்கல்' 'துறை' 'கோயில்' 'மணி', 'பாறை', என்பன போன்ற ஊர்ப்பெயர் விகுதிகள் ஒருசொல் இடப்பெயர்களாக (Mono-word Place Names) வடமேற்குப் பகுதிகளில் இன்றும் வழங்குகின்றன. பொதுப்பெயர்கள் (place name generics) என அறியப்படும் ஊர்ப்பெயர் விகுதிகள் சிறப்புப்பெயர்களோடு சேர்ந்து வழங்காமல் ஒருசொல் இடப்பெயர்களாக வழங்குவது என்பது தொன்மையின் அடையாளமாகும்.

2. தமிழ்நாட்டிற்கும் வடமேற்குப் பகுதிகளுக்கும் பொதுவாக இருக்கும் பல ஊர்ப்பெயர்கள் பழந்தமிழ்ச் சங்க இலக்கியங்களில் ஊர்ப்பெயர்களாகவும், தமிழ்மன்னர்களின், குறுநிலத் தலைவர்களின் தலைநகரங்கள், துறைமுகங்கள், போர்க்களங்கள், சங்க இலக்கியங்கள் மீள்நினைவாகப் பதிவுசெய்யும் தொன்மவரலாற்று நிகழ்வுகளோடு தொடர்புடைய இடங்கள், மலைகள், நதிகளின் பெயர்கள் ஆகியவற்றை அப்படியே நினைவுபடுத்துகின்றன. இவ்வொற்றுமைப் பட்டியலில் கொற்கை, வஞ்சி, தொண்டி, மதிரை போன்ற பெயர்களும் அடங்கும். வடமேற்குப்பகுதிகளில் இன்றுவரை எஞ்சியுள்ள இத்தகைய

இடப்பெயர்களைத் தொகுத்து “கொற்கை, வஞ்சி, தொண்டி வளாகம்” (KVT Complex) என்று பெயரிட்டுள்ளேன். இத்தகைய இடப்பெயர்கள் வழங்கும் இடங்கள் அனைத்தையும் அட்சரேகை, தீர்க்கரேகை விவரங்களோடு பட்டியலிட்டு வரைபட நூலாக (Atlas of Tamil Indus) வெளியிடத் திட்டமிட்டுள்ளேன்.

3. சங்கத் தமிழ் இலக்கியங்கள் குறிப்பிடுகிற குடிப்பெயர்கள், மன்னர்கள் மற்றும் கடையெழு வள்ளல்கள் உள்ளிட்ட குறுநிலத் தலைவர்களின் பெயர்கள், மற்றும் சங்ககாலப் புலவர்களின் பெயர்களில் இடம்பெறும் அவர்தம் ஊர்களின் பெயர்கள் பெருமளவில் வடமேற்கு நிலப்பகுதிகளில் இன்றுவரை அப்படியே நிலைத்திருக்கிற இடப்பெயர்களோடு சற்றும் மாறாத ஒற்றுமையைக் காட்டுகின்றன.

4. பழந்தமிழர் தொன்மங்களோடு, கடல்கோள் பற்றிய மீள் நினைவுகளோடு, பழந்தமிழ்ச் சமய நம்பிக்கைகளோடு, கண்ணகி மரபு போன்ற தொன்மக் கதைகளோடு, பழந்தமிழ் வழங்கிய பன்னிரு நிலங்களோடு தொடர்புடைய பெயர்கள் ஆகிய ஏராளமான பெயர்கள், வடமேற்குப் புலங்களில் இன்றுவரை இடப்பெயர்களாக நிலைபெற்றுள்ளன.

5. தமிழ் பிராமி, வட்டெழுத்து மற்றும் தமிழ் வரிவடிவங்களில் பொறிக்கப்பட்டுள்ள தொடக்ககாலத் தமிழ்க்கல்வெட்டுக்களில் (Early Tamil Epigraphy) காணப்படும் ஏராளமான இடப்பெயர் விகுதிகள் (Common Toponyms) பாகிஸ்தான், ஆப்கனிஸ்தான் போன்ற வடமேற்கு நிலப்பகுதிகளில் ஒருசொல் இடப்பெயர்களாக (Mono-word Place Names) இன்றுவரை நிலைத்திருப்பது வியப்பிற்குரிய உண்மையாகும். இதுமட்டுமின்றி மேற்சொன்ன தொடக்காலத் தமிழ்க் கல்வெட்டுகள் குறிப்பாகச் சுட்டும் தனி இடப்பெயர்கள் (Specific individual place names) பலவற்றின் எச்சங்கள் மற்றும் அப்பெயர்களின் உருவாக்க மூலங்களுக்கான இடப்பெயர்த் தடயங்கள் வடமேற்குப்பகுதிகளில் கிட்டியுள்ளன. மேலும், தொடக்ககாலத் தமிழ்க்கல்வெட்டுக்களில் குறிப்பிடப்படும் பல்வேறு தனிமனிதப்பெயர்களும் வடமேற்கு இடப்பெயர்களோடு வேர்நிலைத் தொடர்பு கொண்டிருப்பதைக் காண முடிகிறது. இச்சான்றுகள், பழந்தமிழ்த் தொன்மங்களின் சிந்துவெளி வேர்களின்மீது வெளிச்சம் பாய்ச்சுவதோடு, புலப்பெயர்வுகளின் ஊடாக நிகழ்ந்த பெயர்களின் பயணத் திசைகள் பற்றிய உய்த்துணர்விற்கும் வழிகாட்டுகின்றன.

6. தமிழ்நாட்டின் வரலாற்றுக்கு முற்பட்ட காலத்தின் வாழ்வியல் குறித்து வெளிச்சம் தரும் அகழ்வாராய்ச்சிச் சான்றுகள் கிடைத்துள்ள இடங்கள், சிந்துவெளிக் குறியீடுகளை ஒத்த குறிகள், கீறல் குறிகளுடன்கூடிய அகழ்வாய்வுச் சான்றுகள் கிடைத்துள்ள இடங்களின் பெயர்களில் சிலவும் வடமேற்குப் புலங்களிலுள்ள இடப்பெயர்களை நினைவுபடுத்துகின்றன.

7. மனிதர்களின் புலப்பெயர்வை ஊடகமாகக் கொண்டே பெரும்பாலும் இடப்பெயர்கள் ஒரு பகுதியிலிருந்து இன்னொரு பகுதிக்கு இடம் பெயர்கின்றன. பரவலான மனிதப் புலப்பெயர்வுகள் இன்றி கருத்துப்பரவல் மூலம் சமயம் மற்றும் இதிகாசத் தொடர்புடைய பெயர்கள் பிற இடங்களுக்கு இடம் பெயர்வதுண்டு. ஆனால், அத்தகைய பெயர்கள் எண்ணிக்கையில் குறைவு என்பதோடு அவற்றை எளிதாக இனம் கண்டு கொள்ளவும் முடியும். எனவே, வாழ்வாதாரங்களுக்கான தேடல், பேரிடர்களின் பின்விளைவு; மக்கள் தொகை பெருக்கம், வேளாண்மை விரிவாக்கம் ஆகிய காரணிகளின் விளைவான புலப்பெயர்வுகளின் தடயங்களை அவ்வாறு புலம்பெயர்ந்த மக்களின் கூட்டுணர்வில், கதை மரபுகளில், குறிப்பாக அம்மக்களின் பெயர்ப்புலங்களில் (Namescapes) எவ்வளவு காலம் ஆனாலும் மீட்டெடுக்கமுடியும். இதைக் கருத்தில் கொண்டு மேலும் ஆய்வுசெய்ததில், தமிழ்நாட்டில் சங்ககாலம்தொட்டே வாழ்ந்துவரும் வேளாண்குடியினரான கொங்கு வேளாளர்களின் நிலப்பிரிவுகள், அக்குடியினரின் புலப்பெயர்வு மற்றும் குடியேற்றத்துடன் தொடர்புடைய காணியூர்களின் பெயர்கள் (Original Settlement Names) மற்றும் அவர்களது குலப்பிரிவுகளின் அடையாளமான கூட்டப் பெயர்களில் (Clan Names) பெரும்பாலானவை வடமேற்குப் புலங்களில் இன்றும் இடப்பெயர்களாக வழங்குகின்றன என்ற உண்மை வெளிப்பட்டது

8. கடல் வணிகத்தையும் உள்நாட்டு வணிகத்தையும் முன்னிறுத்திப் போற்றும் சங்க இலக்கியம் மற்றும் சிலப்பதிகாரக் காப்பியக் காலத்திற்கு முன்பிருந்தே தமிழ்நிலத்தில் வேரூன்றிய பெருநகர வணிகமரபின் வழித்தோன்றல்களாகக் கருதப்படும் நாட்டுக்கோட்டை நகரத்தார் இனத்தாரின் புலப்பெயர்வு மற்றும் குடியேற்ற மீள்நினைவுகளின் எச்சமாகத் திகழும் ஊர்களின் பெயர்கள் பலவும் வடமேற்குப் புலங்களில் ஊர்ப்பெயர்களாக இன்றும் வழங்குகின்றன.

9. சங்க இலக்கியங்கள் மீள்நினைவாகக் குறிப்பிடுகிற பல ஊர்ப்பெயர்களை, குறிப்பாக ஒருசொற் பெயர்களை தமிழ்நாட்டில் இன்று கண்டறிய முடியவில்லை. அவ்வாறு இருந்தாலும், அவை முன்னொட்டுக்களோடும் பின்னொட்டான பொதுப்பெயர் விகுதிகளுடனும் சேர்ந்து உருமாற்றம் பெற்றுள்ளனவே அன்றி சங்க இலக்கியம் (அகம்: 326) பதிவு செய்யும் வடிவத்தில் கிடைப்பதில்லை, மாறாக, அவ்வடிவங்கள் வடமேற்குப் புலங்களின் ஊர்ப்பெயர்த் தொகுப்பில் அப்படியே மாறாமல் இன்றும் நிலைபெற்றுள்ளன. எடுத்துக்காட்டாக, 'போர்' (போஒர்) என்று சங்க இலக்கியம் பதிவு செய்யும் ஊர்ப்பெயர் (நற்றிணை: 10; அகநானூறு: 186) அதே ஒருசொல் வடிவத்தில் தமிழ்நாட்டில் தற்போது வழங்கவில்லை. மாறாக, பெயராக்க அடிச்சொல்லான 'போர்' என்பதுடன் 'ஊர்' என்ற பொதுப்பெயர் சேர்ந்து 'போரூர்' என்றும் 'திரு' என்ற அடைச்சொல்

சேர்ந்து 'திருப்போரூர்' என்றும் வழங்குகிறது. ஆனால், 'போர்' என்ற இடப்பெயர் பாகிஸ்தானில் இன்றளவும் முன்னொட்டு, பின்னொட்டு எதுவுமின்றி ஒருசொல் பெயராய் நிலைத்துள்ளது. இதைப் போல பல சான்றுகள் உள்ளன.

இச்சான்றுகளின் பயன்பாடு, சாத்தியங்கள் பற்றிய மதிப்பீடு சிந்துவெளியின் வழித்தோன்றல்கள் பற்றிய ஆய்வில் இடப்பெயர்ச் சான்றுகளை நம்பகத் தன்மையோடு ஏற்றுக்கொள்வதற்கான அடிப்படை ஊகங்கள், கற்பிதங்கள் மற்றும் முன்தேவைகளாக நாம் முன்வைத்த நிபந்தனைகளை வடமேற்குப் பகுதிகள் மற்றும் சங்ககாலத் தமிழ்நாட்டு மற்றும் தற்காலத் தமிழ்நாட்டு இடப்பெயர்களுக்கு இடையிலான வியக்கத்தக்க ஒற்றுமைகள் பெருமளவில் நிறைவு செய்வதாகத் தோன்றுகிறது.

சிந்துவெளி நாகரிகம் ஒரு திராவிட நாகரிகம் என்ற கருதுகோளின் அடிப்படையில் அணுகினால், சிந்துவெளிப் பண்பாட்டுக் காலத்து ஊர்ப்பெயர்கள் வடமேற்குப் புலத்தில் இன்றுவரை நிலைத்திருப்பது; புலம்பெயர்ந்த சிந்துவெளியினர் அவர்கள் தங்களது ஊர்ப்பெயர்களை மீள் நினைவாய்க் கொண்டு வந்து தங்களது புதிய தாயகத்தில் பயன்படுத்தியது; அவர்களின் வாய்மொழிப் பாடல் மரபில், கதை மரபில் வேரூன்றிய அப்பெயர்கள் திராவிடர்களின் தொல்லிலக்கியமான சங்க இலக்கியங்களில் ஆவணப்பதிவு செய்யப்பட்டது; அப்பெயர்களில் பல இன்று வரை தமிழ்நாட்டில் அடையாளம் காணத்தக்க வகையில் பயன்பாட்டில் இருப்பது; மேலும் இப்பெயர்கள் பழந்தமிழ்ப் பண்பாட்டின் அடிப்படையான இன, மொழி, அரசியல் அடையாளங்களின் குறியீடுகளாய் விளங்குவது ஆகிய நிறுவத்தக்க உண்மைகளின் வெளிச்சத்தில், இவை வெறும் ஊகங்கள் அல்ல என்பது புலனாகும்.

சங்க இலக்கியங்களிலும், தற்காலத் தமிழ்நாட்டிலும் ஊர்ப்பெயர் விகுதிகளாக அதாவது பொதுக்கூறாகப் பயன்படுத்தப்பட்டுள்ள பெயர்ச் சொற்கள், ஒரு சொல் ஊர்ப்பெயர்களாய் வடமேற்குப் பகுதிகளில் வழங்குவதும், சங்க இலக்கியங்கள் குறிப்பிடும் தொன்ம நிகழ்வுகளின் மூலமாக அறியலாகும் குறுநிலத் தலைவர்கள், அரசர்கள் பெயர்கள், திணைநிலைப் பெயர்கள் வடமேற்குப் பகுதிகளில் சாதாரணமாய் ஊர்ப்பெயர்களாய் வழங்குவதும், சங்க இலக்கியங்கள் மற்றும் பழந்தமிழ் மரபுகள் குறிப்பிடும் பல இடப்பெயர்களைத் தமிழ்நாட்டில் தற்போது அடையாளம்காட்ட இயலாத நிலையில் அவ்விடப்பெயர்கள் வடமேற்குப் பகுதிகளில் இன்றுவரை நிலைத்திருப்பதும் இப்பெயர்களின் புலப்பெயர்வின் திசை வடமேற்குப் பகுதிகளிலிருந்து தெற்கு நோக்கிப் பயணித்ததைக் காட்டுகிறது.

இந்த ஒப்பாய்வு வெளிக்கொணரும் சான்றுகளைத் தனித்த, தொடர்பற்ற ஒதுக்கநிலைச் சான்றாகப் பார்க்கக்கூடாது. அண்மைக் காலங்களில் சிந்துவெளிப் பண்பாட்டோடு, குறிப்பாகப் பிந்தைய சிந்துவெளிக்காலப் பண்பாட்டோடு தென்னகத்திற்கு இருந்திருக்கக்கூடிய தொடர்பை வெளிப்படுத்தும் பல அகழ்வாய்வுச் சான்றுகள் வெளியாகியுள்ளன. செம்பியன் கண்டியூர், சாணூர், சூலூர் போன்ற இடங்களில் கிடைத்துள்ள அகழ்வாய்வுச் சான்றுகளை எடுத்துக்காட்டாகக் கூறலாம்.

பழந்தமிழர்த் தொன்மங்களுக்கும் வடமேற்குப் பகுதிகளுக்கும் இருந்திருக்கக்கூடிய வேர்நிலை உறவுகளை ஊகித்துணர சங்க இலக்கியங்களில் கிடைக்கும் அகச்சான்றுகள் உதவுகின்றன. வேளிர் புலப்பெயர்வு குறித்த செய்தி (புறநானூறு: 201); எலும்பு தின்னும் ஒட்டகம் குறித்த செய்தி (அகநானூறு: 245); இமயமலைக் கவரிமா (Yak) பற்றிய செய்தி (புறநானூறு: 132) ஆகியவற்றை இங்கே குறிப்பிடலாம். குஜராத் மற்றும் மகாராஷ்டிரா மாநில ஊர்ப்பெயர்களில் உள்ள திராவிடக் கூறுகள் வடமேற்கு இடப்பெயர்களுக்கும், தமிழ்நாட்டு மற்றும் சங்க இலக்கிய ஊர்ப்பெயர்களுக்குமிடையே இணைப்புச் சங்கிலியாய் உள்ளன என்பதையும் துணைநிலைச் சான்றாகக் கொண்டு மதிப்பிடவேண்டும்.

இதுவரை சுட்டிக்காட்டிய சான்றுகளாலும் துணைச்சான்றுகளாலும் வடமேற்குப் பகுதிகளிலிருந்து மனிதர்களின் புலப்பெயர்வுகளை ஊடகமாகக் கொண்டு ஊர்ப்பெயர்கள் புலம்பெயர்ந்திருக்கக்கூடிய வாய்ப்புகளை நிறுவமுடியும். ஆனால், இப்புலப்பெயர்வுகளைச் சிந்துவெளிப் பண்பாட்டோடு தொடர்புபடுத்துவது எப்படி? ஏனெனில், மனிதர்களின் புலப்பெயர்வுகளும், அவற்றின் விளைவான பெயர்களின் பயணமும் வரலாற்றுக்கு முற்பட்ட காலங்களிலும், வரலாற்றுக் காலத்திலும் அவ்வப்போது பெரிதும், சிறிதுமாய் நடந்துவந்திருக்கிற தொடர் நிகழ்வுகள்தான். இவற்றில் சிந்துவெளிப் பண்பாட்டுப் புலப்பெயர்வை இனம் கண்டுபிடிப்பது எப்படி? இவ்வினாவிற்கு விடை தேடும் முயற்சியிலும் ஊர்ப்பெயர் ஆய்வுகள் உதவக்கூடும்.

வடமேற்குப் பகுதிகளில் இன்றுவரை வழங்கும் கொற்கை, வஞ்சி, தொண்டி, மதிரை போன்ற ஏராளமான பெயர்களைச் சங்க இலக்கியம் பல்வேறு அடைமொழிகளுடன் சிறப்பாகக் கொண்டாடுகிறது. ஏனெனில், இப்பெயர்கள் பழந்தமிழர்களின் அரசியல், பொருளியல் மற்றும் பண்பாட்டு உருவாக்கத்தின், வளர்ச்சியின் உயிர்நாடியான குறியீடுகள். இத்தகைய குறியீடுகள் பண்பாட்டு மானிடவியல் மற்றும் சமூக உளவியல் அடிப்படையில் ஆழமான பொருள் பொதிந்தவை. அவை தொன்மங்களில் வேரூன்றிய ‘தொப்புள்கொடி’ போன்றவை. அவை எளிதாகப் பெறப்படுவதுமில்லை; எளிதாக இழக்கப்படுவதுமில்லை. எனவே, சங்க இலக்கியங்களுக்கும், வடமேற்குப் பகுதிகளுக்கும் பொதுவான கொற்கை, வஞ்சி, தொண்டி

முதலான ஊர்ப்பெயர்கள் இப்போது வடமேற்குப்பகுதியில் வாழும் மனிதர்களுக்கு முக்கியமற்றனவாக இருக்கலாம். ஆனால், சங்க இலக்கியம் காட்டும் சமூகத்திற்கு அவை ஆணிவேர் அடையாளங்கள். இதற்கு நேர் எதிராக, இப்பெயர்களில் ஒன்றைக்கூட வேத இலக்கியங்களோ, பண்டைய வடமொழி இலக்கியங்களோ பதிவு செய்யவில்லை. ஏனெனில், இப்பெயர்கள் வேத இலக்கியப் பண்பாட்டோடு தொடர்பற்றவை. வேத இலக்கியங்கள் அறியாதவை. இப்பெயர்களின் தென்திசைப் பயணத்திற்குக் காரணமான புலப்பெயர்வுகள் வேத இலக்கிய காலத்தில், அதற்குப் பிந்தைய காலத்தில் அல்லது வரலாற்றுக்காலத்தில் நிகழ்ந்திருந்தால் வடமொழி இலக்கியங்கள் இப்பெயர்களை ஏதோ ஒருவகையில் பதிவு செய்திருக்கும்.

மேலும், இப்புலப் பெயர்வுகளின் காலவரையறையை சங்க இலக்கியத்தில் தென்படும் ஆரியப் பண்பாட்டுத் தாக்கத்தின் சில அறிகுறிகளை மட்டும் வைத்து முடிவுசெய்ய இயலாது. ஏனெனில், சங்க இலக்கியங்கள் ஆவணப்படுத்தப்பட்ட காலத்தையும், அவற்றில் குறிப்பிடப்பட்டுள்ள தொன்ம நிகழ்வுகளின், இடப்பெயர்களின் தொன்மையையும் ஒன்றெனக் கருதுதல் பொருந்தாது.

மேலும், தமிழ்த்தொன்மங்களின் வேர்களை வடமேற்குத் திசையில் எந்தப் புள்ளியிலும் நிறுவி, தமிழ்த் தொன்மங்களின் ஆழத்தை சிந்துசமவெளிப் பண்பாட்டுக் காலத்தை ஒட்டிய எந்தக் காலகட்டத்திற்கும் ஒருசேர நகர்த்தும் எந்தப் புதிய சான்றாதாரமும் சிந்துசமவெளி குறித்த ‘திராவிடக் கருதுகோளை’ வலுப்படுத்தும். அதன்மூலம், சிந்துவெளிப் புதிர்முடிச்சுகளுக்குப் புதுவெளிச்சம் கொடுக்கும்.

புதிய பன்முகத் தரவுகளின் துணைகொண்டு திராவிடக் கருதுகோள் மெய் என நிறுவப்பட்டால், ஒருவேளை, சிந்துவெளி எழுத்துகள் படித்தறியப்பட்டால், சிந்துவெளிக் குறியீடுகளில் ஊர்ப்பெயர்கள் இடம் பெற்றிருக்கக்கூடும் என்ற ஊகம் சரியென்றால், அதில் படித்தறியப்படக்கூடிய ஊர்ப்பெயர்ப் பட்டியலில் கொற்கை, வஞ்சி, தொண்டி, மதிரை போன்ற பெயர்களும் இடம் பெறலாம். இன்றளவில், இது ஒரு கருதுகோள்தான். 1924ஆம் ஆண்டு வரையில் சிந்துவெளி நாகரிகம் என்பது ஒரு கற்பனைகூட இல்லைதானே.

பயன்பட்ட நூல்கள்

Allchin, Bridget and F. Raymond Allchin. 1982. *The rise of civilization in India and Pakistan*. Cambridge: Cambridge University Press.

Balakrishnan, R. 2010. "Tamil Indus?: Korkay, Vanji, Tondi in the North-West and a 'Bone-eating Camel' in the caṅkam text". *Journal of Tamil Studies*. 77: 191-206.

Khaire, Viśvanātha. 1977. Draviḍa Maharāṣrā. Puṇe: Sādhanā Prakāśana.

Mahadevan, Iravatham 1981. Place signs in the Indus script. *In Proceedings of the Fifth International Conference-Seminar of Tamil Studies*, Madurai, 1981, Vol. 1, sec. 2: 2.91-2.107. Madras: International Association of Tamil Research.

Mahadevan, Iravatham 2010c. *Akam and Puṟam : Address Signs of the Indus Script,* presented at the World Classical Tamil Conference, 23-27 June, Coimbatore.

Parpola, Asko. 1994. *Deciphering the Indus script.* New York, NY: Cambridge University Press.

Southworth, Franklin C. 2005. *Linguistic archaeology of South Asia.* London: Routledge Curzon.

Southworth, Franklin C. 1995. "Reconstructing social context from language: Indo-Aryan and Dravidian prehistory" In *The Indo-Aryans of ancient South Asia: language, material culture and ethnicity.* Edited by Erdosy, George. Berlin: Walter de Gruyter.

Wheeler, Mortimer. 1968. *The Indus civilization*. Cambridge: University Press.

கட்டுரை 2

சிந்துவெளி நகரங்களின் "மேல்-மேற்கு: கீழ்-கிழக்கு" வடிவமைப்பும் அதன் திராவிட அடித்தளமும்

சுருக்கக் குறியீட்டு விளக்கம்

அகம்.	அகநானூறு
ஆப்கன்.	ஆப்கானிஸ்தான்
இ.ஆ.மொ.ஒ.அ.	இந்தோ-ஆரிய மொழிகளின் ஒப்பியல் அகராதி (CDIAL)
இ.க.	இந்தியக் கல்வெட்டு (EI)
க.க.	கர்நாடகக் கல்வெட்டு (EC)
கி.	கிழக்கு
கி.மீ.	கிலோ மீட்டர்
குறுந்.	குறுந்தொகை
சிலப்.	சிலப்பதிகாரம்
சிறு.	சிறுபாணாற்றுப்படை
த.அ.	தமிழ் அகராதி (TL)
சோ.க.	சோழர் கல்வெட்டுகள்
த.க.சொ.அ.	தமிழ்க் கல்வெட்டுச் சொல் அகராதி (GTI)
தி.தொ.வ	திருவிதாங்கூர் தொல்லியல் வரிசை (TAS)
தி.உ.பொ.ச. அணிவு	திசை-உயர-பொருட்புல-சமூக அணிவு (DEMS Matrix)
தி.ப.க.	திராவிடப் பழங்குடிகள் கலைக்களஞ்சியம் (EDT)
தி.வே.அ.	திராவிட வேர்ச்சொல் அகராதி (DEDR)
தெ.இ.க.	தென்னிந்தியக் கல்வெட்டுக்கள் (SII)

தெ.அ.இ.தொ.க.வெ.	தென்னிந்தியத் தொல்லியல் கழக வெளியீடுகள் (TASSI)
தெ.பா.செ.	தென் பாண்டியச் செப்பேடுகள் (PNDCP)
தொ.த.க.	தொல் தமிழ்க் கல்வெட்டுக்கள் (ETE)
தொல்.	தொல்காப்பியம்
தொல்.சொல்.	தொல்காப்பியம், சொல்லதிகாரம்
தொல்.பொருள்	தொல்காப்பியம், பொருளதிகாரம்
நற்.	நற்றிணை
புறம்.	புறநானூறு
பட்.	பட்டினப்பாலை
பெரும்.	பெரும்பாணாற்றுப்படை
மதுரை.	மதுரைக்காஞ்சி
மலை.	மலைபடுகடாம்
மோ.வி.	மோனியர் வில்லியம்ஸ் சமஸ்கிருத-ஆங்கில அகராதி (MW)
வ.	வடக்கு
தெ.	தெற்கு
CDIAL	A Comparative Dictionary of Indo-Aryan Languages
CI	A Concordance of the Names in the Coḷa Inscriptions.
DEDR	Dravidian Etymological Dictionary
DEMS Matrix	Distance- Elevation-Material-Social Matrix
EC	Epigraphia Carnatica
Ed	Editor
EI	Epigraphia Indica
EDT	Encyclopedia of Dravidian Tribes
ETE	Early Tamil Epigraphy
GTI	Glossary of Tamil Inscriptions
MW	Monier Williams Sanskrit-English Dictionary
PNDCP	Ten Pandiya Copper Plates
SII	South Indian Inscriptions
TAS	Trivancore Archaeological Series
TASSI	Transcations of Archaeological Society of South India
TL	Tamil Lexicon
Vol	Volume

புவித்தகவல் ஒழுங்குமுறை
(Geographical Information System)

ஒரு குறிப்பு

இந்த ஆய்வுக்கட்டுரையில் சான்றளிக்கப்பட்டுள்ள இந்திய இடப்பெயர்கள் இந்திய மக்கள்தொகைக் கணக்கெடுப்புத் துறையின் (Census of India) தகவல்தளம் மற்றும் ஆவணங்களையும் மாநில அரசுகளின் தகவல்தளங்களையும் அடிப்படையாகக் கொண்டவை. பாகிஸ்தான், ஆப்கனிஸ்தான், ஈரான் போன்ற வெளிநாடுகளின் இடப்பெயர் விவரங்கள் "GEOnet Names Server" எனப்படும் தகவல்தளத்தின் <http://earth-info.nga.mil/gns/html/namefiles.htm>. என்ற வலைப்பக்கத்திலிருந்து பதிவிறக்கம் செய்யப்பட்டவை. இவ்விடப்பெயர்களையும் அவற்றிற்குரிய அட்சரேகை, தீர்க்கரேகை விவரங்களையும் இத்தகவல்தளத்தில் உள்ளபடி, பயன்படுத்தியுள்ளேன். தமிழ்நாட்டிலுள்ள மேல் (மேற்கு) -கீழ் (கிழக்கு) இடப்பெயர்கள் வழங்குமிடங்கள் பற்றிய விரிவான ஆய்விற்காக இந்திய மக்கள்தொகை கணக்கெடுப்பின் மாநில வரைபடங்களையும், ESRI என்றழைக்கப்படும் சுற்றுச்சூழல் முறைமைகள் ஆய்வு நிறுவனத்தின் (Environmental Systems Research Institute) தேச வரைபடத்தை அடிப்படையான பின்புல வரைபடமாகவும் (base maps as background) பயன்படுத்தியுள்ளேன். புவித்தகவல் ஒழுங்குமுறை தொடர்பான மென்பொருள் மற்றும் தொழில்நுட்பத்தில் தேர்ந்தோரின் உதவியுடன் மேல்கீழ் இடப்பெயர்களை அவற்றின் அட்சரேகை, தீர்க்கரேகைத் தரவுகளின் அடிப்படையில் இவ்வரைபடங்களில் இடத்தகைவு செய்தேன். மிகத்துல்லியமான விவரங்கள் கிட்டாத இடங்களின் விவரங்களை, புவிநிலைப்படுத்திய, (geo-synchronised) மக்கள்தொகை நிர்வாக வரைபடங்களிலிருந்து பெறப்பட்ட கிராம எல்லை வரைபடங்களின் மூலம் குறிப்பிட்ட குடியிருப்பின் நடுமையமான (centroid locations) புள்ளியை புவிமையத்தகவல் ஒழுங்குமுறையின் துணைகொண்டு கண்டறிந்து அதன் வாயிலாகப் புவிநிலைத்தரவுகளைச் சேகரித்தேன்.

ஓர் இடத்திலிருந்து இன்னொரு இடத்திற்கு இடையிலான தூரத்தைக் கணக்கிட, வரைபடத்தில் இடத்தகைவு செய்யப்பட்ட இடங்களின் புவிநிலைத்தரவுகள் 'யுனிவர்ஸல் ட்ரான்ஸ்வெர்ஸ் மெர்கேட்டர்' (Universal Transverse Mercator- UTM) எனப்படும் கணிப்பு முறைமையில் கிழக்கு-வடக்காக மாற்றுச்செய்யப்பட்டது. இதற்காக 'ஆர்க் வியூ' எனப்படும் புவித்தகவல் மென்பொருள் (Arc View GIS software) பயன்படுத்தப்பட்டது. மேல்-கீழ் ஊர்களுக்கு இடையிலான தூரம் புவிநிலைவடிவியல் (co-ordiante geometry) விதிமுறைப்படி கண்டறியப்பட்டது.

இவ்வாறு, புவிநிலைத்தகவல் முறைமையின் அடிப்படையில் இடப்பெயர்களை வரைபடத்தில் இடத்தகைவு செய்து அடையாளக் குறியீடுகளும் பெயர்களும் பொருத்தப்பட்டன. இவ்வாறு உருவாக்கப்பட்ட *.shp கோப்புகளை கூகுள் புவி (Google Earth) செயல்முறைக்கு உகந்த *.KMZ வடிவத்திற்கு உருமாற்றி கூகுள் புவியில் இடத்தகைவு செய்தேன்.. கூகுள் புவிக்கு தக்கபடி குறியீடுகளை, தலைப்புகளை மாற்றினேன். ஓர் இடம் கடல்மட்டத்திற்கு மேல் சற்றேறக்குறைய எவ்வளவு உயரத்தில் இருக்கிறது என்ற விவரத்தைக் கூகுள் புவியின் (Google Earth) நில அடுக்கைச் (Terrain Layer) செயல்படுத்திச் சம்பந்தப்பட்ட இடத்திற்குரிய புள்ளியில் சோதித்துச் சேகரித்தேன்.

சிந்துவெளி நகரங்களின் "மேல்-மேற்கு: கீழ்-கிழக்கு" வடிவமைப்பும் அதன் திராவிட அடித்தளமும்

சுருக்கம்

சிந்துவெளி நகரங்களின் வடிவமைப்பில் காணப்படும் "மேல்-மேற்கு: கீழ்-கிழக்கு" (high-west and low-east) என்ற இருமைப்பாகுபாடு சிந்துவெளிப்பண்பாட்டின் நகர்மய வாழ்வியலின் அடிப்படைக்கூறுகளில் ஒன்றாகும். இந்தியத் துணைக்கண்டத்தின் வடமேற்கு மற்றும் மேற்கு நிலப்பகுதிகளில் மிக விரிவாகப் பரவியிருந்த சிந்துவெளிப் பண்பாட்டுக்கால நகரங்களின் வடிவமைப்பில் ஆங்காங்கே சில தனித்துவமான போக்குகள் தென்பட்டாலும், அவற்றில் காணப்பட்ட பொதுக்கூறுகளை அகழ்வாராய்ச்சியாளர்கள் கவனித்தும், கண்டறிந்தும், விளக்கியிருக்கிறார்கள்.

கோட்டைப்பகுதிகள், குடியிருப்புப்பகுதிகள், என்று தனித்தனியே இனம்காணும் வகையில் இடைவெளி விட்டும், மதில்சுவர்களோடும் அமைக்கப்பட்ட நகரமைப்பு; நகரமக்களின் பொதுப்பயன்பாட்டிற்கான குடிமை, வாழ்வியல் வசதிகள் ஆகியவை அப்பொதுக்கூறுகளில் முக்கியமானவையாகும். நகரங்களின் வடிவமைப்பில் திசைகளுக்கும் கோணங்களுக்கும் கொடுக்கப்பட்டிருக்கிற முக்கியத்துவத்தைப் பார்க்கும்போது, சிந்துவெளி மக்களின் மொழியில் திசைகள் குறித்த சொற்களின் உருவாக்கத்தில், அம்மொழி பேசிய மக்களின் பண்பாட்டுக்கூறுகளின் தாக்கம் இருந்திருக்கக்கூடும் என்று எதிர்பார்ப்பது நியாயமானதே. இந்த எதிர்பார்ப்புடன், சிந்துவெளி அகழ்வாய்வுத் தடயங்கள், தரவுகள் மற்றும் அகழ்வாய்வுகளின் மூலம் ஊகித்து முன்வைக்கப்பட்டுள்ள கருத்துக்களின் துணைகொண்டு, சிந்துவெளிப் பண்பாட்டிற்கான "திசை-உயர்வு-பொருட்புல-சமூக" அட்டவணை (Direction-Elevation-Material and Social Matrix) ஒன்றைத் தயாரித்து, அவ்வட்டவணையின் மூலம் புலப்படும் வெளிப்படையான மற்றும் உய்த்துணரத்தக்க கூறுபாடுகளைத் திராவிட மற்றும் இந்தோ-ஆரிய மொழிகளில் திசைகள் குறித்த சொற்களின் ஆக்கத்தில் கையாளப்பட்டிருக்கிற அணுகுமுறைகளோடு ஒப்பிட்டுப்பார்த்தேன்.

அவ்வாறு ஒப்பிடுகையில், திசைகளுக்கான சொல்லாக்கத்தில் திராவிட மொழிகள் "மேல்-மேற்கு: கீழ்-கிழக்கு" என்ற, புவி-மைய (topo-centric) அணுகுமுறையைக் கையாள்வதையும், அதற்கு மாறாக, சமஸ்கிருதம் உள்ளிட்ட இந்தோ-ஆரிய மொழிகள் 'முன்-கிழக்கு: பின்-மேற்கு' என்ற மனித-மைய

(anthropo-centric) அணுகுமுறையைக் கையாள்வதையும் கண்டறிந்தேன். மேலும், சிந்துவெளி நகரங்களின் "திசை-உயர்வு-பொருட்புல-சமூக" அட்டவணைக் கூறுகள் திராவிட மொழிகளின் 'புவிமைய' அணுகுமுறையோடு இணக்கமான உறவு கொண்டிருப்பதையும் அதே நேரத்தில் அவை, இந்தோ-ஆரிய மொழிகளின் 'மனிதமைய' அணுகுமுறையிலிருந்து வேறுபடுவதையும் கண்டறிந்தேன்.

திராவிட மொழிகளின் "மேல்-மேற்கு: கீழ்-கிழக்கு" கருத்தியலின் தொடக்கவேர்களை, தொல்பழங்காலத் திராவிடர்களின் வாழ்விடங்களாகக் கருதப்படும் இந்தியத் துணைக்கண்டத்தின் வடமேற்குப் புலங்களிலும் அதற்கு அப்பாலும் உள்ள நிலப்பகுதிகளின் புவியமைப்புக் கூறுகளில் மீட்டெடுக்கும் வகையில், கணினியின் துணைகொண்டு, தயாரித்த புவித்தகவல்முறை (Geographical Information System) சார்ந்த காத்திரமான இடப்பெயர்ச் சான்றுகளைப் பெருமளவில் இக்கட்டுரையில் முன்வைக்கிறேன். இக்கருத்திற்கு வலுச்சேர்க்கும் வகையில், "மேல்-மேற்கு: கீழ்-கிழக்கு" பாகுபாட்டின் அடிப்படையான கூறுகளை, திராவிடமொழி பேசும் மக்களின் தொல் இலக்கியங்களிலும், கல்வெட்டுக்களிலும், மேலும் வரலாற்றுக்கால, மற்றும் தற்கால ஊர்ப்பெயர்களிலும், அவ்வூர்களின் புவிக்கூறுகளிலும் இனம்காண முடியும் என்பதை நிறுவுகிறேன்.

இறுதியாக, பண்டையத் தமிழகத்தில் மேற்கு-கிழக்கு என்று திசைநோக்கில் பகுக்கப்பட்ட மேற்சேரி-கீழ்ச்சேரிகளுக்கிடையே நிகழ்ந்த சேவற்சண்டைகள் குறித்த வரலாற்றுக்கால ஆவணச் சான்றுகளையும், இன்றுவரை தொடரும் தமிழகச் சேவற்சண்டை மரபையும் சிந்துவெளியில் தொடங்கித் தொடரும் பண்பாட்டு மரபின், உறவின் எச்சமென்று முன்மொழிந்து, சிந்துவெளி நகரங்களின் "மேல்-மேற்கு: கீழ்-கிழக்கு" பாகுபாட்டிற்குக் காரணமான அடித்தளமாக இருப்பது திராவிடப் பண்பாடே என்று வாதிடுகிறேன்.

ஆய்வுப்பொருளின் அறிமுகமும் பின்புலச் செய்திகளும்

சிந்துவெளி நாகரிகம் கண்டுபிடிக்கப்பட்டு தொண்ணூறு ஆண்டுகளுக்கும் மேலாகிவிட்டன. ஆயினும், சிந்துவெளி மக்கள் பேசிய மொழி எதுவென்று இதுவரை தெரியவில்லை. இருமொழி எழுத்துப்பொறிப்புகள் எதுவும் கிட்டாத நிலையில், சிந்துவெளி எழுத்துக்களை வாசித்தறிய இயலவில்லை. இதனால், சிந்துவெளி மக்கள் யார் என்பது இன்னும் கேள்விக்குறியாகவே இருக்கிறது. சிந்துவெளிப் பண்பாடு குறித்த விடுகதைகள் இன்னும் வெளிச்சம் பெறவில்லை. இதன் விளைவாக, இந்தியாவின் வரலாற்றுக்கு முந்தைய காலகட்டங்களின் தேதியற்ற தெளிவின்மை இன்னும் தொடர்கிறது.

"பண்டையக் காலச் சமூகங்களின் வாழ்வியல் கருத்துக்களும், கோட்பாடுகளும் சுவடின்றி அழிந்தொழிகின்றன; ஆனால் அச்சமூகங்களின் பண்டம், பாத்திரங்களும் தட்டுமுட்டுச் சாமான்களும் மட்டுமே அழியாமல் இருக்கின்றன என்ற வருத்தத்திற்குரிய உண்மையை, வரலாற்றுக்கு

முற்பட்ட காலங்களைப் பற்றி ஆராய்பவன் கண்கூடாகக் கண்டறிகிறான்" என்றார் கிளைன் டேனியல் (Glyn Daniel). சிந்துசமவெளி நாகரிகத்தையும் கருத்தில் கொண்டுதான் அவர் அப்படிக் கூறியிருக்கக் கூடும் என்பதை, "மொகஞ்சதாரோவிலும் ஹரப்பாவிலும் வரலாற்றுக்கு முற்பட்ட காலத்தில் வாழ்ந்த மக்களின் அறக்கோட்பாடுகள், சமயச் சிந்தனைகள் பற்றியெல்லாம் நாம் எதுவும் தெரிந்துகொள்ள வாய்ப்பில்லை. ஆனால், அவர்களது செங்கற்களாலான குப்பைத்தொட்டிகளும், சாக்கடைகளும், களிமண் பொம்மைகளும் அழியாமல் பிழைத்துவிட்டன" என்ற அவரது கூற்றிலிருந்து புரிந்துகொள்ளலாம். (Glyn Daniel 1964: 132). ஆயினும், ஒட்டுமொத்தமாகத் தொலைந்தது எனத் தோன்றிய கடந்த காலங்களைக் கூட, மிகக் கவனமான தொல்பொருள் நுண்ணறிவு, அகழ்வாராய்ச்சிகள் மற்றும் உய்த்துணர்தல்களின் துணைகொண்டு மீட்டெடுத்துவிடலாம்" என்ற அவரது வார்த்தைகளில் வெளிப்பட்ட நம்பிக்கை, இப்போதும் வறண்டுபோய்விடவில்லை.

சிந்துவெளிப் பண்பாட்டு நிலப்பகுதிகளில் நிகழ்ந்துள்ள புதிய அகழ்வாய்வுகளும், அவை குறித்த பல்துறை விளக்கங்களும், சிந்துவெளிப் பண்பாட்டின் தோற்றம், வளர்ச்சி, நலிவு மற்றும் வீழ்ச்சி குறித்த விவாதங்களுக்குப் புதுவெளிச்சம் தந்துள்ளன. ரீட்டா ரைட் (Rita Wright) என்ற ஆய்வாளர், அகழ்வாய்வுத் தரவுகளின் துணைகொண்டு, சிந்துவெளி நகர வடிவமைப்பாளர்கள் திட்டமிட்டுச் செய்த நகரமைப்பு முறைகள் மீது புதிய கவனத்தைக் கொணர்ந்துள்ளார். சிந்துவெளி நகரங்களின் நடைமுறை சார்ந்த வடிவமைப்பிற்கும், முனைந்து செயல்படுத்தப்பட்ட வியக்கத்தக்க கட்டுமானங்களுக்கும் பின்புலமாகச் சில "நெடுவீச்சுக் கோட்பாடுகள்" ('overreaching set of ideas') இருந்திருக்கவேண்டும் என்றும் அவர் கருதுகிறார். சிந்துவெளிப் பண்பாட்டின் ஊடாக "நெடுங்காலம் நிலவிவந்த கருத்தோட்டங்கள், சிந்தனை ஒழுங்குகளின்" தாக்கத்தால்தான் சிந்துவெளிக் கட்டிடக்கலை வல்லுநர்களும் மற்றும் வினைஞர்களும் சேர்ந்து, இயற்கையமைப்பு மற்றும் சமூக அமைவுகள் குறித்த நெடுங்காலப்பண்பாட்டுக் கருத்தியல்புகளோடு இணக்கம் கொண்ட இத்தகைய ஒரு நகரமைப்பை உருவாக்கியிருக்கமுடியும் என்றும் அவர் ஊகிக்கிறார் (Rita Wright 2010:242).

நகரமைப்பு தொடர்பான அகழ்வாய்வுத் தரவுகளின் மூலம், சிந்துவெளிப் பண்பாட்டின் சமூகவியல் அமைப்பை, மேலும், அச்சமூகத்தில் நிலவிய படிநிலைவேற்றுமைகளை உய்த்துணரும் ரீட்டா ரைட்டின் இந்த அணுகுமுறை, சிந்துவெளியின் நகர்சார்ந்த வாழ்வியலுக்கான 'திசை-உயர-பொருட்புல மற்றும் சமூக' அட்டவணை ஒன்றை முதன் முதலாக உருவாக்கும் முயற்சியில் எனக்கு மிகவும் உதவியாக இருந்தது. இந்த அட்டவணை முற்றானதல்ல; முடிவானதுமல்ல. இப்போதைக்கு இது ஒரு அடையாளக் குறியீடு போலத்தான்; இக்கட்டுரையில் நான் முன்வைக்கவிருக்கும் விவாதங்களுக்குப் பின்புலமாக உதவும் ஒரு கருவி என்று இந்த அட்டவணையை எடுத்துக்கொள்ளலாம். சிந்துவெளிப் பண்பாட்டின்

சமூகப் படிநிலைகளின் குறியீட்டுச் சின்னங்கள்போலத் திட்டமிட்டு வடிவமைக்கப்பட்ட புலம் மற்றும், பொருள் அமைவை குறைந்தபட்சம் கருத்தளவிலேனும் இது வெளிப்படுத்தும் என்றும் அதன் மூலம், சிந்துவெளிப் பண்பாட்டின் படைப்பாளிகளின் மொழி அடையாளத்தை உய்த்தறியும் முயற்சியில் நமக்குதவும் என்றும் எதிர்பார்க்கலாம்.

மக்களின் மொழிப்பழக்கத்தின் மீது பெரும்பாலும் தன்னையே அறியாமல் இயல்பாகக் கட்டி எழுப்பப்படுவதுதான் "எதார்த்த உலகம்" என்றார் எட்வர்ட் சபீர் (Edward Sapir 1958: 69). "நமது சொந்த மொழிகள் விதித்த வழிமுறைகளைக் கொண்டுதான் நாம் இயற்கையைத் தோண்டித்துருவிப் பகுத்தறிகிறோம்." என்கிறார், பெஞ்சமின் லீ உர்ஃப் (Benjamin Lee Whorf) (1964:213). மொழிச் சார்புக் கோட்பாட்டையும் (linguistic relativity) மொழி நியதிவாதத்தையும் (linguistic determinism) ஒருங்கிணைக்கும் சபீர் உர்ஃப் கருதுகோள், (Sapir-Whorf Hypothesis) பல்வேறு விமர்சனத்திற்குள்ளான போதிலும், மொழிக்கும் பண்பாட்டிற்கும் இடையிலான ஒட்டுறவு குறித்த சொல்லாடல்களின் மீது, உளவியல் மொழிப்புலத்தின் முக்கியக் கருத்தமைவாக, இன்றுவரை தொடர்ந்து தாக்கம் புரிந்து வருகிறது. இதற்கு மாறான, இன்னொரு கருத்தும் உள்ளது. "மக்களின் பண்பாட்டை அம்மக்களின் மொழியில் வழங்கும் சொற்கள் (lexis) வடிவமைக்கின்றன என்பதை விட, பண்பாட்டின் காத்திரமான மூல முன்மாதிரிகளே (cultural prototypes) மொழியின் சொல்லாக்கத்தைத் தீர்மானிக்கின்றன" என்பதே அந்த மாற்றுக் கருத்தாகும் (G.Hadley 1997: 483). நம்மைப் பொறுத்தவரையில் இதில் எந்தக் கருத்து சரியானது என்பதைவிட, இந்த இரண்டு கருத்துகளும் ஒரு வகையில், மொழிக்கும் பண்பாட்டிற்கும் இடையிலான நெருங்கிய தொடர்பையே வலியுறுத்துகின்றன என்ற உண்மையே முக்கியமானது.

இந்நிலையில், உலகின் பல்வேறு பகுதிகளில் பேசப்படும் 127 மொழிகளில், திசைகள் குறித்த சொல்லாக்கம் எவ்வகையில் நிகழ்ந்துள்ளது என்பதை விளக்கும் வகையில், செசில் எச். பிரவுன் (Cecil H.Brown) 1983-ல் எழுதிய "திசைப்பெயர்கள் எங்கிருந்து வருகின்றன" ("Where do Cardinal Direction Terms Come From?") என்ற ஆய்வுக்கட்டுரை நமக்குத் தெளிவை அளிக்கிறது. கிழக்கு, மேற்கு, வடக்கு, தெற்கு என்ற நான்கு திசைகளைக் குறிக்கும் சொற்கள் பல்வேறு மொழிகளில் உருவான முறைகளை வகைப்படுத்துவதோடு, அச்சொற்கள் இயல்பாகவும், பண்பாட்டுக் களத்திலும் எவ்வளவு முக்கியமானவை என்பதற்கும், அச்சொல்லாக்கங்களின் முன்னுரிமைக்கும் நேரடித் தொடர்பு இருக்கிறது என்பதையும் அவர் கண்டறிந்து விளக்கினார் (Brown 1983: 121-161). சிந்துவெளி நகரங்களின் "மேல்-மேற்கு: கீழ்-கிழக்கு" பாகுபாட்டின் உள்ளீடான கூறுகளை, திராவிட மற்றும் இந்தோ-ஆரிய மொழிகளின் சொல்லாக்க முறைகளோடு ஒப்பிட்டுப் பார்க்கும், எனது இந்த ஆய்வின் மைய நோக்கத்திற்கு பிரவுனின் மேற்சொன்ன கண்டுபிடிப்பு துணைபுரிகிறது.

ஊர்ப்பெயர்கள் பழங்காலத்தின் 'தொல் எச்சங்கள்' ஆகும். கிழக்குமேற்கு; வடக்குதெற்கு என்ற திசைப் பகுப்பின் அடிப்படையில் பெயரிடப்பட்ட ஊர்களை உலகெங்கிலும், பல்வேறு பண்பாடுகளிலும் காணமுடிகிறது. திசையுணர்த்தும் இடப்பெயர்கள் பற்றிய ஆழமான, முறைப்படியான ஆய்வுகள், அவ்வம் மொழிகளில், குறிப்பிட்ட மக்களின் மானுடப் புவிச்சூழலில் வெவ்வேறு திசைகள் பெற்றிருக்கும் முக்கியத்துவத்திற்கும் முன்னுரிமைக்கும் ஒப்பீட்டுச் சான்றளிக்கவல்லன. அதுமட்டுமன்றி, அத்தகைய இடப்பெயர்கள், அவ்வம் மொழிகளில், திசைகளின் பெயர்களில் காலப்போக்கில் நிகழ்ந்திருக்கக்கூடிய மொழியியல் மாற்றங்கள், பலபொருளொருசொல் (polysemy) உருவாக்கங்கள், மற்றும் பொருள் திரிபுகள், மற்றும் பொருள் இழப்புகள் பற்றிய செய்திகளையும் அறிந்துகொள்ள உதவும்.

மேற்குகிழக்கு என்ற இருநிலைப் பாகுபாட்டுடன் கூடிய நகரமைப்பு, மதில் சுவர்கள், நடைமுறைத் தேவையாகவோ, அல்லது குறியீட்டு நிலையிலோ மேடான பகுதிகளுக்கு அளிக்கப்பட்ட முன்னுரிமை ஆகியவற்றைச் சிந்துவெளி நகரமைப்பின் மிகமுக்கியமான அடையாளக்கூறுகள் என்பதை மனதில்கொண்டு,இன்றைய பாகிஸ்தான், ஆப்கனிஸ்தான் உள்ளிட்ட வடமேற்கு நிலப்பகுதிகளிலும் இந்தியாவின் பல்வேறு மாநிலங்களிலும் வழங்கப்படும் இடப்பெயர்களைப் பொருத்தமான முறையில் ஒப்பிட்டுச் சான்றுகளைத் திரட்டியுள்ளேன். சிந்துவெளி நகரமைப்பில் முன்னுரிமை பெற்ற கூறுகள், வெவ்வேறு மானுடப்புவிச்சூழல்களில் பயன்படுத்தப்படும் இடப்பெயர்களில் எவ்வாறு வெளிப்படுகின்றன என்பதைப் புலன்விசாரிப்பதே இதன் நோக்கம். இதற்காக இவ்விடப்பெயர்கள் வழங்கப்படும் இடங்களின் அட்சரேகைகள், மற்றும் தீர்க்கரேகைகளைத் துல்லியமாகப் புவிவரைபடத்தில் பதிவுசெய்யவும், அவ்விடங்கள் கடல்மட்டத்திற்கு மேல் எவ்வளவு உயரத்தில் அமைந்துள்ளன என்பதைக் கணக்கிடவும் உதவியாகப் புவித்தகவல் ஒழுங்குமுறையை (Geographical Information System) இந்த ஆராய்ச்சியில் வெகுவாகப் பயன்படுத்தியுள்ளேன்.

மக்களின் புலப்பெயர்வுகள், இந்தியத்துணைக்கண்டத்தின் வரலாற்றையும் வரலாற்றுக்கு முந்தைய காலகட்ட நிகழ்வுகளையும் வெகுவாகத் தீர்மானித்துள்ளன. சிந்துவெளிப்பண்பாட்டிற்குப் பின்னர் உருவான வாழ்விடங்கள், குடியிருப்புகள் சிந்து-ஹரப்பா நாகரிகப்பகுதிகளுக்கு வெளியே, கிழக்கு, தெற்கு, தென்மேற்கு திசைகளை நோக்கிப் பரவின என்பதற்கான தொல்பொருள் சான்றுகள் உள்ளன. சிந்துவெளி நாகரிகம், திடீரென்று ஒரே நாளில் முற்றுமாக அழிந்துவிடவில்லை, மாறாக, காலப்போக்கில் மெதுவாக நலிவடைந்தது என்ற உண்மையே, அப்பண்பாட்டின் தொடர்ச்சியை நாம் இதுவரை அறிந்த சிந்துப் பண்பாட்டு நிலப்பரப்புகளுக்கு அப்பாலும் கண்டறிய வாய்ப்புள்ளது என்பதை வலியுறுத்தும். எனவே, சிந்துவெளிப் பண்பாட்டின் எச்சங்கள் குறித்த தீவிரமான ஆய்வுகள், அப்பண்பாட்டின் "பண்டம், பாத்திரங்களையும் தட்டுமுட்டுச் சாமான்களையும்" மட்டுமே

நம்பி நடைபோட முடியாது; மாறாக ஏற்கத்தக்க வெவ்வேறு தடயங்களையும் ஒருங்கிணைத்துக்கொள்ளவேண்டும். இது தவிர்க்கமுடியாத தேவை.

இவ்வாறாக, எனது இந்த ஆய்வை, நான் மெய்யெனக் கொள்கிற கீழ்க்கண்ட நான்கு வாதங்களை அடித்தளமாகக் கொண்டு முன்னெடுத்துச் செல்கிறேன்.

1. சிந்துவெளி நகரங்களின் வடிவமைப்பில் காணப்படும் "மேல்-மேற்கு: கீழ்-கிழக்கு" என்பதான பாகுபாடு எதேச்சையாக நேர்ந்தது அல்ல; மாறாக, அது சிந்துவெளிப் பண்பாட்டின் ஊடாக, நெடுங்காலம் நிலவிவந்த கருத்தியல்புகள், சிந்தனை ஒழுங்குகளின் வெளிப்பாடே.

2. சிந்துவெளிப் பண்பாட்டின் மூலமுன்மாதிரிகள், அம்மக்களின் இன்னும் கண்டறியப்படாத அந்த மொழியில் திசைகள் குறித்த சொல்லாக்க முறையிலும், பெயருருவாக்கத்திலும் தாக்கம் புரிந்திருக்கக்கூடும். எனவே, சிந்துவெளி நகரமைப்பின் திசை-உயர-பொருட்புல மற்றும் சமூகக் கூறுகளை, திராவிட மற்றும் இந்தோ-ஆரிய மொழிகளின் வரைமுறைகளோடு ஒப்பிடுவதன் மூலம், சிந்துவெளி மக்களின் மொழி அடையாளம் குறித்த வழிகாட்டுதல் நமக்குக் கிடைக்கக்கூடும்.

3. சிந்துவெளிப் பண்பாடு குறித்த மாயத்திரையை விலக்கி, புதுவெளிச்சம் தரும் சிறந்த உள்ளாற்றல் இந்தியத் துணைக்கண்டத்தில் வழங்கிய பழைய இடப்பெயர்களுக்கும், தற்போது வழக்கிலுள்ள இடப்பெயர்களுக்கும் உள்ளது.

4. சிந்துவெளிப் பண்பாட்டின் அடையாளங்கள் முற்றிலும் அழிந்துவிடவில்லை. அப்பண்பாட்டின் எச்சங்களைத் தற்கால இந்தியச் சமூகங்களிலும் இனம் காணமுடியும்.

பகுதி 1

சிந்துவெளி நகர்களின் வடிவமைப்பின் இருமைப்பாகுபாடு

'கோட்டைப்பகுதி' (Citadel) எனப்படும் 'மேல்நகரம்' (Upper Town); குடியிருப்புப்பகுதி எனப்படும் 'கீழ்நகரம்' (Lower Town) என இருவகையாகப் பிரிக்கப்பட்ட வடிவமைப்பு சிந்துவெளிப் பண்பாட்டுக் காலத்து நகரங்களின் மிக முக்கியமான அடையாளங்களில் ஒன்றாகத் திகழ்கிறது. மேல்நகரத்தை உயரமான மேட்டுநிலத்திலும், முடிந்தவரை நகரின் மேற்குப்பகுதியிலும்; 'கீழ்நகரம்' என்ற குடியிருப்புப்பகுதியைப் பெயருக்குத் தக்கவகையில், மேல்நகரத்தைவிடத் தாழ்வான பகுதியிலும், அத்துடன் கிழக்குத்திசையிலும் அமைப்பதைச் சிந்துவெளி மக்கள் வாடிக்கையாகக் கொண்டிருந்தனர். சிந்துவெளிப்பண்பாட்டின் பல்வேறு நகரங்களின் அமைப்புமுறையில், திசைகளைக் கருத்தில் கொண்டு கட்டப்பட்டுள்ள வீடுகள்; நேர்த்தியாக வளைவு நெளிவின்றி வடிவமைக்கப்பட்ட, ஆக்கிரமிப்புகளற்ற சாலைகள்; மிகப்பிரமாண்டமான செங்கல் மேடைகள்; கம்பீரமான கோட்டைமதில்சுவர்கள்; ஒரு பகுதிக்கும் மற்றொருபகுதிக்கும் இடையேயுள்ள வேறுபாடு விளங்கும்வகையிலான வடிவமைப்பு; முன் எப்போதும், எங்கும் செய்யப்படாத பொதுப்பயன்பாட்டு வசதிகள் என்று காணப்படும் ஒருமைப்போக்குகளை வைத்துப்பார்த்தால், "மேல்-மேற்கு: கீழ்-கிழக்கு" என்ற இவ்விருமைப் பாகுபாடு, விபத்தாக, எதேச்சையாக நிகழ்ந்திருக்க வாய்ப்பில்லை என்ற உணர்வைத் தோற்றுவிக்கிறது. உள்ளீடான குறியீட்டுக் கூறுகள் பலவும் நிறைந்த இத்தகைய நகரமைப்புக் கோட்பாட்டைத் திட்டமிடுவதிலும், செயல்படுத்துவதிலும், காரணம் கருதிய சிந்துவெளிச் சிந்தனையின் நோக்கமும் திறனும் தெளிவாகத் தென்படுகிறது.

இருமைப்பாகுபாட்டின் வேர்கள்

சிந்துவெளி நகர நாகரிகம் திடீரென்று மலர்ந்துவிடவில்லை. கி.மு. 3000வாக்கிலேயே, கோட் டிஜி (தற்போதைய பாகிஸ்தானில், சிந்து மாகாணத்திலுள்ளது) என்ற இடத்தில், மேட்டிலமைந்த 'கோட்டைப்பகுதி' மற்றுமொரு புறப்பகுதி என இரண்டாகப் பிரித்து வடிவமைக்கப்பட்ட குடியிருப்பொன்று இருந்ததை அகழ்வாராய்ச்சியாளர்கள் தற்போது கண்டுபிடித்துள்ளனர். கீர்த்தார் மலைத்தொடரின் அடிவாரத்திலுள்ள அம்ரி என்ற இடத்திலும் அத்தகைய தடயம் கிடைத்துள்ளது. அம்ரி-கோட்-டிஜி

ஆகிய இடங்களில் கண்டறியப்பட்டுள்ள 'மேட்டுப்பகுதி மற்றும் கீழ்நகரம்' என்ற வடிவமைப்பே சிந்துவெளிப் பகுதியின் நகர்ப்பண்பாட்டுக்காலத்திற்கு காலப்போக்கில் முன்மாதிரியான மரபாகக் கொண்டுசெல்லப்பட்டிருக்கிறது" (Wright 2010:116). இதைவிடவும் தொன்மையான குடியிருப்பின் தொல்பொருள் தடயங்கள் பாகிஸ்தானிலுள்ள மெஹர்கர் என்ற இடத்தில் கிட்டியுள்ளன. இத்தடயங்கள், சிந்துசமவெளிப்பண்பாட்டின் எழுச்சிக்குப் பின்புலமான "முன்நிகழ்வுகள்" பற்றிய நமது புரிதல்களை வளப்படுத்துகின்றன.

இருமையின் பொதுமை: அகழ்வாய்வுச் சான்றுகள்

மொகஞ்சதாரோ, காலிபங்கான், தோலாவிரா ஆகிய நகர்களில் "மேல்-மேற்கு: கீழ்-கிழக்கு" பாகுபாடு ஆகத்தெளிவாக அமைந்துள்ளது. ஹரப்பாவைப் பொறுத்தவரையில் கொஞ்சம் விவாதம் தேவைப்படும். மற்றபடி சிந்துவெளிப் பண்பாட்டுக் காலத்தைச் சேர்ந்த பிற குடியிருப்புகளும் பொதுவாக இந்த இருமைப்பாகுபாட்டை உறுதிசெய்கின்றன.

மொகஞ்சதாரோ

மொகஞ்சதாரோவில், சிந்துவெளி நகரமைப்பிற்கே உரித்தான சிறப்பியல்புகளை அகழ்வாய்வாளர்கள் அடையாளம் கண்டுள்ளனர். மேற்குத் திசையில் சிறிய, ஆனால் உயரமான மேட்டுநிலத்தில் 'கோட்டை' (Citadel) எனப்படும் பகுதி; கிழக்கே, அகன்ற ஆனால் அதைவிடத் தாழ்வான மேட்டில் 'கீழ்நகர்' எனப்படும் குடியிருப்புப்பகுதி என இருபகுதிகளும் இவ்விரண்டு பகுதிகளுக்கும் இடையே அவற்றை வேறுபடுத்திக்காட்டுவது போல அமைந்த திறந்த இடைவெளியும் உள்ளன என்பதை பி.பி. லால் (B.B.Lal) மைக்கேல் யான்ஸென் (Michael Jansen) (Lal 1997:104; Jansen 1985: 161-169) போன்ற ஆய்வாளர்கள் பலரும் தெரிவித்துள்ளார்கள். கோட்டைப் பகுதியின் மிக மேடான இடம் சுற்றுவட்டாரத்தைவிட 18 மீட்டர் உயரம் அதிகமாக உள்ளது. மேல் நகரம் வடமேற்குத் திசையில் எடுப்பாக அமைந்துள்ளது; நகரின் வெவ்வேறு பகுதிகளையும் பிரிக்கும் வண்ணம், வீடுகள் எதுவுமற்ற காலியிடங்கள் இடையிடையே இருந்தன என்கிறார் ரைட் (2010:116). பொதுவாகவே, மொகஞ்சதாரோவிலுள்ள கோட்டை மேடு "மேற்கிலுள்ள மேல் மேடு" (high western mound) என்றே அழைக்கப்படுகிறது. இந்தச் சித்தரிப்பு, கோட்டைப் பகுதி மேற்கிலுள்ளது; கீழ்க்குடியிருப்பைவிட உயர்மட்டத்திலிருப்பது என்ற இரண்டு கூறுபாடுகளையும் அதாவது திசை-உயரம் ஆகிய இருதன்மைகளையும் ஒருசேர விளக்குகிறது. அது மட்டுமின்றி, தனிநபர்களின் குடியிருப்பாகப் பயன்படுத்தப்பெறாத பொது இடங்களான 'பொதுக் குளியல் கூடம்' (Great Bath) 'தானியக் கிடங்கு' (Granary) 'கல்லூரி வளாகம்' (College) போன்றவை, கோட்டைப் பகுதியிலேயே

அமைந்திருந்தன என்ற அமைப்புமுறையும், மேல்கோட்டைப் பகுதியைக் கீழ்க்குடியிருப்பிலிருந்து வேறுபடுத்திக்காட்டுகிறது (படம் 1)

ஹரப்பா

ஹரப்பாவில், கோட்டைப்பகுதி அமைந்துள்ள மேட்டு நிலத்தை அகழ்வாராய்ச்சியாளர்கள் 'ஏ-பி மேடு' (Mound AB) என்றும் கீழ்நகர் மேடுகளை 'இ-மேடு' (Mound E) என்றும் பெயரிட்டு அழைக்கின்றனர். இவற்றில் 'ஏ-பி மேடு' மேற்குத் திசையிலும் இ-மேடுகள் கிழக்கு மற்றும் தென்கிழக்குவாக்கிலும் அமைந்துள்ளன (படம் 1). 1920-21 மற்றும் 1933-34 ஆம் ஆண்டுகளில் அகழ்வாராய்ச்சி செய்த மாதோ ஸ்வரூப் வத்ஸ் (Madho Sarup Vats), ஹரப்பாவின் மிக உயரமான மேட்டு நிலம் சுற்றுப்பகுதிகளைவிட 60 அடி கூடுதல் உயரத்தில் அமைந்திருந்தது என்று குறிப்பிடுகிறார் (Vats 1999: 2-3). ஆயினும், ஹரப்பாவின் தொல்பொருள் சிதைவிடங்கள் எவ்வளவு தூரம் பரவிக்கிடந்தன என்பது இன்னும் தெளிவாக அறியப்படவில்லை என்பதையும் வத்ஸ் சுட்டிக்காட்டியுள்ளார்.

ஹரப்பாவின் கீழ்நகரம் கோட்டையிலிருந்து நேர்கிழக்கில் அமையவில்லை; பெரும்பாலும் தென்கிழக்குமுகமாகவே அமைந்துள்ளது என்பதைக் கருத்தில் கொண்டு, பின்வருமாறு கூறுகிறார் பி.பி.லால் (Lal 1997:112)

“மேடு பள்ள எல்லைக் கோடுகளை வைத்துப் பார்த்தால், கோட்டைக்குக் கிழக்கே மேடு எதுவும் இருந்ததாகத் தெரியவில்லை. ஒருவேளை, அப்பகுதியில் மேடுகள் இருந்து பின்னர் அழித்தொழிக்கப்பட்டிருக்கலாம் என்று ஊகித்தால் மட்டுமே அவ்வாறு கருதமுடியும். சென்ற நூற்றாண்டில் லாகூர்-மூல்தான் இருப்புப்பாதை போடுவதற்காக ஹரப்பாவின் சிதைவிடத்திலிருந்து செங்கற்கள் திருடப்பட்டன என்றாலும் அத்திருட்டு இக்குறிப்பிட்ட பகுதியில்தான் நடந்தது என்பதற்கான ஆவணச் சான்றும் இல்லை”

ஆனால், கிழக்குப்பகுதியில் கடந்த காலத்தில் மேடு இருந்தது என்று ஊகிக்கப் போதுமான வாய்ப்பு இருக்கிறது. அலெக்சாண்டர் கன்னிங்காம் (Alexander Cunningham) 1853-ல் ஒரு முறையும், 1856-ல் ஒரு முறையும் ஹரப்பா சென்று புதைபொருள் ஆராய்ச்சி செய்தபோதே, அந்தப்பகுதி முழுவதையும் புகைவண்டிக்கான இருப்புப்பாதை போடும் ஒப்பந்தக்காரர்கள் பழங்காலச் செங்கற்களைக் களவாடி அழித்தொழித்துவிட்டது பற்றியும் அங்கே பாதுகாக்கத்தக்க எதனையும் அவர்கள் மிச்சம் வைக்கவில்லை என்பதையும் வருத்தத்துடன் பதிவுசெய்திருக்கிறார்.

“லாகூருக்கும்-மூல்தானுக்கும் இடையே 100 கி.மீ நீளத்திற்குப் போடப்பட்ட இருப்புப்பாதையின் அடித்தளமாய் இட்டுநிரப்ப, ஹரப்பா சிதைவிலிருந்த செங்கற்களே போதுமானதாக இருந்தது. அப்போதிருந்தே, செங்கல்திருட்டு என்பது இப்பகுதியிலுள்ள பலருக்குப் பிழைப்பாக இருந்திருக்கிறது. கிட்டத்தட்ட 5000 பேர் வசிக்கும் தற்போதைய ஹரப்பாவிலும், அதன் சுற்றுப்பகுதிகளிலும் உள்ள வீடுகளில் பெரும்பாலானவை இந்தத் திருட்டுச்

செங்கற்களின் புண்ணியத்தில்தான் கட்டப்பட்டுள்ளன" என்று கன்னிங்காம் கூறியதை வத்ஸ் நினைவுபடுத்துகிறார். (வத்ஸ் மேற்கோள் காட்டியபடி: Vats 1992:3)

ஹரப்பாவில் மேற்கு, வடக்கு, மற்றும் தெற்குத் திசைகளில் சுமார் 3500 அடி நீளத்திற்குத் தொடர்ச்சியாக மேடுகள் உள்ளன. ஆனால், கிழக்குப்பகுதியில் மேட்டுத் தொடரின் நீளம் 2000 அடிதான் உள்ளது; ஒரு இடத்தில் 800 அடி நீளத்திற்கு மேடு எதுவும் இல்லாமல் முழு இடைவெளி உள்ளது. அந்த இடைவெளி ஏன் என்பது தெரியவில்லை என்று தெரிவித்த கன்னிங்காம், வடமேற்குப்பகுதியிலுள்ள மேட்டுப்பகுதியில், கிழக்கு மற்றும் மேற்குமுகங்களில் படிக்கட்டுகள் பலவற்றின் சிதைவுகளைக் கண்டுபிடித்தார். இந்தப் படிக்கட்டுகள் சுற்றுப்பகுதிகளைவிட 60 அடி உயர்வான மட்டத்தில் காணப்பட்டன. ஆனால், 1920-21ஆம் ஆண்டுகளில் வத்ஸ் அங்கே அகழ்வாய்வு செய்யச்சென்றபோது அந்தப் படிக்கட்டுகள் இல்லை. மொகஞ்சதாரோவிலும் அத்தகைய அமைப்பே காணப்படுகிறது என்பதை நாம் இங்கு நினைவுகூரலாம்.

இதிலிருந்து ஒன்று தெளிவாகிறது. ஹரப்பாவில் இன்று காணக்கிடைக்கும் சிதிலங்கள், ஹரப்பா நகரம் பற்றிய முழுமையான சித்திரத்தை நமக்கு வழங்கவில்லை. இருப்பினும், வடமேற்குத் திசையில் நிச்சயமாகக் கண்டறிந்து உறுதி செய்யப்பட்டுள்ள, உயர்மேடு; கிழக்குப் பகுதியில் காரணம் சொல்லமுடியாத வகையிலிருக்கும் 800 அடி இடைவெளி; செங்கல் கொள்ளையால் சின்னாபின்னமாகிச் சிதைந்த வரலாற்றின் சுவடுகள் என்ற பின்னணியில் பார்க்கும்போது, ஹரப்பா நகரச் சிதைவுகள் சிந்துவெளிப் பண்பாட்டின் இருமைப்பாகுபாடு என்ற நகரமைப்பு முறைக்குச் சாட்சியம் சொல்வதாகவே தோன்றுகிறது. மேலும், ஹரப்பாவின் மேற்கு மற்றும் வடமேற்குப் பகுதிகளில்தான் வசிப்பிடமாகப் பயன்படுத்தப்படாத பொதுவசதிக் கட்டிடங்கள் அமைந்திருந்தன என்பது அப்பகுதியை நகரின் பிறபகுதிகளிலிருந்து வேறுபடுத்திக்காட்டுவதுடன் மொகஞ்சதாரோ போன்ற இருமைப் பாகுபாடான வடிவமைப்பையும் நினைவுபடுத்துகிறது..

இதுமட்டுமின்றி, மொகஞ்சதாரோ மற்றும் ஹரப்பாவின் நகரமைப்பு முறைகளை ஒப்பிட்ட மார்ட்டிமர் வீலர் (Mortimer Wheeler) ஹரப்பா பற்றிய மாற்றுக்கருத்து எதனையும் தெரிவிக்கவில்லை என்பதும் குறிப்பிடத்தக்கது. "இரு இடங்களிலும் (மொகஞ்சதாரோ, ஹரப்பா) உள்ள மேடுகள் இரண்டு பிரிவாக உள்ளன: மேற்குப்பகுதியில் உயரமான மேடு, அதைவிட விரிவான ஆனால் குறைவான உயரத்தில் கிழக்காகத் தொடரும் மேடுகள்" என்றே அவர் வருணிக்கிறார் (Wheeler 1968: 26). ஒருவேளை, அவர், சந்தேகத்தின் பலனை சிந்துவெளிக் கட்டிடக்கலைஞர்களுக்கு அளித்து, கிழக்கு மேட்டிலுள்ள '800 அடி முழு இடைவெளியை' செங்கல் கொள்ளையால் நேர்ந்த சிதைவிற்குச் சான்றாக எடுத்துக்கொண்டார் போலிருக்கிறது. ஏனெனில், வீலர் அங்கே கள ஆய்வு செய்யச் சென்ற காலகட்டத்திற்குள்,

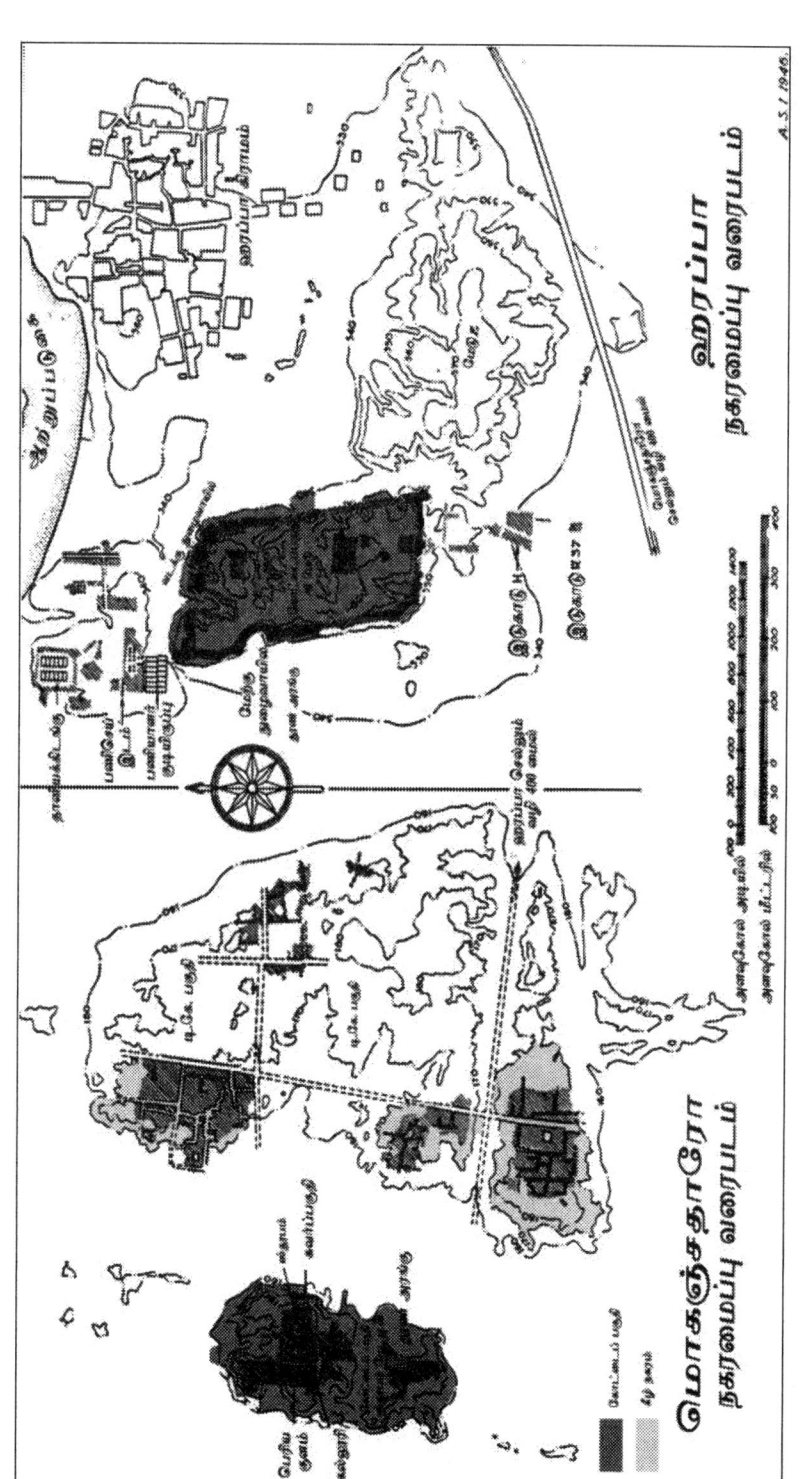

படம் 1. மொகஞ்சதாரோ, ஹரப்பா நகரமைப்பு - அஸ்கோ பர்போலாவின் வரைபடத்தை முன்மாதிரியாகக் கொண்டது (Parpola: 2000)

சிந்துவெளி நகரங்கள் என்றால் இப்படித்தான் மேற்கு-கிழக்கு என்று இருமைப் பகுப்பாக இருக்கும் என்பது அகழ்வாராய்ச்சியாளர்கள் மனதில் உறுதியாகப் பதிந்துவிட்டது.

அதுவன்றி, இந்த ஆய்வைப் பொறுத்தவரையில், சிந்துவெளி நகரங்களின் இருமைப்பகுப்பு எனும் கோட்பாட்டிற்கான உறுதிச்சான்று, ஹரப்பாவில் காணாமல் போன தொடர்மேட்டின் தோள்களில் மட்டும் தொங்கிக்கொண்டிருக்கவில்லை. அக்கோட்பாட்டை உறுதி செய்யும் பல தடயங்கள் சிந்துவெளிப் பண்பாட்டின் பிற நகரங்களின் அமைப்பிலும் காணக்கிடக்கின்றன. எனவே, மொகஞ்சதாரோவைப் போலவே ஹரப்பா நகர வடிவைப்பிலும் "மேல்-மேற்கு: கீழ்-கிழக்கு" என்ற இருமைப்பாகுபாடு இருந்தது என்ற மார்ட்டிமர் வீலரின் நம்பிக்கையை நாமும் பகிர்ந்துகொள்ளலாம்.

காலிபங்கான்

காலிபங்கானில் கிடைத்துள்ள அகழ்வாராய்ச்சித் தடயங்களும் சிந்துவெளி நகரமைப்பிற்கே உரித்தான "மேல்-மேற்கு: கீழ்-கிழக்கு" இருமைப் பாகுபாட்டை உறுதிசெய்கின்றன. (படம் 2). உண்மையில் ஹரப்பா மக்களின் செயல்திட்டம் இங்கேதான் மேலும் தெளிவாகப் புலப்படுகிறது. மொகஞ்சதாராவைப் போலவே இங்கும் இரண்டு மேடுகள் உள்ளன. சிறிய மேடு ஒன்று மேற்குத்திசையில் உள்ளது. 'அகழ்வாராய்ச்சியாளர்கள இம்மேட்டிற்கு கேஎல்பி1 (KLB1) எனப் பெயரிட்டுள்ளனர்.' கிழக்குத்திசையில், அகன்ற, விரிவான மேடொன்று உள்ளது.. இந்த மேடு கேஎல்பி2 (KLB2) என்று அழைக்கப்படுகிறது.' காலிபங்கான் சிதைவுகளுக்கென்று ஒரு தனிச்சிறப்பு இருக்கிறது. முழுவளர்ச்சி பெற்ற ஹரப்பா நாகரிகக் குடியிருப்பு தோன்றுவதற்கு முன்பே காலிபங்கானில் இதே இடத்தில், அக்காலகட்டத்திற்கு முந்திய, பழைய குடியிருப்பொன்று (Pre Harappan Settlement) இருந்தது கண்டுபிடிக்கப்பட்டுள்ளது. இதனால், சிந்து-ஹரப்பா பண்பாடு முழுவீச்சில் எழுச்சிபெறுவதற்கு முந்தைய படிநிலைவளர்ச்சியை, மாற்றங்களைப் புரிந்துகொள்வதற்கு காலிபங்கான் சிதைவுகள் உதவுகின்றன.

காலிபங்கான் குடியிருப்பும் மேற்கே கோட்டைப்பகுதி, கிழக்கே 'கீழ்நகரம்' என்று வழக்கமான தோற்றத்துடன் வடிவமைக்கப்பட்டிருக்கிறது (Lal 1997:119). இந்தக் குடியிருப்பிற்கான திட்டத்தைத் தயாரித்துச் செயல்படுத்தியவர்கள், அந்த இடத்தில் ஏற்கனவே அமைந்திருந்த பழைய குடியிருப்பின் பலனாகக் கிடைத்த மேட்டை, அதாவது அதன் உயரத்தைச் சாதகமாக்கிக் கொண்டு அதைத் தங்களது புதிய குடியிருப்பின் கோட்டைப் பகுதிக்கேற்ற நிலமாகப் பயன்படுத்திக்கொண்டார்கள். அதே நேரத்தில், கீழ் நகரை அமைப்பதற்கு, கோட்டைப்பகுதியிலிருந்து 40 மீட்டர் கிழக்காகச் சென்று, ஒரு புதிய இடத்தைத் தேர்ந்தெடுத்துக்கொண்டார்கள். கோட்டைப்பகுதி, மேலாகவும் அதுவும் மேற்காகத்தான் இருக்கவேண்டுமென்ற ஹரப்பா பண்பாட்டின் எண்ண ஓட்டத்தை இங்கே நன்றாகப் புரிந்துகொள்ள

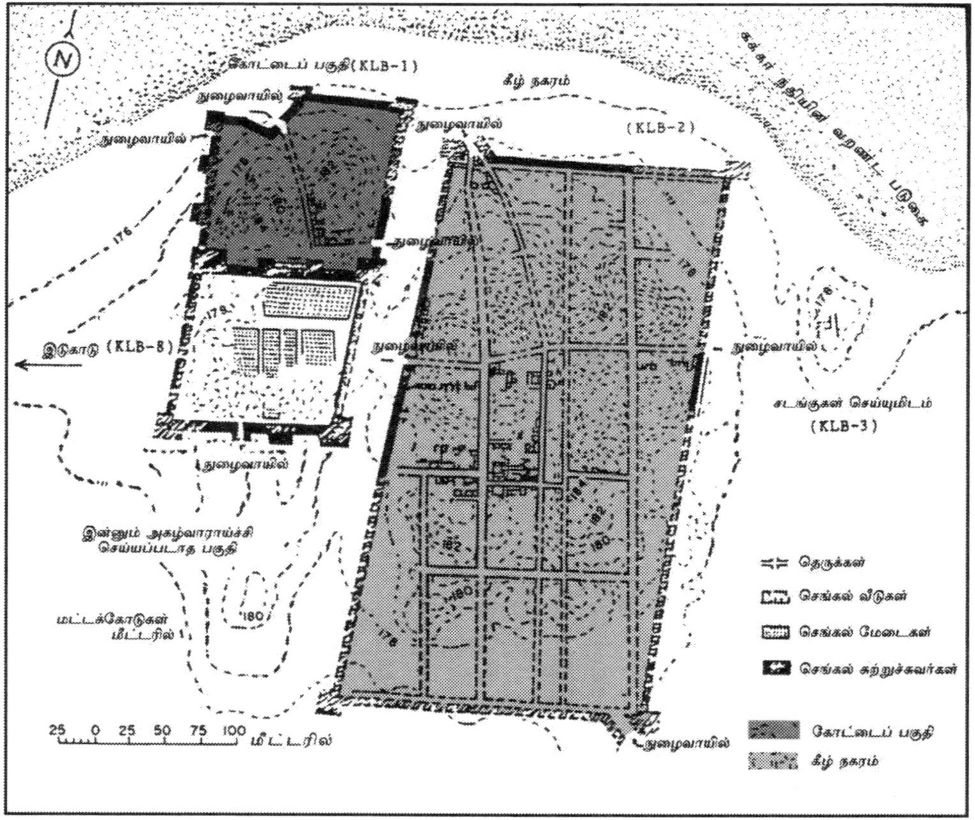

படம்.2. காலிபங்காளின் நகரமைப்பு படி. லாலின் வரைபடத்தை முன்மாதிரியாகக் கொண்டது, Lal:1997)

முடிகிறது. முந்தையகாலக் குடியிருப்பின் தளத்தைக் கோட்டைப் பகுதிக்குப் பயன்படுத்தும்போது அங்கிருந்த பழைய மதிற்சுவரின் மேற்கு மற்றும் வடக்குப் பகுதிகளைத் தேவையான மாற்றங்களோடு அப்படியே பயன்படுத்திக்கொண்ட சிந்துவெளிப் பொறியாளர்கள், கிழக்குப் பகுதிக்கு வரும்போது, முந்தைய குடியிருப்பின் ஒழுங்கமைவை (alignment) முற்றிலும் தரைமட்டமாக்கி, புதிய ஒழுங்கமைவை ஏற்படுத்தி இருக்கிறார்கள். இது ஒரு திட்டமிட்ட செயல் என்கிறார் லால். கோட்டைப்பகுதியின் ஒட்டுமொத்தமான உருவரைத் தோற்றம் (outline) ஒரு இணைகரமாக (Parallelogram) இருக்கவேண்டும்; வடக்கு தெற்குப் புயங்கள் ஒவ்வொன்றும் 240 மீட்டர் அளவும் கிழக்கு மேற்குப் புயங்கள் 120 மீட்டர் அளவுமாக-ஹரப்பா மக்களின் விருப்பத்திற்குகந்த விகிதாச்சாரமான இரண்டுக்கு-ஒன்று (2:1) என்ற கணக்கை நேர் செய்வதாகவும் இருக்கவேண்டும் என்பதற்காகத்தான் இந்த ஏற்பாடு என்று காரணம் கற்பிக்கிறார் லால். (Lal 1997:119). இந்த ஊகம் சரியானதென்றே தோன்றுகிறது.

தோலாவிரா

தோலாவிராவில், காப்பரணும் (Castle), இடைவெளி முற்றமும் (Bailey) ஒருங்கமைந்த கோட்டைப்பகுதி, நகரின் வடமேற்குப் பகுதியில்தான் அமைந்துள்ளது. (படம்.3) இங்குள்ள சிந்துவெளிக் காலத்து குடியிருப்பு மூன்று முக்கியக் கூறுகளைக் கொண்டுள்ளது. கோட்டைப் பகுதி மற்றும் கீழ்நகரம் போக, மேலும் ஓர் அங்கமாக 'நடுநகரம்' உள்ளது. கோட்டைப் பகுதியும், மேற்கில் காப்பரண், கிழக்கில் இடைமுற்றம் என இருபகுதிகளாகப் பிரிக்கப்பட்டுள்ளது. இது தோலாவிராக் குடியிருப்பின் தனித்தன்மையாகும். காப்பரண், இடைமுற்றம் ஆகிய இரண்டுமே சுற்றுமதில் சுவர்களைக் கொண்டுள்ளன. அதுமட்டுமின்றி, நகரின் உயர்பகுதிகளும் கீழ்நகரும் மதில்களால் பிரிக்கப்பட்டுள்ளன. சுற்றுவட்டத்திலிருந்து கிட்டத்தட்ட 15 முதல் 18 மீட்டர் உயரத்தில் அமைந்திருக்கும் காப்பரண், நகரின் குடியிருப்புப்பகுதிகளை மட்டுமின்றி சுற்றுப்பகுதிகளையும் கண்காணிக்க வசதியாக அமைக்கப்பட்டது போல எடுப்பாக உள்ளது. காப்பரணைவிட இடைமுற்றம் உயரம் குறைவாக உள்ளது; இடைமுற்றத்தைவிட நடுநகரின் உயரம் குறைவாக உள்ளது; அதைவிடத் தாழ்வாக இருக்கிறது கீழ்நகர். ஒட்டுமொத்தமாகப் பார்க்கும்போது, தோலாவிராவில் காப்பரண், இடைமுற்றம் ஆகிய இரண்டும் உள்ளிட்ட கோட்டைப்பகுதி ('கூடுமான அளவிற்கு மேற்கில்' ('more westerly area') அமைந்துள்ளது. குடியிருப்புப்பகுதியான கீழ்நகர் தெளிவாகக் கிழக்குப்பகுதியில் அமைந்துள்ளது. (Lal 1997: 139) இது, மேல்-மேற்கு: கோட்டைக்கு; கீழ்-கிழக்கு: கீழ்நகருக்கு; என்ற சிந்துவெளி நகரமைப்புக் கோட்பாட்டை ஐயத்திற்கிடமின்றி நிறுவுகிறது.

"தோலாவிரா குடியிருப்பின் "3A" (Stage IIIA) எனும் காலகட்டநிலையில் குடியிருப்பு மிக வேகமாக வளர்ச்சி பெற்றது. அப்போது, அதற்கு முந்தைய காலகட்டத்துக் கோட்டைப்பகுதி சீரமைக்கப்பட்டுக் காப்பரண்,

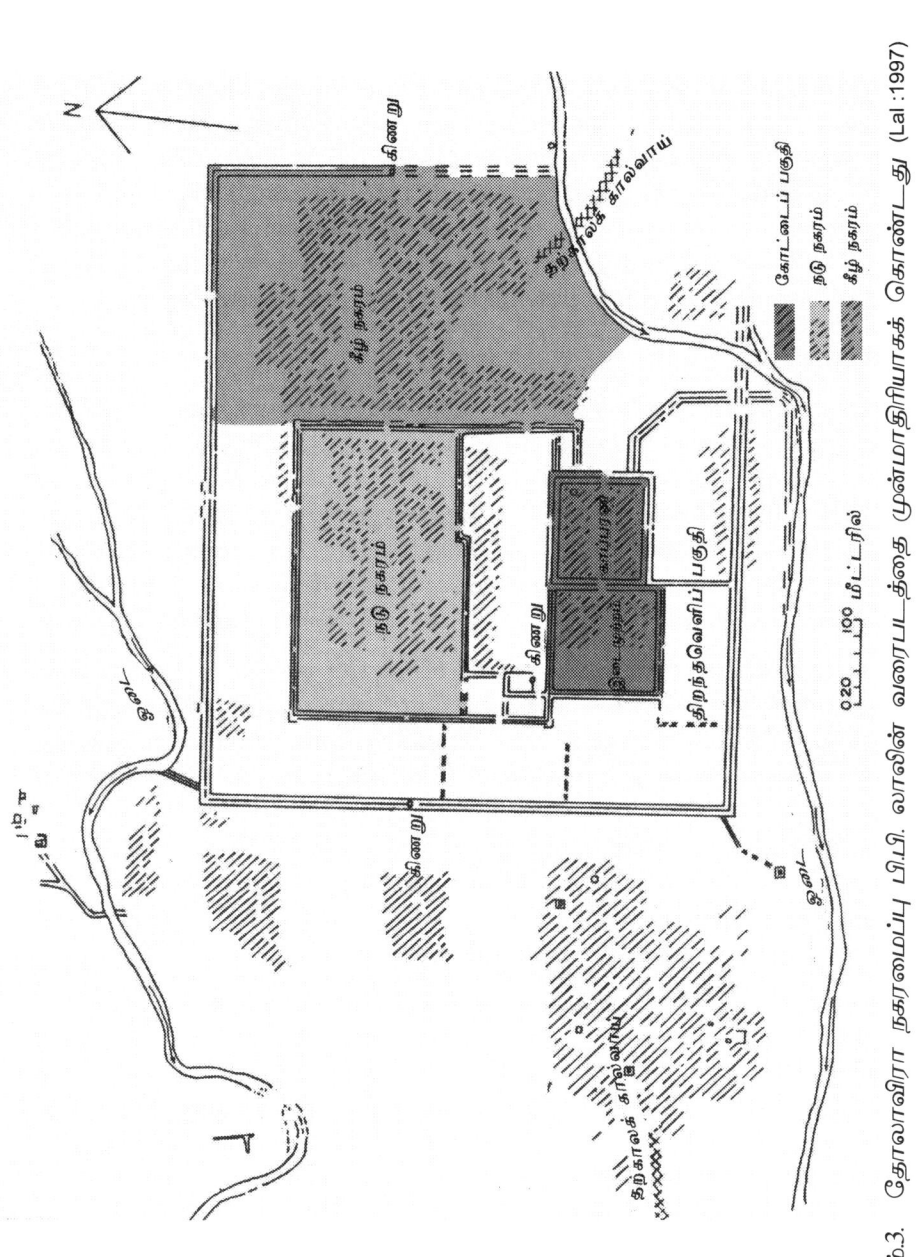

படம்.3. தோலாவிரா நகரமைப்பு பி.பி. லாலின் வரைபடத்தை முன்மாதிரியாகக் கொண்டது (Lal :1997)

இடைமுற்றம் என்ற இரு பகுதிகளாக விரிவுபடுத்தப்பட்டது. இவற்றில், காப்பரண் ஏற்கனவே இருந்த கோட்டையின் எச்சமிச்சங்களின் மீது எழுப்பப்பட்டது. அவ்விடத்திலிருந்து, மேற்காக இடைமுற்றம் கட்டப்பட்டு, இவ்விருபகுதிகளையும் உள்ளடக்கிய பொதுச்சுற்றுச் சுவரும் எழுப்பப்பட்டது. இதைப்போலவே, கீழ்நகரம் உருவாக்கப்பட்டபோது, மேற்சொன்ன '3A' காலகட்டத்துக் குடியிருப்பின் கிழக்கு மண்டலமாக இருந்த நிலப்பகுதியையே அதற்காகத் தேர்ந்தெடுத்தார்கள் என்பதோடு மட்டுமின்றி, புதிய கீழ்நகரப் பகுதி முற்றாக உள்ளடங்கும் வண்ணம் புறமதில்களைக் கிழக்குமுகமாக மேலும் விரிவாக்கினார்கள்" என்ற அகழ்வாய்வாளர்களின் அறிக்கை சிந்துவெளிப்பண்பாட்டில் நிலவிய மேற்குகிழக்கு பற்றிய கண்ணோட்டத்தைப் புரிந்துகொள்ள உதவுகிறது. (Indian archaeology 1991-92: a review. 1996:28)

லோத்தல்

குஜராத்திலுள்ள லோத்தலில், ஹரப்பா நாகரிகத்தின் தடயங்கள் கண்டறியப்பட்டுள்ள "புராதன மேடு" சுற்றுமட்டத்திலிருந்து படிப்படியாக 18 அடி வரை மேலெழுந்துள்ளது (படம்.4). பழங்காலத்தில் இந்த மேடு இப்போதுள்ளதைவிட இன்னும் மிகப்பெரிதாக இருந்திருக்கவேண்டும்; கடந்த 3000 ஆண்டுகள் கால இடைவெளியில் ஏற்பட்ட மண் அரிமாணம், மண்மூடல் விளைவாக மேட்டின் அளவு குன்றியிருக்கக்கூடும் என்றும் அகழ்வாராய்ச்சியாளர் எஸ்.ஆர். ராவ் மதிப்பிடுகிறார் (Rao 1979:20).

லோத்தலில் 1954-55; மற்றும் 1962-63 ஆகிய காலகட்டங்களில் ராவ் அகழ்வாராய்ச்சி செய்தார். லோத்தலில் கோட்டைப் பகுதி என்று கூறத்தக்க பகுதியை இந்த அகழ்வாராய்ச்சியாளர் 'அக்ரோபொலிஸ்' (Acropolis) அதாவது நகரின் உள்ளரண் என்று அழைக்கிறார். கோட்டைப்பகுதிக்கென்று தனியிடம் ஒதுக்கி அமைக்கப்படவில்லையென்றாலும், அப்பகுதி தனக்கென்று ஒரு தனி அடையாளத்தைக் கொண்டிருக்கிறது. பொதுவசதிகளோடு கூடிய லோத்தல் நகரமைப்பைத் திட்டமிட்டு, செயல்படுத்திய சிந்துவெளிப் பண்பாட்டுக்கால 'அறிவார்ந்த தலைவனின்' (Leader-Genius) ஆற்றல்மிக்க பங்களிப்பைப் பின்வருமாறு மெச்சுகிறார் அகழ்வாய்வாளர் ராவ்.

"நகர்வாழ் மக்களின் ஒத்துழைப்பைப் பெற்று, ஏராளமான அடிமட்டத் தொழிலாளர்களைப் பயன்படுத்தி வேலைவாங்கும் திறன்கொண்ட ஒரு "அறிவார்ந்த தலைவனைத்" தவிர வேறெவரும் இத்தகைய விரிவான பொதுப்பணிக் கட்டுமானங்களுக்குச் செயல்வடிவம் கொடுத்திருக்கமுடியாது. அத்தலைவனை, அங்குவாழ்ந்த அனைவரும் மிகவும் மதித்துப் போற்றியதால், அவன், அனைத்து வசதிகளோடும் கூடிய உயரமான மேடெழுப்பி அதன் மீது கட்டப்பட்ட மாளிகையில் வசித்திருக்கிறான். அப்போதுதான் அதிகார மையம் கம்பீரமாகக் காட்சியளித்திருக்கும். எல்லாவகையான இடர்ப்பாடுகளிலிருந்தும் பாதுகாக்கப்பட்டிருந்தது அவனது வசிப்பிடம். ஓர் அதிகார மையமாக விளங்கியதென்பதால் 'அக்ரோபொலிஸ்' என்று நான் அழைக்கும் அவ்வசிப்பிடம், நகரின் தென்மேற்குப் பகுதியில்

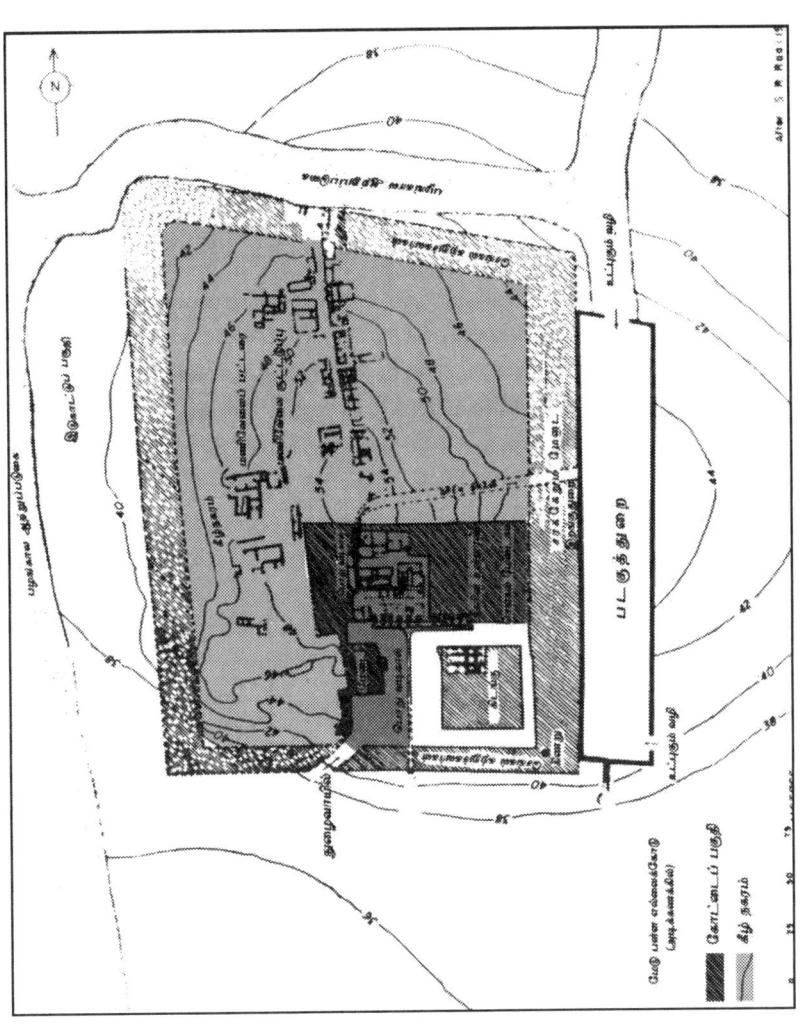

படம்.4. லோத்தல் நகரமைப்பு எஸ்.ஆர் ராவ் (Rao:1973), ஜெ.பி. ஜோஷி மற்றும் ஆர்.எஸ். பிஷ்ட்: (Joshi and Bisht: 1994) ஆகியோரின் வரைபடத்தை முன்மாதிரியாகக் கொண்டது

படகுத்துறையை எதிர்நோக்கியவண்ணம் அமைந்திருந்தது. வணிகர்களும், கைவினைஞர்களும் மற்றவர்களும் வசித்த கீழ்நகரிலும் பொதுவசதிகள் செய்யப்பட்டிருந்தன (Rao 1979: 25).

அகழ்வாய்வாளர் வழங்கும் மேற்கண்ட சித்தரிப்பு, சிந்துவெளிப் பண்பாட்டில் எவ்வாறு 'உயரமான மேடைகள்' (High Platforms) சமூகநிலை வேறுபாட்டின், தனித்துவ அடையாளங்களின் குறியீடாகப் பயன்பட்டன; 'மேற்கு' மற்றும் 'மேல்' (உயரம்) என்ற இரு கூறுகளும் எவ்வாறு ஒருசேர முக்கியத்துவம் பெற்றன; 'அறிவார்ந்த தலைவன்' வசிக்கும் 'அதிகார மாளிகை', வணிகர்களும் 'கைவினைஞர்களும், மற்றவர்களும் வாழும் 'கீழ்நகரம்' என்று சமூகவியல் கோணத்தில் வாழ்விடங்கள் எவ்வாறு திசை-உயர பரிமாணங்களின் மூலம் வடிவமைக்கப்பட்டுள்ளன என்பதைத் தெள்ளத்தெளிவாக அடிக்கோடிட்டு விளக்குகிறது.

மேலும், லோத்தல் நீர்நிலையிலிருந்து 200 மீட்டர் தென்கிழக்காக, ஹரப்பா காலத்து மட்பாண்ட ஓடுகளும், செங்கற்களும் கிடைத்திருப்பதும்; படகுத்துறையிலிருந்து கிழக்கில் சுமார் 200 மீட்டர் தொலைவில் செங்கற்சுவரோடு கூடிய பழங்கிணறு ஒன்று கண்டுபிடிக்கப்பட்டிருப்பதையும் வைத்து லோத்தல் நகரக்குடியிருப்பு துறைமுகப்பகுதியிலிருந்து கிழக்காகவும், தென்கிழக்காகவும் விரிவடைந்திருக்கக்கூடும் என்று அகழ்வாராய்ச்சியாளர் ஊகிக்கிறார். இதை, மேற்கிலிருந்து கிழக்கு நோக்கிய குடியிருப்பு விரிவாக்கத்திற்கான அறிகுறி எனக்கொள்ளலாம்.

பனவாலி

பனவாலியில், ஆர்.எஸ், பிஷ்ட் (R.S.Bisht) என்பவரும் அவரது குழுவினரும் அகழ்வாராய்ச்சி செய்தனர். '1C' காலகட்டம் (Period IC) என்று அகழ்வாராய்ச்சியாளர்கள் குறிப்பிடும் ஒரு படிநிலையில், பனவாலி குடியிருப்பின் அமைப்பிலும் கட்டுமானத்திலும் மிகத்தீவிரமான மாற்றங்கள் நிகழ்ந்தன. இக்குறிப்பிட்ட காலகட்டத்தில், முழுக்குடியிருப்பும் புதிதாகத் திட்டமிட்டு வடிவமைக்கப்பட்டது. சிந்துவெளிப் பண்பாட்டின் முத்திரை அடையாளம் போன்ற இருமைப்பாகுபாடு நகரமைப்பில் அறிமுகம் செய்யப்பட்டது. "முந்தையக் காலகட்டக் குடியிருப்பின் மதிற்சுவர்களை மேல்வாக்கில் வெட்டியும் செதுக்கியும் விட்டு, அதன் அகலத்தை இருமடங்காக்கி அதற்குள் கோட்டைப் பகுதியை அமைத்தனர். அதை ஒட்டி, கிழக்குப்பகுதியிலும் வடக்குப்பகுதியிலும் கீழ்நகரம் உருவானது. மேற்குப்பகுதியில் எதுவும் மாற்றம் செய்யப்படவில்லை" (Indian archaeology 1986-87: a review. 1992:33).

கோட்டை, கீழ்நகரம் ஆகிய இரண்டு பகுதிகளுமே குடியிருப்பின் புறமதில் அரணுக்குள்தான் அமைந்திருந்தன; இருப்பினும் கோட்டைப்பகுதிக்கென்று தனியான தடுப்புமதில் சுவர்கள் இருந்தன; தென்பகுதியிலிருந்த பொதுச்சுவர் கீழ்நகரிலிருந்து துண்டிக்கப்பட்டிருக்கவில்லை. முந்தைய காலத்துப் பழைய குடியிருப்பு இருந்த இடத்திலேயே புதிய குடியிருப்பை அமைக்கத் திட்டம்

தீட்டிச் செயல்படுத்திய சிந்துவெளிப் பண்பாட்டினர், கோட்டைப்பகுதி கீழ்நகரை விட ஒருபடி உயரமாக, கீழ்நகரை மேற்பார்வை செய்ய ஏதுவாக இருக்கும்படி பார்த்துக்கொண்டனர் (Lal 1997:125). இவ்வாறு, சிந்துவெளி நகரமைப்பின் முத்திரையை பனவாலியிலும் காணமுடிகிறது.

ஸுர்கோட்டடா

ஸுர்கோட்டடாவில் ஒரு சிறு குடியிருப்பு வளாகத்தின் சிதைவுதான் ஹரப்பா பண்பாட்டின் அடையாளமாக இருக்கிறது. இவ்வளவு சிறியதொரு வளாகத்தை மற்ற நகர்களின் வரிசையில் வைத்துக் கணக்கிடவேண்டுமா என்று தனது வியப்பைத் தெரிவிக்கிறார் அகழ்வாய்வாளர் லால். இந்த ஆய்வுக்கட்டுரையைப் பொறுத்தவரையில் இந்த வளாகம் சிறியதா, பெரியதா என்பதைவிட, இக்குடியிருப்பின் வடிவமைப்பு, "மேல்-மேற்கு: கீழ்-கிழக்கு"இருமைப் பாகுபாட்டை அழுத்தம் திருத்தமாக உறுதிசெய்கிறது என்பதே முக்கியமாகும் ((காண்க வரைபடம்.5). தோராயமாக ஐந்து முதல் எட்டு மீட்டர் (கிழக்கு மேற்காக) உயரமுள்ள மேடு ஒன்றை ஸுர்கோட்டடாவில் கண்டுபிடித்த அகழ்வாய்வாளர் ஜெ.பி.ஜோஷி(J.P.Joshi), அந்த மேடு "மேற்குப்பகுதியில் உயரமாகவும் கிழக்குப்பகுதியில் தாழ்வாகவும் உள்ளது" என்று தெளிவாகக் கூறியுள்ளார் (Joshi 1990:14-16). கோட்டைப்பகுதிக்குப் பொருத்தமான இடத்தை ஹரப்பா பண்பாட்டினர் தேர்ந்தெடுத்த விதம் பற்றி அவர் பின்வருமாறு கூறுகிறார்.

"ஸுர்கோட்டடாவை வந்தடைந்த ஹரப்பா மக்கள், அங்குள்ள மேட்டில், மேற்குப்பகுதி கிழக்குப் பகுதியைவிட உயரமாக இருப்பதையும் இருபகுதிகளுக்கும் இடையிலான ஏற்றத்தாழ்வு சராசரியாக 1.50 மீட்டர் இருப்பதையும் கண்டறிந்தனர் என்பது குடியிருப்பு மேட்டில் ஆங்காங்கே ஆழமாகத் தோண்டிச் செய்த ஆய்வுகளால் புலனாகிறது. அனேகமாக, உயரப்பகுதியில் கோட்டைப்பகுதியையும், தாழ்வான பகுதியில் குடியிருப்புப் பகுதியையும் அமைக்க இந்த இடம் மிகப்பொருத்தமானது என்று அவர்கள் கருதியிருக்கக்கூடும். மேலும், ஹரப்பா பண்பாட்டினர் குடியிருப்பு அமைக்க இப்படியொரு இடம் கிடைக்குமா என்றுதான் தேடியிருக்கவேண்டும்; அத்தகைய ஏற்ற, இறக்கமான இடம் இயற்கையாகவே அமைந்ததால் அதைத் தங்களுக்குச் சாதகமாகப் பயன்படுத்திக்கொண்டனர் என்றும் கருத இடம் உண்டு." (Joshi 1990:42).

ஹரப்பா மக்கள் 'மேடையிலேயே மிகவும் குறியாக இருந்தவர்கள்" ("very much platform minded") என்றும் வருணிக்கிறார் அகழ்வாராய்ச்சியாளர் ஜோஷி. குண்டும் குழியுமாக இருக்கும் இடத்திலுள்ள பிரச்னைகளை அறிந்திருந்த அம்மக்கள், அந்தப்பகுதி முழுவதையும் ஒரு சீராக்கி, பின்னர், கோட்டைப்பகுதியைச் சராசரியாக 1.5 மீட்டர் அளவுக்கும் குடியிருப்புப் பகுதியைச் சராசரியாக ½ மீட்டர் அளவுக்கும் மேடாக உயர்த்தினர் (Joshi 1990: 42) என்றும் அவர் குறிப்பிடுகிறார்

மண் நிரப்பி உருவாக்கிய மேடான நிலத்தில் கோட்டை வளாகம் கட்டப்பட்டது, அப்பகுதியிலுள்ள கட்டிடங்கள் குடியிருப்புப் பகுதியிலுள்ள வீடுகளைவிடப் பெரிதானவை என்பதும், குடியிருப்புப்பகுதிகளிலுள்ள வீடுகளில் அத்தகைய அடித்தள மேடை எதுவும் அமைக்கப்படவில்லை என்பதே இவ்விரு பகுதிகளுக்கும் இடையிலான தர அடிப்படையிலான முக்கியமான வேறுபாடு என்ற கருத்தும் இங்கு நினைவுகூரத்தக்கன. (Lal 1997: 135). இது, அடித்தள மேடை என்ற உத்தியைப் பயன்படுத்தி, "மேல்-மேற்கு: கீழ்-கிழக்கு" என்ற அமைப்புமுறையைக் குறியீட்டு அளவிலேனும் நிலைநிறுத்தவேண்டும் என்ற ஹரப்பா பொறியாளர்களின் நோக்கத்தையும் ஆர்வத்தையும் தெளிவாக்குகிறது. அந்த வகையில் "மேல்-மேற்கு: கீழ்-கிழக்கு" என்ற அமைப்புமுறை சிந்துவெளி நகர்மயப் பண்பாட்டின் நடைமுறைத் தேவையாக இருந்திருக்கக்கூடும் என்பதோடு அத்தகைய திட்டமிடலுக்குப் பின்னணியாக ஆழமான பண்பாட்டுக் கருத்தியல் சமூக உளவியல் சார்ந்த ஒரு குறியீடாகச் செயல்பட்டிருக்கவும் கூடும் என்று எண்ணத்தோன்றுகிறது.

ஸுட்காஜென் தோர்

ஸுட்காஜென் தோரில், குடியிருப்பின் முக்கியப்பகுதியில் கோட்டை அமைந்துள்ளது. ஆனால், மற்ற நகரங்களைப் போலக் கீழ்நகரம் இருந்ததற்கான போதிய சான்றுகள் இல்லை. டேல்ஸின் (Dales) தலைமையில் நடந்த அகழ்வாய்விலும் பெரிதாகத் தடயம் எதுவும் கிட்டவில்லை. மாக்ளர் (Mockler) செய்த ஆய்வில் சில தடயங்கள் கிட்டின. இருப்பினும், கோட்டைப்பகுதி சுற்றுப்பகுதிகளை மேற்பார்ப்பது போல எடுப்பாக, திசைகளைக் கருத்தில் கொண்டு அமைந்த செவ்வக வடிவில் உள்ளது என்று லால் வெளியிடும் கருத்து கவனிக்கத்தக்கது (Lal 1997:143).

பாலாகோட்

சிந்துவெளி நகர்ப்பண்பாட்டின் தன்மையறிந்த அகழ்வாய்வாளர்களைப் பொறுத்தவரையில், இருமைப்பாகுபாடான நகரமைப்பு என்பது 'இப்படித்தான் இருக்கும்' என்று முன்கூட்டியே எதிர்பார்ப்பைத் தருகிற, முடிந்த முடிவான' விஷயம்தான். சிந்துவெளிக் குடியிருப்புக் களஆய்வின்போது உயரமான மேடு என்று ஒன்றிருந்தால், அதற்குக் கிழக்கே கீழ்நகரம் இருந்தே தீரும் என்ற தீர்மானத்துடன் அகழ்வாய்வாளர்கள் தடயங்களைத் தேடுவார்கள். பாலாகோட்டில் மேற்கு மேடு கிழக்கு மேட்டைவிட மிக உயரமானது. இருந்தாலும், கோட்டை, கீழ்நகரம் என்ற அமைப்புமுறை இருந்தது என்பதற்குத் தெளிவான சான்று இல்லை. வடக்கு, மேற்கு மற்றும் தெற்கு மேல்விளிம்புகளில் நடைபெற்ற அகழ்வாய்வுகளில் எந்தச் சான்றும் கிட்டவில்லை. ஆயினும், மேடுகளின் அமைப்பை வைத்து, உயரம் அதிகமான மேற்கு மேட்டைச் சுற்றிக்கட்டிய சுவர்கள் இருந்திருக்கலாம் என்று கருதுகிறார் அகழ்வாராய்ச்சியாளர் ஜார்ஜ் ஃப்ராங்க்ளின் டேல்ஸ் (George Franklin Dales). டேல்ஸின் விடாப்பிடியான இந்த நம்பிக்கையைக் கவனித்து ஆய்வாளர் லால் பின்வருமாறு கூறுகிறார்:

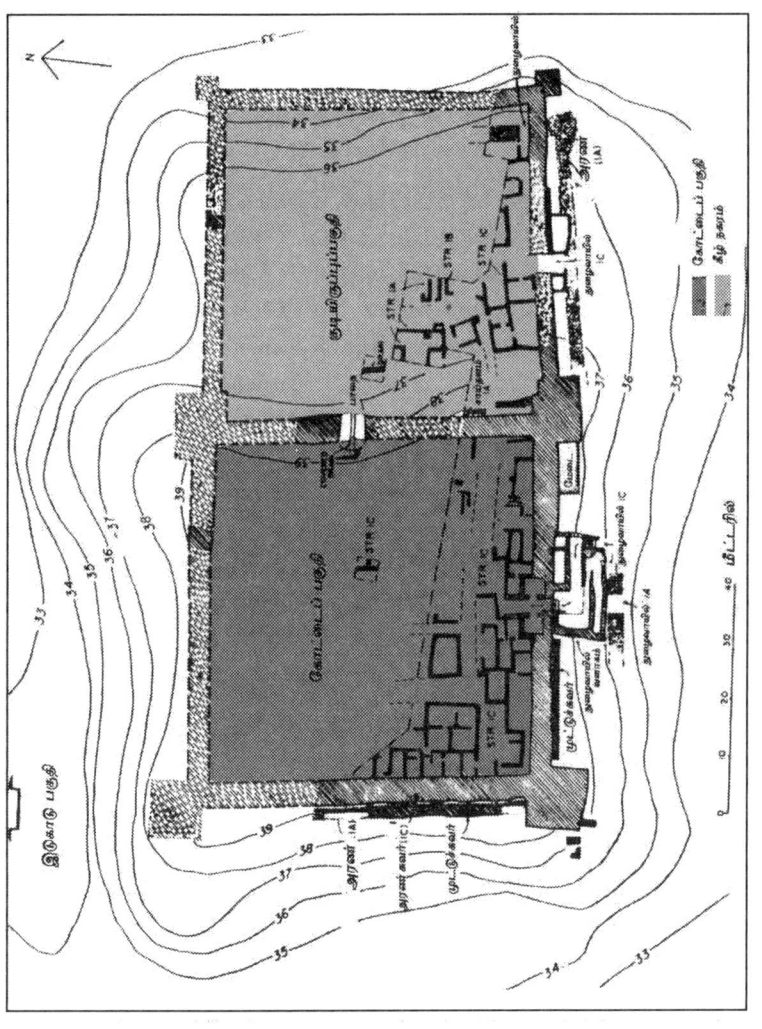

படம்.5. ஸுர்கோட்டடா நகரமைப்பு: ஜெ.பி.ஜோஷியின் வரைபடத்தை முன்மாதிரியாகக் கொண்டது (Joshi: 1990)

“மேற்குப் பகுதியிலுள்ள மேடு, கிழக்கு மேட்டைவிட மிகவும் உயரமாக உள்ளது என்பது உண்மைதான். இதற்கு, கிழக்குப்பகுதியில் காலப்போக்கில் அதிகமாக மண் அரிமானம் ஏற்பட்டது என்பதுகூடக் காரணமாக இருக்கலாம். ஆனால், ஹரப்பா குடியிருப்பென்றாலே மேற்கே கோட்டைப்பகுதி; கிழக்கே கீழ்நகரம் என்று இரு பிரிவுகள் இருக்கும் என்ற கோட்பாடு பாலாகோட்டில் அகழ்வாராய்ச்சி நடைபெறுவதற்கு வெகுகாலம் முன்பாகவே வேரூன்றிவிட்டதால், அகழ்வாராய்ச்சியாளர் பாலாகோட்டிலும் அப்படித்தான் இருக்கவேண்டும் என்று இயல்பாகவே அதற்கான தடயத்தைத் தேடியிருக்கிறார்” (Lal 1997: 143).

இவ்வாறு, ஆங்காங்கே சில வேறுபாடுகள் தென்பட்டாலும், சிந்துவெளி நகரங்கள், பெரிதாயினும், சிறிதாயினும், அவை சிந்துவெளிப் பண்பாட்டு நிலப்பரப்பின் எந்த மூலையில் அமைந்திருந்தாலும், “மேல்-மேற்கு: கீழ்-கிழக்கு” எனும் நகரமைப்பு முறை அந்நகரங்களின் ஆகப்பொதுவான அடையாள முத்திரையாக இருந்துள்ளது என்பதில் ஐயம் இல்லை. அவ்வடிவமைப்பைத் திட்டமிடுவதற்கும்; பின்னர் அத்திட்டத்தை, இயற்கையாக அமைந்த நில அமைப்பையும், சில நேரங்களில் செயற்கையாக எழுப்பிய மேடைகள், கோட்டை மதில்சுவர்கள், தனித்துவத்தோடு இடைவெளிவிட்டு அமைக்கப்பட்ட குடியிருப்புகள் போன்ற குறியீடுகளையும் பயன்படுத்திச் செயல்படுத்துவதற்கும் பின்புலக்காரணமாக ஒரு பொதுநோக்கமும் அதன் அடித்தளமான வாழ்வியல் கோட்பாடும் ஒரு இணைப்புச் சங்கிலி போல சிந்துவெளிப்பண்பாட்டு நிலப்பரப்பு முழுவதும் பரவியிருந்திருக்கவேண்டும். அவ்வாறு நாம் கருத ஏதுவாகப் பல தடயங்கள் உண்டு.

அவ்வாறாயின், இது பற்றிய மிகப் பொருத்தமான கேள்வியொன்றை நாம் இங்கே எழுப்பியே ஆகவேண்டும். “சிந்துவெளி மக்கள் ஏன் அப்படிச் செய்தார்கள்” என்பதுதான் அந்தக்கேள்வி.

சிந்துவெளி நகரமைப்பின் சமூகவியல் பின்னணி

‘வாழும் இடம் என்பது வெறும் ‘நிலம்’ அல்ல. அது, வாழ்வியல் மற்றும் சமூக உளவியல் சார்ந்த பல அக, புறப் பரிமாணங்களையும் உள்ளடக்கிய பன்முகத் தளம்.

“இடம், அதிகாரம் மற்றும் அடையாளம் ஆகியவற்றிற்கு இடையிலான உறவின் ஊடாக நின்று செயல்புரிவது குறியீடுகள்தான். குறியீடென்பது ஒரு பருப்பொருள் மெய்ம்மை; அக்குறியீடுகள் தொட்டறிய முடியாத சிலவற்றை நமக்கு உணர்த்துகின்றன. அதன் விளைவாக, அதிகார மையம் என்பது ஒரு குறியீடான உருவகமாய் வரையறுக்கப்படுகிறது; அதுவே இட நிரலில் அதிகார ஆளுமைக்கும் அதிகார நிரலில் இடத்தின் அடையாளத்திற்கும் உந்துவிசையாகிறது.” என்கிறார் ஜெரோம் மோன்னெட் (Jerome Monnet 2001:1).

நிலத்தோற்றங்களின் சமூகப்பரிமாணம் குறித்து நிலவும் கருத்துக்களால் ஈர்க்கப்பட்ட ஆய்வாளர் ரைட் சிந்துவெளி நகரங்களின் நிலம் சார்ந்த புறச்சூழலைச் 'சமூக அடையாளங்கள், சமூக வரிசைமுறை, தகுதிநிலை, செல்வம் ஆகிய கூறுகள் உருவாகி, உருப்பெற்று, அங்கீகாரம் பெற்று, கட்டிக்காக்கப்படுகிற நடைமுறை இடங்கள்'' என்ற கோணத்தில் ஆராய்ந்துள்ளார். கோட்டைப்பகுதி, குடியிருப்புப்பகுதி என்ற இருமைப்பகுப்பான நகரமைப்பு, பெரிய பொதுக்கட்டிடங்கள், கட்டிடங்களின் மட்டத்தை உயர்த்துவதற்காக எழுப்பப்பட்ட மாபெரும் செங்கல் மேடைகள், எடுப்பான மதில்கள் ஆகியவற்றைச் சிந்துவெளி மக்களின் காத்திரமான கோட்பாடுகள் ('overreaching set of ideas') என்று அடையாளம் காணும் ரைட், இக்கோட்பாட்டுக் குறியீடுகளின் மூலம் சிந்துவெளி வடிவமைப்பாளர்கள் சமூகப்படிநிலை நடைமுறைகளைக் குறிப்பாக உணர்த்தும் இட, பொருள் நிரலொன்றை மனப்பூர்வமாகத் திட்டமிட்டு உருவாக்கியிருக்கிறார்கள் என்கிறார். சிந்துவெளியின் பொருட் பண்பைப் போலவே, சிந்துவெளி நகரங்களின் நில அமைப்பும் சூழலும், வடிவிலும் மற்றும் நடைமுறைச் செயல்பாட்டிலும் செறிவான பல்லடுக்குப் படிநிலைகளைக் கொண்டதாய் விளங்கின; அவை, சிந்துவெளியின் சமூகப் படிநிலை வேற்றுமைகளின் அடிப்படையை மேலும் வலுப்படுத்துவதாய் அமைந்தன என்பது அவரது கருத்தாகும் (Wright 2000:242).

சிந்துவெளி நகரமைப்பாளர்கள் தங்களது சமூக அமைப்பில் நிலவிய ஏற்றத்தாழ்வுகளைத் தாங்கள் வடிவமைத்த நகரங்களின் திட்டமிடலிலும் கட்டமைப்புகளிலும் வெளிப்படுத்தப் பல்வேறு உத்திகளைக் கையாண்டுள்ளனர். மொகஞ்சதாரோவில் உயர்நிலப்பகுதிகளைக் நகரின் மற்ற பகுதிகளிலிருந்து வேறெனப் பிரித்துக் காட்டும் வகையில் இடையில் வெற்றிடங்கள் விடப்பட்டுள்ளன. மேலும், 'மாபெரும் குளியல் கூடம்' 'தானியக்கிடங்கு', 'கல்லூரி'; போன்ற பெரும்கட்டமைப்புகள் மேற்கிலுள்ள கோட்டைப்பகுதியில் கட்டப்பட்டுள்ளன. ஹரப்பாவில் வெற்றிடங்கள் மூலமும், தடுப்புச்சுவர்கள் மூலமும் இந்த வேறுபாடுகள் கட்டமைக்கப்பட்டுள்ளன. பொதுக்கட்டிடங்களுக்குச் செல்லும் நுழைவுரிமை கட்டுப்பாடுகளுக்கு உட்பட்டிருந்தது. தோலவிராவிலும் வெற்றிடங்கள் விட்டுக்கட்டுதல், 'காப்பரண்' 'இடைமுற்றம்' போன்ற பெரும் கட்டிடங்களைக் கோட்டைப் பகுதியில் மட்டுமே கட்டுதல் என்ற இரண்டு உத்திகளும் கையாளப்பட்டுள்ளன.

சிந்துவெளி நகரங்கள் பலவற்றிலும் சில குறிப்பிட்ட கட்டிடங்களின் மட்டத்தை உயர்த்துவதற்காக மாபெரும் அடித்தள மேடைகள் கட்டப்பட்டன. இத்தகைய கட்டமைப்புகளை, குறியீடுகளை 'சமூக, பண்பாட்டு அடையாளங்களின் உருவகச் சின்னங்கள்' என்று கருதும் ரைட், "இவையெல்லாம், சிந்துவெளி மக்கள் திட்டமிட்டு உருவாக்கிய 'சமூக இடைவெளியை' (social distance) அன்றாட வாழ்வில்

நடைமுறைப்படுத்துவதற்கென்றே வேண்டிவிரும்பி அமைத்துக்கொண்ட இடங்கள்" என்றும் வருணிக்கிறார்.

மொகஞ்சதாரோவில் வி.எஸ் (VS) மற்றும் டிகேஜி (DK-G) என்று அறியப்படும் பகுதிகளிலுள்ள இரு மாபெரும் மேடைகள் பற்றி ரைட்டும் யான்ஸெனும் சிறப்பாகப் பேசுகிறார்கள். யான்ஸென் இவற்றை "அடிக்கல் மேடைகள்" ('founding platforms') என்று அழைக்கிறார். இம்மேடைகளைக் கட்ட 40 லட்சம் கனஅடி களிமண்ணும், வண்டலும், மேலும் பல லட்சக்கணக்கில் செங்கற்களும்' தேவைப்பட்டிருக்கும் என்றும் அவர் கணக்கிடுகிறார். இம்மேடைகள் சிந்துநதி வெள்ளப்பெருக்கிலிருந்து நகரைப் பாதுகாப்பதற்குப் பயன்பட்டிருக்கலாம் என்று கருதும் அவர், அதே நேரத்தில், வெள்ள அபாயம் இல்லாத இடங்களிலும் இம்மேடைகள் கட்டப்பட்டிருப்பதை வைத்து, "இம்மேடைகள் குறிப்பிட்ட சில இடங்களை, கட்டிடங்களை உயர்த்திக்காட்டும் உருவவிளக்க நோக்கை (iconographic element) உள்ளடக்கியிருக்கலாம் என்றும் கருதுகிறார். யான்ஸெனின் மேற்சொன்ன கருத்துக்களை மேற்கோள்காட்டும் ரைட் (Wright 2010:237) இக்கருத்தை மேலும் முன்னெடுத்துச் செல்கிறார். மொகஞ்சதாரோவின் அடிக்கல் மேடைகளுக்கும் கீர்த்தார் மலைக்கும் ஒருவகையான குறியீட்டு உறவு இருக்கலாம் என்றும் அவர் கருதுகிறார்.

சிந்துவெளி நகர்களின் வடிவமைப்பின் அடியூடாக விளங்கும் சமூகப்பரிமாணம் பற்றிய ரைட்டின் கண்ணோட்டத்தைப் பின்வரும் கூற்று தெளிவாக்கும்:

"இயற்கை நிலஅமைப்பின் கூறுகளைக் கட்டிஎழுப்பும் செயற்கை உலகிற்குள் குறியீடுகளாய் விதைக்கும் தங்களது பண்பாட்டு மரபின் நெடுநாட் சிந்தனைகளை, சிந்துவெளிக் கைவினைஞர்களும் கட்டிடக்கலை வல்லுநர்களும் சிந்துவெளி நகரமைப்பில் பயன்படுத்திக்கொண்டார்கள். பொருட்பண்பாட்டின் பருப்பொருட்களில் புலப்படும் இயற்கையின் சாயல்களை, தொடர்பமைவைப் பார்த்து, அதைப்போலவே தங்களது நகர்களின் இயற்கையான நிலஅமைப்பை வீறார்ந்த நேர்த்தியுடன், இயற்கைச் சூழல் சமூகச் சூழலாய் உருமாற்றம் பெறும்வகையில் மீள்கட்டமைப்புச் செய்துகொண்டார்கள். அதன் விளைவாக உருவானது இயற்கை மற்றும் சமூக ஒழுங்கமைப்புகள் பற்றிய நெடுநாட் சிந்தனைகளோடு இசைவுள்ள, ஒத்துப்போகிற ஒரு நகரமைப்பு முறை" (Wright 2010: 242).

சிந்துவெளி நகரமைப்பின் "திசை– உயர–பொருட்புல–சமூக" அணிவு (DEMS Matrix)

சிந்துவெளி மக்களின் மொழி எதுவாகவும் இருந்துவிட்டுப்போகட்டும். இருப்பினும், மேற்சொன்ன சான்றுகளின், கருத்துக்களின் அடிப்படையில், நான் சிந்துவெளி நகரங்களின் பொறுப்பாளர்களை, அவர்கள் பேசிய மொழி எதுவாயினும், "மேல்-மேற்கு: கீழ்-கிழக்கு" வாசிகள் என்று வரையறுக்க விரும்புகிறேன். ஏனெனில் சிந்துவெளி மக்களைப் பொறுத்தவரையில்

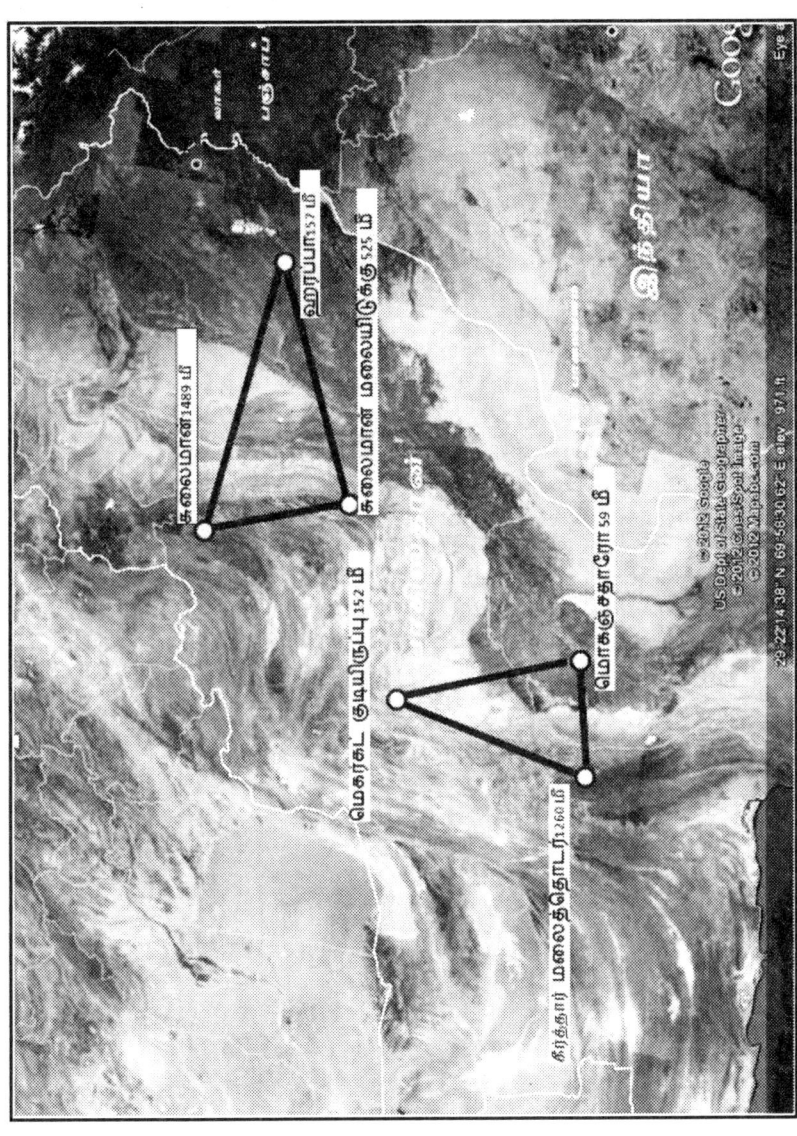

நிலவரைபடம்1. மேல்கீழ் பாகுபாட்டின் வேர்கள்: (கூகுள் எர்த் செயலியின் துணைகொண்டு வரையப்பட்டது)

இடங்களின் ஏற்ற, இறக்கமும் அவ்விடங்கள் அமைந்துள்ள திசையமைவும் கண்கூடான பருமமெய்ம்மை மட்டுமல்ல; காத்திரமான கருத்தியலின் கருவில் உருவான குறியீடுகளும் ஆகும்.

சிந்துவெளி நகரமைப்பின் திசை-உயரபொருட்புல மற்றும் சமூகக் கூறுபாடுகளைச் சுட்டும் அணிவைப் (matrix) பட்டியலிடுவதற்கு முன், இந்தியத்துணைக் கண்டத்தின் வடமேற்கில் பலூசிஸ்தான், சிந்து பகுதிகளிலுள்ள கீர்த்தார் மலைத்தொடரின் மீது நமது கவனத்தைச் செலுத்துவது பொருத்தமாக இருக்கும்.

இம்மலைத்தொடர், கிழக்கில் கீழ்ச்சிந்து சமவெளியையும் (Lower Indus Plain), மேற்கில் பலூசிஸ்தானின் தென்பகுதியையும் பிரிக்கும் எல்லையாக அமைந்துள்ளது. வடக்கிலும் மேற்கிலும் கூராக உயரும் இந்த மலைத்தொடர், தெற்கு நோக்கிச் சரிகிறது; சிந்துப்பள்ளத்தாக்கு கிழக்கில் விரிகிறது. தெற்காசிய வரலாற்றின் 'முதல் நகர்வாழ்வின் உச்சகட்டம்' ('first urban climax') என்று போற்றப்படும் சிந்துவெளி நாகரிகம் வேரூன்றி, தோன்றி வளர்வதற்குப் பின்னணியாக, கீர்த்தார் மலைத்தொடரின் வடிவில், "மேல்-மேற்கு: கீழ்-கிழக்கு" என்ற ஏற்ற, இறக்கத்தில் அமைந்த ஒரு புறப்பொருள் பருமமெய்ம்மை, கம்பீரமாக வீற்றிருந்தது என்பது இதன் மூலம் புலனாகும். (நிலவரைப்படம் 1)

இப்பின்னணியில், கோட்டைப்பகுதி, கீழ்நகர்ப்பகுதி என்ற இருமைப்பாகுபாடான நகரமைப்பை, திசை, உயரம், பொருட்புலம், சமூகஅமைப்புக்கூறுகள் என்ற நான்கு பரிமாணங்களில் அளவிடும்போது, சிந்துவெளி நகரமைப்பின் மீது தாக்கம் புரிந்த நோக்கம் மற்றும் நடைமுறைக் காரணிகளை நம்மால் ஊகிக்க முடிகிறது. (காண்க. அட்டவணை 1)

அட்டவணை1: சிந்துவெளி நகரமைப்பின் திசை–உயர–பொருட்புல–சமூக அணிவு

திசை–உயர–பொருட்புல சமூக அணிவு **(DEMS Matrix)** கூறுபாடு	கோட்டைப் பகுதி	கீழ்நகார்ப் பகுதி
திசை	மேற்கு, வட–மேற்கு, மேற்காக, கூடுமானவரை மேற்கு. மேற்கு திசைக்கு முன்னுரிமை	கிழக்கு, தென்கிழக்கு, கிழக்காக, வடகிழக்கு திட்டமிட்ட கிழக்கு நோக்கிய அமைப்பு, விரிவு
உயரம்	உயரமான மேடுகள், செங்கல் மேடை, கீழ் நகரைவிடக் கூடுதல் உயரம்; இயற்கையான மேடு அமையாவிடில் குறியீட்டு அளவிலேனும் கூடுதல் உயரம் உறுதிசெய்யப்பட்டது	கோட்டைப் பகுதியைவிட உயரம் குறைவு, செயற்கையாக மேடைகள் கட்டியபோதும் அவற்றின் உயரம் கோட்டைக் கட்டிடங்களை விட உயரமாக ஒரு போதும் இல்லை.
பொருள்	பெரிய, வசிப்பிடமல்லாத பொதுக் கட்டிடங்கள், 'கோட்டை, இடைமுற்றம், காப்பரண், பெரும் குளியல் குளம், தானியக் கிடங்கு, எடுப்பான மதில்கள், சிறந்த வடிகால் வசதிகள்	பல்வேறு அளவிலான வீடுகள், வணிகப் பொருட்கள், முத்திரைகள், வேலைப்பாடமைந்த பொருட்கள், பணிக்கூடங்கள், தொழிலாளர் குடியிருப்புகள், கோட்டைப்பகுதியைவிடக் குறைவான வடிகால் வசதி, குப்பைத் தொட்டியின் அருகிலும் சில வீடுகள்
சமூகம்	'மேல் தட்டு ஆளும் வர்க்கம்', 'அறிவார்ந்த தலைவன்' வாழுமிடம், அதிகார மையத்தின் அடையாளங்கள்	வணிகர்கள், கைவினைஞர்கள், மற்ற பொதுமக்கள் வாழுமிடம்.

பகுதி 2

திராவிட மொழிகளின் "மேல்-மேற்கு: கீழ்-கிழக்கு" கட்டமைப்பு

சபீர்-உர்ஃப் கருதுகோளும் மாற்றுக் கருத்தும்

இக்கட்டுரையின் அறிமுகப் பக்கங்களில் ஏற்கனவே சுட்டிக்காட்டிய வண்ணம் மொழிநியதிவாதம் மற்றும் மொழிச்சார்பியல் கோட்பாடு ஆகிய இரண்டும் கலந்த இடைநிலையான சபீர்-உர்ஃப் கருதுகோள், அதற்கு மாறான 'பண்பாட்டு முன்மாதிரி எனும் கருத்து ஆகிய இரண்டும் ஒன்றோடொன்று வேறுபட்டாலும் அவ்விரண்டு கருத்துக்களுமே ஒரு நோக்கில் ஒற்றுமை காட்டுகின்றன. பண்பாட்டிற்கும் மொழிக்கும் இடையே ஊடும் பாவுமாய் ஓர் ஒட்டுறவு இருக்கிறது என்பதை இவ்விரு நிலைப்பாடுகளுமே ஒப்புக்கொள்கின்றன. இவை இரண்டில் எது எதன் மீது எவ்வளவு தாக்கம் புரிந்தது என்ற வினா இங்கே அவ்வளவு முக்கியமானதல்ல.

திசைகளுக்கான பெயர்ச்சொல் உருவாக்கம்

ஏற்கனவே குறிப்பிட்டபடி, செசில் எச். பிரவுன் 1983இல் "திசைகளுக்கான பெயர்கள் எங்கிருந்து வந்தன?" ("Where Do Cardinal Direction Terms Come From?") என்ற தலைப்பில் ஆய்வுக்கட்டுரையொன்றை மானிட மொழியியல் ஆய்விதழில் (Anthropological Linguistics, Vol.25, No. 2, Summer, 1983:121-161) எழுதினார். உலகின் பல்வேறு பகுதிகளில் பேசப்படும் 127 மொழிகளைச் சுற்றாய்வு செய்து, கிழக்கு, மேற்கு, வடக்கு, தெற்கு எனப்படும் நான்கு திசைகளுக்குரிய பெயர்ச்சொல்லுருவாக்கத்தில் உலகளாவிய பொதுக்கூறுகள் நிலவுவதைக் கண்டறிந்த அவர், தனது ஆய்வுமுடிவுகளை மேற்சொன்ன கட்டுரையின் வாயிலாக அறிவித்தார். அவரது ஆய்வுமுடிவுகளில் முக்கியமானவை வருமாறு:

1. உலகமொழிகள் திசைகளுக்கான சொல்லுருவாக்கத்திற்கான தோற்றுவாயாக (அ) விண்ணுலக அங்கங்கள் மற்றும் விண்நிகழ்வுகள் (Celestial bodies and events) (ஆ) வளிமண்டலக் கூறுகள் (Atmospheric features) (இ) மேல், கீழ், இடது, வலது போன்ற பொதுவான திசைப்பண்புகள் (Other general directional terms) (ஈ) சுற்றுச்சூழல் சார்ந்த குறிப்பிட்ட சிறப்பியல்புகள் (Environment-specific features) ஆகிய நான்கு சொல்லாக்க வளமூலங்களை (lexical source areas) மட்டுமே பயன்படுத்தியுள்ளன.

2. சொல்லுக்குச் சொல்லான மொழிபெயர்ப்பு, (Literal translation) பலபொருளொருசொல், (Polysemy) வெளிப்படைக்குறி (Overtmarking) ஆகிய மூன்றுமே சொல்லாக்க வரலாற்றின் மீட்டுருவாக்கத்திற்கு உதவும் குறிகாட்டிகள்.

3. சொல்லாட்சிக் குறியாக்கத்தில் புறமுனைப்பு (salience) மிகமுக்கியமான பங்களிப்புச் செய்கிறது. இயற்கை, பண்பாடு எனும் இரு சூழல்களிலுமே, புறமுனைப்பின் அளவைப் பொறுத்தே குறியாக்க முன்னுரிமை தீர்மானிக்கப்படுகிறது. குறியாக்கத்தில், மிக அதிகமான புறமுனைப்புடைய குறிபடு பொருள் (Referent) குறைந்த புறமுனைப்புடைய குறிபடுபொருளைக் காட்டிலும் முன்னதாகக் குறியாக்கம் செய்யப்படுகிறது.

4. தொல்பழங்காலத்து மொழிகளில் பொதுவாகத் திசைகளைக் குறிக்கும் சொற்கள் இடம் பெறவில்லை. திசைப்பரப்பு எனும் கருத்தியலின் பண்பாட்டுப் புறமுனைப்பு, மற்றும் முக்கியத்துவம் அதிகரித்த பின்னரே திசைகளுக்கான சிறப்புச் சொற்கள் உருவாக்கம் பெற்றன. அதிலும் பொதுவாக, உலக மொழிகளில் வடக்கு, தெற்கு ஆகிய திசைகளுக்கான சொற்கள் உருவாக்கம் செய்யப்படுவதற்கு முன்பே கிழக்கு, மேற்கு ஆகிய இருதிசைகளுக்கும் தனிச்சொற்கள் தோன்றிவிட்டன.

சிந்துவெளிப்பண்பாட்டில் திசைகளின் முக்கிய இடம்

திட்டமிட்ட நகரமைப்புமுறை, கடல்கடந்த நெடுந்தூர வணிகம் போன்ற சிறப்பியல்புகளைக் கொண்ட சிந்துவெளிப் பண்பாட்டில், புவிதழுவிய திசையறிவு என்பது ஒரு நடைமுறைத் தேவையாக இருந்திருக்கவேண்டும். சிந்துவெளி மக்கள் என்ன மொழி பேசினார்களோ அது நமக்கு உறுதிபடத்தெரியாது. ஆனால், ஒன்றுமட்டும் உறுதி. திட்டமிட்டு வடிவமைக்கப்பட்ட சிந்துவெளி நகரங்கள் தோன்றுவதற்கு முன்னமே, திசைப்பரப்பு என்ற கருத்தியல், சிந்துவெளி மக்களின் பண்பாட்டில் வலுவான புறமுனைப்பை அதாவது சிறப்பிடத்தை எட்டியிருக்கக்கூடும். இதனடிப்படையில், பிரவுனின் ஆய்வின் மூலம் நமக்குக் கிடைக்கிற புரிதல்களின் துணைகொண்டு, சிந்துவெளி மக்களின் மன ஓட்டங்களைக் கொஞ்சம் துருவிப்பார்க்கலாம் என்று நினைக்கின்றேன்.

வான்வெளியில் சூரியன் இருக்குமிடம், குறிப்பிட்ட விண்மீன்கள் இருக்குமிடம் ஆகியவற்றின் அடிப்படையில் தொகுத்த வானவியல் தரவுகளைக்கொண்டும், அவற்றை, சிந்துவெளி நகரங்களின் இயற்கைச்சூழலுடன் ஒருங்கிணைத்தும்தான், சிந்துவெளியினர் தங்களது நகரங்களின் தெருக்களைத் திசைகள் பற்றிய தெளிவான கண்ணோட்டத்துடன் வடிவமைத்தார்கள் என்றொரு கருத்து நிலவுகிறது ((Wright 2010:237) மேற்கோள் காட்டியபடி). கீர்த்தார் மலையின் இயற்கையான நில அமைப்பில் தூக்கலாகத்

தெரிந்த கூறுபாடுகளோடு, சூரியன் மறையுமிடம், மறையும் சூரியனின் தடஒழுங்கமைவு ஆகியவற்றையும் சேர்த்துத்தான் சிந்துவெளி மக்கள் தங்களது நகரமைப்பின் வரைபடத்தைத் திசையொழுங்கின் முறைமையில் உருவாக்கிச் செயல்படுத்தியிருக்கவேண்டும் என்பது ஆய்வாளர் ரைட்டின் ஊகம் (Wright 2010:237).

திசைப்பரப்பு எனும் கருத்தியல் சிந்துவெளிப் பண்பாட்டில் காத்திரமான புறமுனைப்பை அடைந்திருந்தது என்பது மெய்யானால், சிந்துவெளியின் 'கண்டறியப்படாத' மொழியில் கையாளப்பட்டிருக்கக்கூடிய திசைச்சொல் குறியாக்க முறையில் அப் புறமுனைப்பின் தாக்கத்தை, செல்வாக்கை, இனம்காணமுடியும் என்று எதிர்பார்க்கலாம். அவ்வாறாயின், பிரவுன் கண்டறிந்த திசைப்பெயர்க் குறியாக்க முறையைச் சிந்துவெளிமக்களின் மொழி என்ற மகுடத்திற்குப் போட்டியிடும் திராவிட மொழிகள், சமஸ்கிருதம் உள்ளிட்ட இந்தோஆரிய மொழிகள் என்ற இருமொழிக் குடும்பங்களின் சொல்லாட்சி குறியாக்க முறைகளோடு ஒப்பிட்டு, ஆராயமுடியும் என்ற எனது ஆராய்ச்சி அணுகுமுறை பொருத்தமானதும், நியாயமானதும் ஆகும் என்று நம்புகிறேன்.

திராவிட மொழிகளின் திசைப்பெயராக்க முறை

பிரவுன் அடையாளம் காட்டிய நான்கு சொல்லாக்க வளமூலங்களில் 'ஏனைய பொதுவான திசைப்பண்புகள்' 'விண்ணுலக அங்கங்கள் மற்றும் விண்நிகழ்வுகள்' ஆகிய இரண்டை அடிப்படையாகக் கொண்டே திராவிட மொழிகள் கிழக்கு, மற்றும் மேற்குத் திசைக்கான பெயர்ச்சொற்களை உருவாக்கியுள்ளன. பலபொருளொருசொல், சொல்லுக்குச் சொல்லான மொழிபெயர்ப்பு ஆகிய இரு வழிமுறைகளிலேயே இச்சொல்லாக்க வரலாறு நிகழ்ந்துள்ளது என்றும் தோன்றுகிறது

பலபொருளொருசொல் என்பது, தொடர்புடைய ஆனால் வெவ்வேறான குறிபடுபொருட்களை ஒரே சொல்லின் மூலம் குறிப்பதாகும். முதலில் ஒரு குறிபடு பொருளை உணர்த்தப் பயன்பட்ட ஒரு சொல்லை இன்னொரு குறிபடுபொருளிற்காகவும் விரிவாக்கம் செய்வது, பலபொருளொருசொல் உருவாகும் முறையாகும். பொதுவான திசைப்பண்புச் சொற்களான 'இடது', 'வலது', 'மேல்', 'கீழ்', 'முன்புறம்', 'பின்புறம்' போன்றவை பெரும்பாலும் 'கிழக்கு', 'மேற்கு', 'வடக்கு', 'தெற்கு' எனும் திசைப்பெயர்ச்சொற்களோடு பலபொருளொருசொல் உறவைப் பகிர்ந்துகொள்கின்றன. திராவிடமொழிகளைப் பொறுத்தவரை இந்த ஒட்டுறவு, "மேல்-மேற்கு: கீழ்-கிழக்கு" என்ற புவிமையக் (topo-centric) கட்டமைப்பில் உருவானது. இக்கருத்தைப் பின்வரும் சான்றுகளால் நிறுவலாம்.

திராவிட ''மேல்-மேற்கு: கீழ்-கிழக்கு'' பலபொருளொரு சொற்கள்

பொதுவான திசைப்பண்புச் சொற்கள்

'மேல்-மேற்கு':

சான்று: திராவிட வேர்ச்சொல் அகராதி (DEDR:5086)

திராவிட மொழி	சொல்	பொருள்
தமிழ்	மே	'மேன்மை'
	மேக்கு	'மேற்கு' 'உயரம்', 'உயரமான இடம்', மேலான
	மேல்	மேற்கு, மேலே இருப்பது, மேலே, வானம், மேன்மை
	மேலை	மேற்கு, மேற்கூத்திய, மேலே
	மேற்கு	மேற்குத்திசை
மலையாளம்	மே	மேலே
	மேன்	மேலே இருப்பது, மேன்மை பொருந்திய, மேன்மை
	மேல்	மேலே இருப்பது, மேற்பகுதி
	மேலே	மேல் நோக்கி
	மேற்கு	மேற்குப்பக்கம்
கோட்டா	மே மூல்	மேற்குப்பகுதி
	மே சீம்	நீலகிரியின் மேற்குப்பகுதி
தோடா	மேல்	'மேலே', 'உயரமாக'
	மேதிண்	வீட்டின் வலதுபுறமுள்ள தூங்கும் மேடை'
	மேல் பாவ்	மேலோடை
கன்னடம்	மே	மேலே உள்ளது
	மேகு, மேகே	மேல் பகுதி, மேலோட்டமான பகுதி
	மேகன	மேல் நோக்கி
	மேம்	மேல்
	மேன்	மேலுள்ளது மேல் நோக்கி
	மேல் (மேலு), மேல, மேலெ	மேலே இருப்பது, உச்சி, மேல் பகுதி, மேலான வெளிப்பகுதி, உயரமான இடத்தில் இருப்பது

கொடகு	மேப்புனி	வயலின் மேற்பகுதி
	மே மாடி	மேல் தளம்
துளு	மேலு	எந்தவொரு பொருளின் மேற்பகுதி
	'மேல்'	மேல்
பிராகுயி	பே	மேல், மீது

சான்று: திராவிட வேர்ச்சொல் அகராதி) (DEDR: 5128)

திராவிட மொழி	சொல்	பொருள்
தோடா	முக், மொக்	'மேல்', 'மேற்கு'
கன்னடம்	மோக்கு	'மேல் பகுதி, 'உச்சி'

சான்று: திராவிட வேர்ச்சொல் அகராதி (DEDR: 2178)

திராவிட மொழி	சொல்	பொருள்
குயி	குய்	'மேல்', மேலே, மீது, மேற்கு, கோண்டு பழங்குடி அல்லது கோண்டு பழங்குடியினரின் மொழி;
	குய்கி	மேலுள்ள இடத்திற்கு
	குய்ட்டி	மேலுள்ள இடத்திலிருந்து

சான்று: திராவிட வேர்ச்சொல் அகராதி. (DEDR:4567)

திராவிட மொழி	சொல்	பொருள்
தமிழ்	பொறை, பொற்றை	மலை, குன்று
கோலாமி	பொடெ	உயரமான, மேல், உச்சி
	போடேலான்	மேற்கு

'கீழ்– கிழக்கு'

திராவிடமொழிகளில் 'கீழ்-கிழக்கு' எனும் பலபொருளொருசொல் ஒட்டுறவு 'கீழ்' எனும் வேர்ச்சொல்லில் தொடங்குகிறது. 'கீழ்' (low) எனும் பொருளுணர்த்தும் சொற்களுக்கும் கிழக்கு (east) எனும் பொருளுணர்த்தும் சொற்களுக்குமிடையிலான இத்தொடர்பை, 'பள்ளம்' என்ற கொலாமி மொழிச் சொல்லும், 'எர்க்' என்ற தோடா மொழிச் சொல்லும் 'ஸிடாயீன்' என்ற கோண்டி மொழிச்சொல்லும் மேலும் உறுதிசெய்கின்றன.

சான்று: திராவிட வேர்ச்சொல் அகராதி (DEDR:1619)

திராவிட மொழி	சொல்	பொருள்
தமிழ்	'கீழ்'	கீழேயுள்ள பகுதி அல்லது இடம். அடிப்பகுதி', 'கிழக்குத் திசை'
	கீழ்வு	'கீழேயுள்ள இடம்',
	கிழக்கு	'கிழக்குத்திசை', 'தாழ்வான இடம்
மலையாளம்	கீழ், கீழு	கீழேயுள்ள இடம், அடியில்,
	கிழக்கு	கிழக்குத்திசை
கோலாமி	கி	தாழ்வான, கிழக்கு
தோடா	கி	தாழ்வான,
கன்னடம்	கீழ், கீழ, கிழ், கெளகு	'தாழ்வாக இருக்கும் நிலை, கீழே, அடி
கொடகு	கீ	'தாழ்வான', 'கீழே'
	கீட	கீழுள்ள இடம், கீழே
	கீப்புனி கே, கியே	வயலின் தாழ்வான பகுதி கிழக்கு
துளு	கீளு	'தாழ்வான'
தெலுங்கு	க்ரீ	தாழ்வான, கீழே
	கிந்த	'கீழே' அடியில்
	கிந்து	கீழுள்ள பகுதி
	கிஞ்சு	'தாழ்வான
பார்ஜி	கிடி	கீழே
குரூக்	கிய்யா	கீழே, அடியில்
பிராகுயி	கி-, கீ-, கே, கெ	கீழே, தாழ்வான
	கேரக்	தாழ்வான பகுதி

சான்று- திராவிட வேர்ச்சொல் அகராதி (DEDR: 4016)

திராவிட மொழி	சொல்	பொருள்
தமிழ்	பள்ளம்	தாழ்வான இடம்
மலையாளம்	பள்ளம்	தாழ்வான இடம்
தோடா	பள்	பள்ளத்தாக்கு
கன்னடம்	பள்ள	தாழ்வான நிலம்
துளு	பள்ள, பல்ல	தாழ்வான இடம்
தெலுங்கு	பல்லமு	தாழ்வான இடம், பாசன நிலம்
கதபா	பலம்	சரிவான இடம்
கோண்டி	பல்ல	சமவெளி
கோலாமி	பல்லாம்	கிழக்கு

சான்று- திராவிட வேர்ச்சொல் அகராதி (DEDR: 2584)

திராவிட மொழி	சொல்	பொருள்
துளு	திர்து, ஹிர்து, சிர்து	கீழே, அடியில்
கோண்டி	சிர்	கீழே
	இட்	இறக்கமான, தாழ்வான
	ஸிடாயின்	கிழக்கு
குயி	ஸீட்த	தாழ்வான
குவி	டிய்க்	கீழ், தாழ்வான
	டிய்க்க	(ஊரின்) தாழ்வான பகுதி

சான்று- திராவிட வேர்ச்சொல் அகராதி (DEDR: 516)

திராவிட மொழி	சொல்	பொருள்
தமிழ்	இறங்கு	கீழே இறங்கு
மலையாளம்	இறக்கம்	சரிவான, கீழே இறங்குதல்
	இறவு	பள்ளத்தாக்கு, சரிவான, இறக்கமான பகுதி
கோட்டா	எர்க்	கீழே,
குயி	எர்கி	கீழே செல்லுதல்
தோடா	எர்க்	கீழ், கிழக்கு

மேற்சொன்னவாறு பெரும்பாலான திராவிட மொழிகளில் 'மேல்', 'முக்', 'குய்', 'பொறை', பொடே மற்றும் 'கீழ்', , 'பள்ளம்', 'இறக்கம்' போன்ற பொதுவான திசைப்பண்புச் சொற்களின் அடிப்படையிலேயே முறையே மேற்கு, கிழக்கு, திசைகளுக்குரிய சொற்கள் உருவாகியுள்ளன. ஆயினும், பிரவுன் குறிப்பிடும் 'விண்கோள்கள் மற்றும் விண்நிகழ்வுகள்' என்ற குறியாக்கக் களத்தையும் சில திராவிடமொழிகள் பயன்படுத்தியுள்ளன என்பதும் உண்மை.

விண்கோள்கள் மற்றும் விண்நிகழ்வுகள்

சான்று - திராவிட வேர்ச்சொல் அகராதி. (DEDR: 3852)

திராவிட மொழி	சொல்	பொருள்
தமிழ்	படு	அழிந்துபடுதல், சாதல், மறைதல் (சூரியன் மறைவதுபோல), மழை, படுத்தல் (உறங்க, ஓய்வெடுக்க)
	படுஞாயிறு	மாலயில் மறையும் சூரியன்
மலையாளம்	படுக	விழுதல், மூழ்குதல்
	படிஞ்ஞாறு	மேற்கு
கன்னடம்	படு	கீழே படுத்திரு, மறை (சூரியனைப்போல), சாதல், மறைந்துபோதல், மேற்கு
	படு நேசர்	மாலையில் மறையும் சூரியன்
	படுவ, படவல், படுவல், படுவு	மேற்குத்திசை
துளு	பட	கிடத்துதல், படுக்கவைத்தல்
	பட்டாயி	மேற்குத்திசை
தெலுங்கு	படு	விழு, படுத்திரு, சாய்தல், உறங்க
	படமர	மேற்குத்திசை
கோண்டி	பட்டீனா	'கீழே படுக்க'
	ப்ஹரராயீன் (ஃபராயீன்)	மேற்கு

சான்று- திராவிட வேர்ச்சொல் அகராதி (DEDR: 5035)

திராவிட மொழி	சொல்	பொருள்
கன்னடம்	மூடி	சூரியன் உதயமாகுதல்
	மூட், மூடல், மூடு	சூரியன் உதிக்கும் திசை, கிழக்கு
துளு	மூடு	கிழக்கு
	மூடுநி	'எழ',

தமிழ்மொழியில் 'மூடு' என்ற சொல்லிற்கு 'வேர்' (root), 'மூலம்' 'தோற்றுவாய்' (origin) என்று பொருள்கள் உண்டு. மலையாளத்தில் அச்சொல் 'அடி', 'வேர்', 'மூலம்' என்ற பொருள்களில் வழங்குகிறது. இதிலிருந்து, கன்னட மொழியிலும் துளு மொழியிலும் 'கிழக்கு', 'சூரியன் உதிக்கும் திசை' என்ற பொருளில் வழங்கும் 'மூடி' 'மூடு' என்ற சொற்கள் 'கீழ்' 'அடி என்ற பொருளோடு கொண்டிருக்கும் ஒட்டுறவு விளங்கும்.

'மேலே', 'உயரத்தில்' என்ற பொருளில் வழங்கும் 'மேல்' என்ற பொதுவான திசைப்பண்புச் சொல்லிற்கும் மேற்கு என்ற திசைப்பெயருக்கும், அதைப்போலவே 'கீழே', 'தாழ்வான' என்ற பொருளில் வழங்கும் 'கீழ்' என்ற பொதுவான திசைப்பண்புச் சொல்லிற்கும் கிழக்கு என்ற திசைப்பெயருக்கும் இடையிலான பலபொருளொருசொல் ஒட்டுறவை, திராவிட மொழிக்குடும்பத்தைச் சேர்ந்த மொழிகள் பலவற்றிலும் கண்டறியமுடிகிறது. (அட்டவணை 2). அதுவே அத்தகைய சொல்லாக்கமுறையின் சிறப்பியல்புமாகும். அதே நேரத்தில், கோலாமி மொழியில் கிழக்குத்திசை என்ற பொருளில் வழங்கும் 'பல்லாம்' (தமிழ். 'பள்ளம்' DED 4016) என்ற சொல்லே தமிழ், கன்னடம், தெலுங்கு, துளு ஆகிய மொழிகளில் 'தாழ்வான நிலம்' என்ற பொருளில் விளங்குகிறது. இதிலிருந்து, 'தாழ்வான' என்ற பொருள் குறிக்கும் சொல்லிலிருந்து கிழக்கு என்ற திசைச்சொல்லை உருவாக்கும் சொல்லாக்கமுறை திராவிட மொழிக்குடும்பத்தின் ஊடாகத் திகழும் ஒரு கருத்தியல் என்பது தெளிவாகும். அதுமட்டுமின்றி, தொல்திராவிட மொழியைப் பேசிய மக்களின் தாயகங்களின் 'மானுடப் புவியியலின்' தாக்கமே அதற்குக் காரணமாக இருந்திருக்கக்கூடும் என்ற எண்ணத்தையும் அது ஏற்படுத்துகிறது.

அட்டவணை 2: "மேல்-மேற்கு: கீழ்-கிழக்கு" திராவிடக் கட்டமைப்பு-புவி-மைய அணுகுமுறை

திராவிட மொழி	தி.வே.அ (DEDR)	பலபொருள் ஒருசொல் (Polysemous Term)	குறிபடு பொருள்1 (Referent 1)	குறிபடு பொருள் 2 (Referent 2)
தமிழ்	5086	மேக்கு	உயரம், உயரமான இடம்	மேற்கு
		மேற்கு		மேற்கு
		மேல்	மேலுள்ளது	மேற்கு
		மேலை	மேல்	மேற்கத்திய
மலையாளம்	5086	மேற்கு		மேற்கு
கோட்டா	5086	மே மூல்	உயரமான இடம், மேல்	மேற்கு
தோடா	5128	முக், மொக்	மேல்	மேற்கு
குயி	2178	குயி	மேல், மேலே	மேற்கு
கோலாமி	4567	பொடெ/ போடேலா	'உயரம்', மேல், 'உச்சி	மேற்கு
தமிழ்	1619	கீழ்	'கீழுள்ள இடம்'	கிழக்கு
		கிழக்கு	'அடியில்', 'தாழ்வான' இடம்	கிழக்கு
மலையாளம்	1619	கிழக்கு	'தமிழர்கள்' வாழும் 'தாழ்வான' நிலப்பகுதி	கிழக்கு
		கிழக்கன்		கிழக்கத்தியான்
கோட்டா	1619	கி.	'தாழ்வான'	கிழக்கு
கொடகு	1619	கீ	'தாழ்வான'	
		கே.கீ		கிழக்கு
		கே.கியே		கிழக்கத்திய
தோடா	516	கி.	'தாழ்வான'	
		எற்க்	'கீழே'	கிழக்கு
கோண்டி	2584	ஸீற்	'கீழே', அடிப்பகுதி	
		ஸீறாயின்		கிழக்கு
கோலாமி	4016	பல்லாம்		கிழக்கு

திசைப்பெயர்ச் சொல்லாக்க வரலாறு: பழந்தமிழ்ச் சான்று

திசைகள் குறித்த சொற்கள் மற்றும் 'மேல்', 'கீழ்', 'முன்', 'பின்', 'வலது', 'இடது', 'உட்புறம்', 'வெளிப்புறம்', 'உள்ளாக', 'அருகே', 'தொலைவில்' என்பன போன்ற பொதுவான திசைப்பண்புச் சொற்களின் பயன்பாட்டிற்குப் பழந்தமிழ் இலக்கண, இலக்கியங்கள் விரிவான சான்றளிக்கின்றன. பழந்தமிழ் இலக்கண நூலான தொல்காப்பியம் ஏழாம் வேற்றுமை எனப்படுகிற இடப்பொருள் வேற்றுமை உருபின் பின்னடைச் சொற்களைப் பட்டியலிடுகையில் இத்தகைய சொற்களைக் குறிப்பிடுகிறது (தொல். சொல்.77).

திசைப்பெயர்களான மேற்கும் கிழக்கும், பொதுத்திசைப்பண்புச் சொற்களான 'மேல்' 'கீழ்' ஆகியவற்றிலிருந்தே ஆக்கம் பெற்றன என்பதைத் தொல்காப்பியம் மற்றும் சங்க இலக்கியச் சான்றுகள் ஐயத்திற்கு இடமின்றி நிறுவுகின்றன. அதுமட்டுமின்றி, பொதுவான திசைப்பண்புச் சொற்களே தொடக்கத்தில் மிகுதியான புறமுனைப்புப் பெற்றுத் திகழ்ந்தன; அச்சொற்களே பின்னர், அவற்றைவிடக் குறைவான புறமுனைப்பு அதாவது சிறப்பிடம் பெற்றிருந்த திசைப்பெயர்களையும் குறிக்கும் வகையில் பலபொருளொருசொற்களாக ஆக்கம் பெற்றன என்பதும் இச்சான்றுகளால் புலனாகும்.

கிழக்கு என்றால் 'கீழ்'

தமிழ் மொழியின் தொன்மையான இலக்கணமான தொல்காப்பியத்தின் உவமையியலில் உவமைகளின் தன்மைகள் குறித்துப் பேசும் தொல்காப்பியர், ஒரு பண்பு, இயல்பு அல்லது கூறுபாடுபற்றி உவமை கூறுகையில் உவமையாகக் கூறப்படுபவை உவமையால் விளக்கப்படும் பொருளைவிட உயர்வானதாக, அதாவது கூடுதல் மதிப்புமிக்கதாக இருக்கவேண்டும் என்று பொதுஇலக்கணம் வகுக்கிறார். ஆயினும், சில இடங்களில், செய்யுளின் சிறப்புத்தேவையை முன்னிட்டு, மதிப்புக்குறைந்த, கீழான, தாழ்வான பொருள்களையும், கூறுபாடுகளையும்கூட உவமையாகக் கூறலாம் என்ற விதிவிலக்கையும் அவர் குறிப்பிடுகிறார். இப்பின்னணியில், கீழான, தாழ்வான பொருள் என்பதை விளக்குவதற்காக 'கிழக்கிடும் பொருள்' என்ற சொல்வழக்கைத் தொல்காப்பியர் பயன்படுத்துகிறார் (தொல். பொருள்: 276). இதைச் சொல்லுக்குச்சொல் என்ற அடிப்படையில், இன்றையப் புரிதலில் விளக்கினால் 'கிழக்கில் (அதாவது கிழக்குத்திசையில்) இடப்படும் பொருள்' (matter of east) என்றுதான் விளக்கமுடியும். ஆனால், தொல்காப்பியர் அந்தச் சொல்வழக்கைக் 'குறைந்த மதிப்புடைய, கீழான' என்ற பொருளில்தான் வழங்கியிருக்கிறாரே தவிர 'கிழக்கு' என்ற திசையின் அடிப்படையில் அல்ல. மேற்சொன்ன, உவமையியல் கோட்பாட்டை விளக்கமுற்பட்ட, தொல்காப்பிய உரைகாரரான பேராசிரியர், சங்க இலக்கியத்திலுள்ள குறுந்தொகைப் பாடலொன்றை (குறுந். 337:2) இதற்கு மேற்கோளாகக் காட்டுகிறார்.

இப்பாடலில், “ஒரு பெண்ணின் கூந்தல் கீழாகச் சரிந்துவிழுந்தது” என்பதை, பாடலாசிரியர் ‘கிளைஇய குரலே கிழக்குவீழ்ந்தனவே’ என்று வருணிக்கிறார். ‘கிழக்கு’ என்ற சொல்லின் பயன்பாட்டிற்கு மேற்சொன்ன சங்க இலக்கியஅடியை மேற்கோள் காட்டிய பேராசிரியர் ‘கிழக்கு’ என்றால் ‘கீழ்’ என்று பொருள் என மேல்விளக்கமும் சொல்கிறார். இதிலிருந்து, ‘கிழக்கு’ என்ற சொல்லிற்கும் ‘கீழ்’ என்ற பொருளிற்குமான தொடர்பு விளங்கும். இதை மேலும் உறுதிசெய்யும் சங்க இலக்கிய ஆளுகைகள் நற்றிணையிலும் (297:1) பதிற்றுப்பத்திலும் (36:10) காணப்படுகின்றன. இப்பாடல்களில் கிழக்கு என்ற சொல்லாட்சி முறையே ‘தாழ்வான பகுதி’, ‘கீழான’, ‘சரிவான பக்கம்’ என்ற பொருள்களில் வழங்குகின்றது.

இவ்வாறாக, தமிழ்மொழியின் மிகப்பழமையான இலக்கணநூலான தொல்காப்பியமும் இலக்கியத்தொகுப்பான சங்க இலக்கியமும் ‘கீழ்’ என்ற (அதாவது ‘கீழான’, ‘தாழ்வான’ என்ற கூடுதல் புறமுனைப்புடைய குறிபடுபொருளிலிருந்தே) சொல்லிலிருந்தே ‘கிழக்கு’ (அதாவது ’கிழக்குத்திசை’ என்ற குறைந்த புறமுனைப்புடைய குறிபடுபொருள்) என்பது தோன்றியிருக்கவேண்டும் என்ற சொல்லாக்க வரலாற்றிற்குத் தெளிவான சான்றளிக்கின்றன.

தமிழ்மொழியின் முழுமுதற் காப்பியமான சிலப்பதிகாரத்தின் படைப்பாசிரியர், பாண்டியர் தலைநகரான மதுரை நகரின் கீழ்த்திசை வாயில், மேற்றிசைவாயில் என்ற இரு நுழைவாயில்கள் பற்றிப் பேசுகிறார் (சிலப்.23:182-3). சோழ நாட்டுப் புகார் நகரத்திலிருந்து வந்த காப்பியத் தலைவியான கண்ணகி, மதுரையின் கிழக்குவாயில் வழியே நகருக்குள் நுழைந்து, அந்நகரின் மேற்குவாயில் வழியாக வெளியேறிச் சேர நாட்டிற்குச் சென்றாள் என்ற கதை நிகழ்வின் பின்னணியில் நூலாசிரியர் இச்சொல்லாட்சிகளைப் பயன்படுத்துகிறார். பாண்டியரின் நிலப்பகுதியான கிழக்குச் சமநிலங்கள் மற்றும் கிழக்குக் கடற்கரைப் பகுதிகளோடு ஒப்பிடுகையில், சேரர்களின் மலைநிலப்பகுதிகள் மேட்டுநிலமாகவும் மேற்கிலும் அமைந்திருந்தன என்பது இங்கு நினைவுகூரத்தக்கது. எனவே, கீழ்த்திசை வாயில், மேற்றிசை வாயில் என்ற சொல்லாட்சிகளின் உள்ளீடாக கிழக்கு, மேற்கு என்ற திசைப்பொருண்மையோடு கீழ், மேல் என்ற நில அமைப்புச் சார்ந்த புரிதலும் கவனத்திற்குள்ளாகிறது.

சங்க இலக்கியத்தில் ‘மேக்கு’ என்ற சொல்லாட்சி ‘உயர்நிலப் பகுதி’ (மதுரை. 486); ‘மேல் நோக்கி’ என்ற பொருள்களில் (‘மேல்நோக்கி வளர்தல்’ (நற்.91-6; அகம். 295-21; குறுந்.26-2); ‘மேல்நோக்கிப் பரவுதல்’ (அகம்.143-5); ‘மேல் நோக்கி எழுதல்’ (புறம். 143-2)) கையாளப்பட்டுள்ளது. தமிழ் மொழியின் இரண்டாவது காப்பியமான மணிமேகலை ‘தென்மேற்கு’ என்ற திசைப்பெயரின் மூலம் ‘மேற்கு’ என்ற ‘கு’ இறுதியுடன் கூடிய திசைப்பெயர் மரபைப் (கிழக்கு, மேற்கு, வடக்கு, தெற்கு ஆகிய பெயர்ச்சொற்களில் உள்ளது போல) பயன்படுத்துகிறது.

ஆயினும், 'கு' இறுதியுடன் கூடிய கிழக்கு, மேக்கு (மேற்கு) எனும் சொற்கள் சங்க இலக்கியங்களில் 'கீழ்', 'மேல்' எனும் பொருளில்தான் வழங்கியுள்ளன என்பதிலிருந்து, கீழ், மேல் என்ற பொருட்புலமே மேற்குத்திசை, கிழக்குத்திசை எனும் பொருட்புலத்தைவிடப் புறமுனைப்பு மிகுந்தது; தொன்மையானது என்ற உண்மை விளங்கும்.

குடக்கு (மேற்குத்திசை), குணக்கு (கீழ்த்திசை) என்ற சொல்லாட்சி

தமிழ் மொழியில் 'குடக்கு' என்ற சொல்லிற்கு 'மேற்கு' என்பது பொருள். மேற்கு மலைப்பகுதியிலுள்ள கூர்க் பகுதி குடக்கம், குடகு என்ற பெயரில் அழைக்கப்படுகிறது (தி.வே.அ. DEDR, 1649). பழந்தமிழ் இலக்கியங்களில், மேற்கு, கிழக்கு என்ற திசைப்பெயர்களைக் குறிக்க முறையே குடக்கு, குணக்கு என்ற இருசொற்களே வெகுவாகப் பயன்படுத்தப்பட்டன. அவற்றில் குடக்கு பற்றி முதலில் காணலாம்.

எடுத்துக்காட்டுகள்: 'குடபுலம் காவலர்' ('மேற்கு நிலப்பகுதிகளின் அரசர்' சிறு. 47); 'குடக்காற்று' (மேற்குத்திசைக்-காற்று பெரும். 240); 'குடமலை' (மேற்கிலுள்ள குடகு மலை-பட். 188; மலை: 171); 'குடகடல்' (மேற்குக்கடல்-புறம். 17:2, 31:13, மதுரை:71); 'குடவர்' (மேற்கிலுள்ள பகுதிகளை ஆளும் அரசர்கள்); 'குடக்கேர்பு' ('மேற்காக மேல் நோக்கி நகரும்' நற்.140:1, 153:1).

குடகு என்பது மேற்குத்தொடர்ச்சி மலைத்தொடரில் அமைந்துள்ள ஒரு பகுதியாகும். இப்பகுதி சேரமன்னர்களின் ஆட்சிக்குட்பட்டிருந்தது. இதனால், சேர மன்னர்கள் குடவர் என்றழைக்கப்பட்டார்கள். தற்காலத்து மலையாள மொழியில், கூர்க் பகுதியில் வாழும் கொடகு மொழி பேசும் மக்கள் கொடவா என்றழைக்கப்படுகிறார்கள். தமிழில் குடக்கம் என்றால் கூர்க் பகுதி; குடக்கு என்றால் 'மேற்கு. ஏனெனில், குடகு மேற்கில் அமைந்துள்ளது.

செசில் பிரவுன் கண்டறிந்த, திசைப்பெயர்களின் உருவாக்கத்திற்கான நால்வகை வளமூலங்களில் "குறிப்பிட்ட சுற்றுச்சூழல் சார்ந்த சிறப்பியல்பும்" ஒன்றாகும். குடகு என்பதற்கான வேர்ச்சொல்லை நம்மால் கண்டறியமுடிகிறதோ இல்லையோ, குடகு என்ற நிலப்பகுதியின் பெயர், குடகு என்ற திசைப்பெயரின் உருவாக்கத்திற்குக் காரணமாக இருந்திருக்கலாம் என்ற ஊகம் சாத்தியமானதென்றே தோன்றுகிறது. அவ்வாறாயின், அது பிரவுன் கண்டறிந்த திசைப்பெயர்ச் சொல்லுருவாக்க மரபின் கட்டமைப்பிற்குள் இயங்குவதாகும்.

'மேல்' என்ற சொல் எவ்வாறு 'மேல்' ('உயரம்') 'மேற்கு' (திசை) என்ற இருபொருள்களையும் உள்ளடக்கியதாக இருக்கிறதோ, அவ்வண்ணமே, குடக்கு என்ற சொல்வழக்கும் இவ்விரு பொருண்மைகளையும் குறிக்கிறது என்பதைப் பின்வரும் சங்க இலக்கிய ஆளுமைகளால் அறியலாம்.

"குடக்கு வாங்கு பெருஞ்சினை" (('மேலோங்கி வளர்ந்த (மரத்தின்) பெருங்கிளை': நற்.167:1).

"ஞாயிறு குடக்கு வாங்கும்" ('சூரியன் மேற்குநோக்கி நகர்ந்தது': நற்:398:2)

இதைப்போலவே, சங்க இலக்கியங்களில் கிழக்குத்திசையைக் குறிக்க 'குணக்கு' என்ற சொல் மிகுதியும் கையாளப்பட்டுள்ளது.

"குணபுலம் காவலர்" ('கிழக்கு நிலப்பகுதிகளின் அரசர்': சிறுபாண்:79)

குணக்கடல் ('கிழக்குக் கடல்: மதுரை: 195)

குணக்கு என்ற சொல் எப்படித் தோன்றியது, அதன் வேர்ச்சொல் அடிப்படை என்ன என்பது பற்றிய தெளிவில்லை. ஆயினும், திராவிட மொழிகளில் 'கிழக்கு' 'மேற்கு' எனும் திசைகளைக் குறிப்பிடும் சொற்கள் 'கீழ்மேல்' எனும் பொதுவான திசைப்பண்புச் சொற்களைக் கொண்டே உருவாக்கம் பெற்றுள்ளன என்பதையும்; மேற்கு எனும் திசையைக் குறிக்கும் பிறிதொரு சொல்லாகவும், மேற்கிலுள்ள மலைப்பகுதியான குடகு என்ற இடப்பெயரோடு தொடர்புடையதாய்த் தோன்றுவதுமான குடக்கு என்ற சொல்வழக்கும் 'மேல்-மேற்கு' என்ற பலபொருளொருசொல் போலவே, 'மேல்', (உயரமான) மற்றும் மேற்கு (திசை) ஆகிய இரு பொருள்களையும் குறிக்கிறது என்பதையும் கருத்தில் கொண்டு பார்க்கையில், கிழக்கு என்ற திசையைச் சுட்டும் குணக்கு என்ற சொல்லிற்கும் 'கீழ்' (தாழ்வான) என்ற பொருளிற்கும் அதேபோன்ற தொடர்பு இருக்கக்கூடும் என்று எதிர்பார்ப்பது நியாயமானதே. அப்படிப்பட்ட வாய்ப்பு இருக்கிறது என்பதை ஊகித்துக்கொண்டால், குணக்கு என்ற சொல், 'குண்டு' (DEDR, 1669) என்ற திராவிடமொழிச் சொல்லோடு தொடர்புடையதாக இருக்கலாம்; அதன் மூலம் குணக்கு என்ற சொல்லின் உருவாக்கவரலாற்றை மீட்டுருவாக்கம் செய்ய முயற்சிக்கலாம் என்று தோன்றுகிறது. (காண்க, அட்டவணை: 3)

அட்டவணை-3

சான்று; திராவிட வேர்ச்சொல் அகராதி (DEDR,1669)

திராவிட மொழி	சொல்	பொருள்
தமிழ்	குட்டம்	ஆழம், குளம்
	குட்டை	சிறுகுளம்
	குண்டம்	ஆழமான பொந்து, உட்குழிவு, குழி
	குண்டு	ஆழம், குழிவு, சிறுகுளம்,
மலையாளம்	குண்டம், குண்டு	உட்குழிவான, ஆழமான இடம், துளை, பள்ளம்
கன்னடம்	குன்ட, கொன்ட, குண்டே	குழி, பள்ளம், சிறுகுளம், நீர்நிலை, ஆழமான
	குன்டி, குன்டித்து குன்பு	பொந்து, குழி, 'ஆழமானது ஆழம்

கொடகு	குன்டி	குழி,
துளு	குன்டா	குழி
	கொன்டா குன்டி	குழி, துளை பாதாளம், மிகுந்த ஆழம், குடா
தெலுங்கு	குன்ட	சிறுகுளம், குழி,
	குன்டு	நீர்த்தொட்டி
	குன்ட	குழி, உட்குழிவு, பள்ளம்
பார்ஜி	குட்ட	நீர்க்குட்டை கோ
கோண்டி	குன்ட	நீர்க்குட்டை
குவி	குன்டோமி	குழி

மேற்சொன்ன திராவிட மொழிச்சொற்களைப் பின்னணியாக வைத்துப் பார்க்கும்போது, பழந்தமிழ் இலக்கியங்களில் வரும், "மேகங்கள் கிழக்குக்கடலில் நீரை முகந்து எடுத்து, மேற்கு மலைகளை நோக்கி மேலெழும்பிச் சென்று அங்கு மழைநீரைப் பொழிகின்றன" (மதுரை: 238; நற். 153) என்ற சித்தரிப்பு மேலும் தெளிவு பெறும். மேற்சுட்டிய திராவிட மொழிக்குடும்பச் சொற்கள் 'குழி', பள்ளம், ஆழம், பாதாளம், உட்குழிவு போன்ற பொருள்களில் வழங்குவதைப் பார்க்கும்போது, கிழக்கு என்ற பொருளில் வழங்கப்படும் குணக்கு என்ற சொல்லிற்கும் 'பள்ளம்; 'தாழ்வு' என்னும் பொருளுக்கும் வேர்நிலைத்தொடர்பு இருந்திருக்கவேண்டும என்று தோன்றுகிறது. மேலோங்கிய மேற்கு உயர்நிலம்; தாழ்வான கிழக்குக் கரைப்பகுதி என அமைந்த திராவிட மானிடப்புவியியலின் தாக்கத்தையும் இச்சொல்லாக்க வரலாற்றின் பின்புலமாக நம்மால் உய்த்தறிய முடிகிறது.

ஆழம், பள்ளம், குழி என்ற புவிக்கூற்றை உணர்த்தும் குண்டு, குட்டை, குளம், குழி ஆகிய சொற்களின் உருவாக்கத்திற்கு அடிப்படையான குண், குட், குள், குழ் ஆகிய வேர்வடிவங்களுக்கு இடையேயுள்ள தொடர்பை மேலும் ஆராய்வது பொருத்தமாக இருக்கும். இதுமட்டுமின்றி, குவி மொழியில் 'குண' என்ற சொல் வேர், கிழங்கு என்ற பொருளில் வழங்குகிறது (M.Israel, 1979:114). இதிலிருந்து, 'குண' என்ற சொல்லிற்கும் 'கீழே' 'அடியில்' என்ற புலனுணர்வுக்கும் இடையிலான ஆழமான தொடர்பு விளங்குகிறது. பூமியின் அடியில் விளைகிற சேனை, உருளை போன்றவற்றைக் குறிக்கும் பொதுச்சொல்லான கிழங்கு என்ற தமிழ்ச்சொல்லை (DED:1578) 'அடியில்' 'கீழே' எனும் பொருள்படும் 'கீழ்' என்ற சொல்லிலிருந்து மீட்டுருச்செய்யலாம் என்பதை இங்கு ஒருசேர நினைத்தால் குணக்கு என்ற சொல்லிற்கும் 'கீழ்' மற்றும் 'அடியில்' எனும் பொருளுக்குமுள்ள தொடர்பு மேலும் தெளிவாகும்.

இத்தனை விளக்கங்களுக்குப் பின்னரும், குணக்கு, குடக்கு என்ற சொற்களின் ஆக்கவரலாறு பற்றி முடிந்தமுடிவான கருத்தொற்றுமை ஏற்படவில்லையென்று ஒரு வாதத்திற்காக வைத்துக்கொண்டாலும்கூட, மேல்கீழ் என்ற சொற்களின் வடிவில் திராவிட மொழிகளில் கிட்டும் சான்றுகள் "மேல்-மேற்கு: கீழ்-கிழக்கு" என்ற பாகுபாட்டின் சொற்பொருள் பின்புலத்தை மிகத்தெளிவாக நிறுவப் போதுமானவையே.

குடக்கு(மேற்கு), குணக்கு(கிழக்கு) என்ற திசைப்பெயர்கள் பண்டையத் தமிழிலக்கியங்களிலும் கல்வெட்டுக்களிலும் வழங்கப்பட்டுள்ளன என்றாலும், நடைமுறைப்பேச்சு வழக்கில் இச்சொற்களை, திராவிட மொழிபேசுவோர் எவரும் பயன்படுத்தவில்லை என்பதைக் கருத்தில் கொள்ளவேண்டும். "மேல்-மேற்கு: கீழ்-கிழக்கு" என்பதைத் தெளிவாகத் தெரிவிக்கும் மேல்கீழ் பல்பொருளொருசொல் உருவாகி நிலைபெற்றுவிட்டதால் குடக்கும்குணக்கும் காலப்போக்கில் முக்கியத்துவத்தை இழந்திருக்கக்கூடும்.

மேற்குத் திசையைக் குறிக்கும் 'படிஞாயிறு' என்ற சொல்வழக்கு

தமிழ்மொழிக்கும் மலையாள மொழிக்கும் இடையிலான உறவுபற்றிய தனது வாதத்தை முன்வைக்கும் போக்கில், கிழக்கு, மேற்கு எனும் இருதிசைகளைக் குறிக்க இவ்விரு மொழிகளிலும் பயன்படுத்தப்படும் சொற்களை மேற்கோள் காட்டுகிறார் குண்டர்ட். (Caldwell 1974:20 சுட்டியபடி) மலையாள மொழியில் மேற்குத் திசையைக் குறிக்க 'மறையும் சூரியன்' என்ற பொருளில் 'படிஞ்ஞாறு' (இலக்கியவழக்கில் படிஞ்ஞாயிறு) என்ற சொல்லே பெரும்பாலும் பயன்படுத்தப்பட்டாலும் 'மேல்கு' என்ற சொல்லும் வழக்கிலுள்ளது என்பதை குண்டர்ட் சுட்டிக்காட்டுகிறார். கிழக்கு, மேற்கு எனும் திசைப்பெயர்கள் தமிழ்நிலத்தில்தான் தோன்றியிருக்கக்கூடும் என்று அவர் ஒப்புக்கொள்கிறார் என்பதை கால்டுவெல் எழுதியுள்ள நூலின் மூலம் தெரிந்துகொள்கிறோம். கிழக்கு, மேற்கு என்ற சொல்வழக்கின் மூலம் புலனாகும் தமிழ்-மலையாள உறவுபற்றிய புரிதல் எவ்வாறாயினும், மலையாள மொழியின் 'படிஞ்ஞாறு' என்ற சொல்வழக்கு திசைப்பெயர்களின் சொல்லுருவாக்கத்திற்கான நான்கு சொல்லாக்க வளக்கூறுகளில் ஒன்றாக பிரவுன் குறிப்பிடும் 'விண்கோள்கள் மற்றும் விண்நிகழ்வுகள்' என்பதன் அடிப்படையில் உருவாக்கப்பட்டுள்ளது என்பது தெளிவாகப் புலப்படுகிறது. இந்தப்புரிதலே, இக்கட்டுரையின் மையக்கருத்திற்குப் போதுமானது.

''மேல்–மேற்கு: கீழ்–கிழக்கு'' பலபொருளொரு சொற்களின் விரிவாக்கம்

ஓர் அடிப்படைச் சொல்லின் மையப்பொருளை உருவகரீதியாய்ப் பொருள்விரிவாக்கம் செய்வதற்கான படைப்பியல் சார்ந்த சாத்தியங்களுக்கு, பலபொருளொருசொல் எனும் கருவி, அதாவது வழிமுறை, வெகுவாக வாய்ப்பளிக்கிறது. திராவிடமொழிகள் பலவற்றிலும் 'மேல்மேற்கு': கீழ்கிழக்கு முன்மாதிரிகளின் பலபொருளொருசொல் எல்லைகள் காலப்போக்கில் சில சமூகப் பொருளாதாரக் கருத்தோட்டங்களை, மற்றும் புரிதல்களை

முன்னிறுத்தும் குறியீடுகளாகப் பொருள்விரிவாக்கம் பெற்றுள்ளன. சங்க இலக்கியக் காலத்திலேயே இப்போக்கைக் காணமுடிகிறது. எடுத்துக்காட்டாக, 'மேற்பால்' என்ற சொல்வழக்கு சமூகத்தின் மேல்மட்டத்தினரையும், 'கீழ்ப்பால்' என்ற சொல்வழக்கு சமூகத்தின் கீழ்மட்டத்தினரையும் குறிக்கின்றன (புறம். 183). பரிபாடலில் (17-40) 'கீழோர்' என்பது 'பள்ளமான வயல்களில் உழுதுண்போர்' என்ற பொருளிலும்; புறநானூற்றில் (புறம்.42-13) 'கீழ்மடை' என்பது வாய்க்கால் பாசனநீர் பெறும் கடைமடைப் பகுதி, அதாவது கீழ்ப்பகுதி என்ற பொருளிலும் பயன்படுத்தப்பட்டுள்ளன. வீரமரணம் எய்தியோரின் உலகம் அதாவது உயர்மக்களின் உலகம், 'மேலோர் உலகம்' என்றழைக்கப்படுகிறது (புறம். 229:22; 240:5-6; பரி.17-8)). இத்தகைய கீழ் மேல் பொருள்விரிவாக்கங்கள் தமிழ் மொழிப்பரப்பில் எங்ஙனம் நிகழ்ந்தன என்பதைத் தமிழ்க் கல்வெட்டு, இலக்கிய மற்றும் சொற்களஞ்சியத் தரவுகளின் மூலம் அறிவது இங்குப் பொருத்தமாக இருக்கும். இத்தரவுகளில் சிலவற்றை, இக்கட்டுரையின் இறுதியில் இணைக்கப்பட்டுள்ள பின்னிணைப்பு 1 இல் காணலாம்.

'மேல்மேற்கு': கீழ்கிழக்கு முன்மாதிரிகள் பண்டையக் காலத்திலிருந்தே தமிழ்ப்பண்பாட்டில் ஆழமாக வேரூன்றி, முக்கியத்துவம் பெற்று, தமிழ்மொழியின் சொல்லுருவாக்கங்களில் ஆளுமை செலுத்தியுள்ளன என்பதை இத்தரவுகள் (பின்னிணைப்பு 1) காட்டுகின்றன. இவ்விரிவாக்கங்களில் புலப்படும் முன்மாதிரிகளின் (prototypes) தோற்றத்தில் மானுடப்புவியியலின் செல்வாக்கு, தாக்கம் எந்த அளவிற்கு இருந்திருக்கிறது என்பதை "மீ>மீயாட்சி>மீநீர்; மேல்>மேனீர்>மேல்வாரம்>மேல்பாதி" மேலும் "கீழ்>கீனீர்>கீழ்வாரம்>கீழ்பாதி" என்ற சொல்வழக்குகளின் நடைமுறை நோக்கம் மற்றும் பயன்பாட்டின் மூலம் உய்த்துணரலாம்.

தமிழ்நாட்டில், காவிரியாற்றுப் பாசனப்பகுதியிலுள்ள விவசாயிகள் மேல்நீர், கீழ்நீர்; மேல்வாரம், கீழ்வாரம்; மேல்பாதி, கீழ்பாதி போன்ற சொல்வழக்குகளை மிக நன்றாக அறிவார்கள். தமது நிலத்தைத் தாமே உழுது, பயிரிட்டு அறுவடை செய்யாமல், பிற விவசாயிகளுக்கு வாரக்குத்தகைக்கு அளித்து அதற்கு ஈடாக விளைச்சலில் ஒருபகுதியைப் பெற்றுக்கொள்கிற நில உடமையாளர்கள் இப்பகுதிகளில் ஏராளமானோர் உள்ளனர். அத்தகைய வாரக் குத்தகை ஏற்பாட்டில், நில உடமையின் மேற்பகுதிகள் நில உடமையாளரின் பங்கு என்றும் (மேல்பாதி) கீழ்ப்பகுதிகள் (கீழ்ப்பாதி) உழுது பயிர்செய்வோரின் பங்கு என்றும் பொதுவாக அடையாளப்படுத்தப்படுகின்றன. மேற்பகுதியிலிருந்து கிடைக்கும் விளைச்சல் நிலத்துக்காரரின் பங்கு என்றும் (மேல்வாரம்) என்றும் கீழ்ப்பகுதியிலிருந்து கிடைக்கும் உழவரின் (குத்தகைக்காரர்) பங்கு 'கீழ்வாரம்' என்றும் குறிப்பிடப்படுகின்றன.

புவியமைப்பின் அடிப்படையில் பாசனப் பகுதிகளில் காவிரியாற்றுத் தண்ணீர்/ கால்வாய்த் தண்ணீர் பொதுவாக வடமேற்கிலிருந்து தென் கிழக்கு நோக்கியே பாய்கிறது. தமிழ்நாட்டின் மேற்குப்பகுதி உயரமாகவும்

கிழக்குப்பகுதி தாழ்வாகவும் இருப்பதுமான நில அமைப்பே இதற்குக் காரணமாகும். இதன் விளைவாக, இயற்கையாகவே, விவசாய நிலங்களின் மேல்பகுதிகளுக்கு (பொதுவாக மேற்கில் அமையும்) முதலிலும், தாழ்வான கடைமடைப்பகுதிகளுக்கு (பொதுவாக கிழக்கில் அமையும்) அதன் பிறகும் பாசனநீர் பாயும். இதனால், தண்ணீர்ப்பற்றாக்குறைக் காலங்களில் பாயும் தண்ணீரில் மேல்நிலங்கள் முன்னுரிமை பெறும். அதைப்போலவே, வெள்ளக்காலங்களில் மேல்நிலங்களிலிருந்து முதலில் நீர்வடிந்துவிடும்; கீழ் நிலங்களில் நீர் கூடுதலாய்த் தேங்கும். ஏற்றத்தாழ்வான படிநிலைகளால் வடிவமைக்கப்படுகிற சமூகக் கட்டமைப்பு மரபுகளில் நில உடைமையும் அது சார்ந்த உரிமைகளும்தான் சமூகப்பொருளாதார உறவுகளின் அடிப்படையாக விளங்குகின்றன. எனவே, மேல்வாரம்: கீழ்வாரம் என்ற கட்டமைப்பு வெறும் "மேல்-மேற்கு: கீழ்-கிழக்கு" என்ற நில அமைப்பின் விளைவல்ல; அதையும் தாண்டிச் சமூகப்பொருளாதார, சமூக உளவியல் கூறுகளை உள்ளடக்கிய நடைமுறை எதார்த்தம் என்பதையும் நாம் புரிந்துகொள்ளவேண்டும். இதன் பின்னணியில்தான் 'மேல்கீழ்' எனும் சொற்கள் சமூகப் பொருளாதார ஏற்றத் தாழ்வுகளைப் படம்பிடிக்கும் முறையில் சொற்பொருள் விரிவாக்கம் பெற்றுள்ளன என்பதும் தெளிவாகிறது.

இத்தகைய சொற்பொருள் விரிவாக்கங்கள், விரிவான சமூகக்கட்டமைப்புக் கொண்ட சமூகங்களில் பேசப்படும் தமிழ், கன்னடம், தெலுங்கு, மலையாளம் போன்ற மொழிகளில் மட்டுமன்றி, திராவிடப் பழங்குடி மொழிகள் சிலவற்றிலும் நேர்ந்துள்ளன என்பது வியப்பை அளிக்கிறது. குரூக் மொழியில், கிய்யந்தா, கீதாந்த (DED 1619) என்ற சொல்வழக்குகள் முறையே 'கீழ் நிலை', 'கீழ்ச்சாதி' என்ற பொருளிலும், துளு மொழியில் கீழ்மேலு (DED: 1619) என்ற சொல்வழக்கு 'கீழ்மேல்' என்பதோடு 'கீழ்மட்டத்தினர் மேல்மட்டத்தினர்' என்ற பொருளிலும் வழங்குகின்றன.

திராவிட மொழிக்குடும்பத்தின் ஊடாக விளங்கும் இந்த "மேல்-மேற்கு: கீழ்-கிழக்கு" கட்டமைப்பிற்கும் சிந்துவெளிப் பண்பாட்டிற்கும் என்ன தொடர்பு என்பதை விவாதிக்கவேண்டும். அதற்கு முன்னர், இப்பாகுபாடு இந்தோ-ஐரோப்பிய மொழிக்குடும்பத்தில், அதிலும் குறிப்பாக சமஸ்கிருதம் உள்ளிட்ட இந்தோ-ஆரிய மொழிகளில் எப்படி இயங்குகிறது என்பதைப் புலன்விசாரிக்கலாம்.

பகுதி 3

இந்தோ- ஐரோப்பிய மொழிகளில் திசைகளுக்கான பெயர்களின் உருவாக்க வரலாறு

இந்தோ-ஐரோப்பிய மொழிகளில் திசைகளைக் குறிக்கும் சொற்களில் பெரும்பாலானவை, பகல் வேளையில், குறிப்பிட்ட நேரத்தில் வானத்தில் சூரியன் எங்கே இருக்கிறது என்பதன் அடிப்படையிலும் அல்லது ஒருவர் சூரியனைப் பார்த்து நிற்கையில் அவரது 'முன்னிருக்கும் திசை', 'பின்னிருக்கும் திசை', அவரது இடது, வலதாக இருக்கும் திசை எது என்ற அடிப்படையிலும் உருவாகியுள்ளதாக கார்ல் டார்லிங். பக் (Carl Darling Buck 1949:870) தெரிவிக்கிறார். பொதுவாக, சூரிய உதயமே இந்தோஐரோப்பிய மொழிபேசும் மக்களின் நோக்குதிசையாக இருந்திருக்கிறது (அதாவது சூரிய உதயத்தை நோக்கி நிற்கையில் முன்னிருப்பது = கிழக்கு; பின்னிருப்பது = மேற்கு; வலது புறம் = தெற்கு; இடது புறம் = வடக்கு) என்றும் அவர் கூறியுள்ளார்.

இந்தோ-ஐரோப்பிய மொழிகளில் திசைகளுக்கான சொற்கள் உருவான முறையில் தெளிவான வெளிப்படைத்தன்மை உள்ளது என்றும் அவை 'பலபொருளொருசொல்' அல்லது 'சொல்லுக்குச்சொல் நேரடி மொழிபெயர்ப்பு' என்ற வழிமுறைகளைப் பின்பற்றுகின்றன என்றும் கூறும் பிரவுன் (1983:122), உலகின் பல்வேறு பகுதிகளிலும் பேசப்படுகிற இந்தோஐரோப்பிய மொழிகளில் 'கிழக்கும் மேற்கும் முன்னும் பின்னும்' என்பதான ஒரு வாடிக்கையான பொதுஅணுகுமுறை காணப்படுவதாகவும் கண்டறிந்துள்ளார். பல்வேறு இந்தோஐரோப்பிய மொழிகளின் சொல்லாக்க முறைகளை ஆய்வுசெய்த பிரவுன் கிழக்குத்திசை 'முன்னால்' (முன்புறம், முன்பகுதி, முன்பாக) என்பதோடு நான்கு மொழிகளிலும் 'பின்னால்' என்பதோடு ஒரே ஒரு மொழியிலும் தொடர்புடையதாக இருக்கிறது என்று கண்டறிந்தார். அதற்கு மாறாக மேற்குத்திசை எப்போதும் 'பின்னால்' (பின்புறம், பின்பகுதி, பின்னாக) என்பதோடு தொடர்புடையதாக இருக்கிறது என்றும் ஒரு போதும் அத்திசை 'முன்னால்' என்பதோடு தொடர்பு கொண்டிருக்கவில்லை என்றும் அவர் மேலும் கண்டறிந்து அறிவித்துள்ளார்.

இந்தோ-ஆரிய மொழிகளின் 'முன்-கிழக்கு: பின்-மேற்கு' கட்டமைப்பு: மனித -மைய அணுகுமுறை

சமஸ்கிருதம் உள்ளிட்ட இந்தோஆரிய மொழிகள், திசைகளுக்கான சொல்லுருவாக்கத்தில், இந்தோஐரோப்பிய மொழிகளுக்கே உரித்தான 'முன்-கிழக்கு: பின்-மேற்கு' கட்டமைப்பைப் பயன்படுத்துகின்றன.

சான்று: இந்தோ- ஆரிய மொழிகளின் ஒப்பியல் அகராதி (CDIAL, 8343, 8346)
சமஸ்கிருதம். பூர்வ 'முன்னால்', 'முதலான', 'கிழக்கு', 'பழமையான';
பூர்வார்தா 'கிழக்குப் புறம்'
பாலி. புப்ப, புப்பக 'முன்னதான', 'பழமையான'
பிராகிருதம். புவ்வ 'முன்னதான', புவ்வ 'கிழக்கு'
அஸ்ஸாமி. புப் 'கிழக்கு'
வங்காளி. புப் 'கிழக்கு'
ஒரியா. பூப 'கிழக்கத்திய'
மராத்தி. பூப் 'கிழக்கு'; பூப 'கிழக்கத்தியான்'
காஷ்மீரி. பூரு 'கிழக்கு'
பஞ்சாபி. புஆத், பொவாத் 'ஒரு மாவட்டத்தின் கிழக்குப்பகுதி'

சான்று: இந்தோ - ஆரிய மொழிகளின் ஒப்பியல் அகராதி (CDIAL 8920, 8922, 8925)
சமஸ்கிருதம். ப்ராசீன 'முன்னே நோக்கி', 'கிழக்கு'; ப்ராச்யா 'முன்னால் இருப்பது', 'கிழக்கான'; ப்ராஞ்ச் 'முன்னோக்கிய', 'கிழக்கு'
பாலி. பாசீன 'கிழக்கு'

சான்று: இந்தோ - ஆரிய மொழிகளின் ஒப்பியல் அகராதி (CDIAL 8006)
சமஸ்கிருதம். பஸ்சார்த 'மேற்குப்புறம்', 'பின் பகுதி'
பிராகிருதம். பச்சாத 'பின் பகுதி'

சான்று: இந்தோ - ஆரிய மொழிகளின் ஒப்பியல் அகராதி (CDIAL 8007)
சமஸ்கிருதம். பஸ்சிமா 'பின்னால்', 'பின்புறம்', 'மேற்கு'
பாலி. பஸ்சிம 'மேற்கு' 'கடைசி'
ப்ராகிருதம். பச்சிம 'பின்புறம்', 'மேற்கு'
காஷ்மீர். பச்யும் 'மேற்கு'
பஞ்சாபி. பச்வா 'மேற்கு
சிங்களம். பாஸும் 'கடைசி', 'மேற்கு'

சான்று: இந்தோ - ஆரிய மொழிகளின் ஒப்பியல் அகராதி (CDIAL 9655)
சமஸ்கிருதம். ப்ஹ்ரஸ்டா 'வீழ்ந்த', 'சிதைவுற்ற'
பிராகிருதம். பாட்த 'வீழ்ந்த', 'அழிந்த'
அஸ்ஸாமி. பாடி 'ஓடையின் கடைப்பகுதி', 'மேற்குப் பகுதி', 'மேற்கு'
சிங்களம். பட 'கீழிறங்கிய', 'மூழ்கிய', 'இறக்கம்', 'மேற்கு'

சான்று: மோனியர் வில்லியம்ஸ் சமஸ்கிருத-ஆங்கில அகராதி (MW:102)
சமஸ்கிருதம். ஆவர 'பின்பகுதி' 'பின்புறம்', 'கீழே', 'தாழ்மையான', 'மேற்கு'

சான்று: மோனியர் வில்லியம்ஸ் சமஸ்கிருத-ஆங்கில அகராதி (MW: 50)
சமஸ்கிருதம். ஆபர 'பின்புறம்', 'தாழ்ந்த', 'மட்டமான', 'மேற்கத்திய', 'மேற்கு', 'மேற்காக உள்ள'; ஆபரஜன 'மேற்கில் வசிப்பவர்கள்', அபராந்த 'மேற்கெல்லையில் வசிக்கிற', 'மேற்குக் கோடியில்', 'மரணம்'

சான்று: மோனியர் வில்லியம்ஸ் சமஸ்கிருத-ஆங்கில அகராதி (MW: 565)
சமஸ்கிருதம். நீச்ய 'கீழே வசிக்கிற', 'மேற்கிலுள்ள சில நாடுகளின் பெயர்'

இவையன்றி, பிரவுன் சுட்டிக்காட்டுகிற 'விண்கோள்கள் மற்றும் விண்நிகழ்வுகள்' என்ற அடிப்படையிலும் இந்தோஆரிய மொழிகள் திசைகள் குறித்த சில சொற்களை உருவாக்கம் செய்துள்ளன.

சான்று: இந்தோ - ஆரிய மொழிகளின் ஒப்பியல் அகராதி (CDIAL 973)
சமஸ்கிருதம். ஆஸ்த 'மறையும்' (சூரியன்)
பிராகிருதம். அத்த 'சூரியன் மறையுமிடம்'
சிங்களம். அத 'சூரிய அஸ்தமனம்', 'மேற்கு'

சான்று: இந்தோ - ஆரிய மொழிகளின் ஒப்பியல் அகராதி (CDIAL 975)
சமஸ்கிருதம். அஸ்தமாயன 'மறைவு' (சூரியனின்)
குஜராத்தி. ஆதம்னு 'மேற்கு
பஞ்சாபி. ஆதுன் 'மேற்கு'
ஹிந்தி. அத்தம்னா 'சூரிய அஸ்தமனம்', 'மேற்கு'

பொருள் விரிவாக்கம்

இந்தோ ஆரிய மொழிகளின் 'முன் கிழக்கு: பின் மேற்கு' பலபொருளொருசொல் கட்டமைப்பு, சமூகப்படிநிலைகளை, ஏற்றத்தாழ்வுக் கூறுபாடுகளை உள்ளடக்குவதாகப் பொருள்விரிவாக்கம் பெற்றன என்பதை நிறுவச் சான்றுகள் உள்ளன. அச்சான்றுகளை அட்டவணை 4 இல் காண்க.

சான்று: இந்தோ-ஆரிய மொழிகளின் ஒப்பியல் அகராதி *மற்றும்* **மோனியர் வில்லியம்ஸ் சமஸ்கிருத-ஆங்கில அகராதி**

அட்டவணை 4: இந்தோ-ஆரியக் கட்டமைப்பும் பொருள் விரிவாக்கமும்

இஆமொ ஒஅ (CDIAL) / மோ.வி (MW) எண்	பலபொருள் ஒருசொல் (Polysemous Term)	குறிபடு பொருள் 1 (Refrent 1)	குறிபடு பொருள் 2 (Refrent 2)	விரிவாக்கம் (Extensions)
இஆமொ ஒஅ: 8343, 8346 / மோ.வி :643	பூர்வா	'முன்' 'முன்னால் அமைந்த'	'கிழக்கு' புராதன, பழைய, மூதாதையர், 'முன்னோர்'	
இஆமொ ஒஅ:8920, 8922, 8925 / மோ.வி:643, 651	ப்ராச், ப்ராசீன, ப்ராச்ய	'முன்னிருத்தல்', 'முன்னோக்குதல்', முன்னோக்கித் திரும்புதல்,	கிழக்காக, கிழக்கில் முந்தைய, புராதன, முன்னேறு, முன்னேற்று	
	பௌரஸ்த்ய	முன்னால் அமைந்திருக்கிற கிழக்கு, கிழக்குத்திசையில் வாழும் மனிதர்கள்		
	பூர்வஜ	முந்தைய, பண்டைய, ஆதிகாலத்து, மூதாதையர்'	கிழக்கத்திய, கிழக்கில் பிறந்த	'மனிதர்களின் போற்றுதற்குரிய மூதாதையர்கள்
	பூர்வதிக் அதிபதி		'கிழக்கு'த் திசையின் ஆட்சியாளர்	ஆரியக் கடவுள் இந்திரனின் சிறப்புப் பெயர்

மோ.வி: 50	ஆபர	பின்புறம், பின்னது	மேற்கு, மேற்கத்திய,	'தாழ்வான, கீழான
	அபராந்த		மேற்குத் திசையில் வாழ்பவர்	மரணம்
மோ.வி:102	ஆவர	'பின்புறம், 'கீழே'	'மேற்கு'	'மட்டமான', தாழ்மையான, கீழ்,கீழ்த்தரம், முக்கியமற்ற, மிகக்குறைவான, அடிமட்டமான
இஆமொ ஒஅ:8009	பஸ்ச பஸ்ச்சிமா	'பின்புறம்', பிறகு	'மேல்'	
மோ.வி 675	ப்ரதீச்ய		'மேற்கு' மேற்குநாடு	'மிக நெடுந்தொலை விலுள்ள தொடர்பற்ற, மறைத்து வைக்கப்பட்ட எதற்குமான பெயர்.
இஆமொ ஒஅ: 9655	பாடி பட		'மேற்குப்பகுதி மேற்கு	'நீரோடையின் கடைப்பகுதி மூழ்கிய, இறக்கம்
மோ.வி: 565	நீச்ய	'கீழே வாழ்பவர்'	மேற்கிலுள்ள சில நாடுகளின் பெயர்	

மேற்சுட்டிய எடுத்துக்காட்டுகள் மட்டுமின்றி இந்தோ ஆரிய மொழிகளில் சமுதாயப் படிநிலைகளை உணர்த்தும் சொற்கள் மனிதமைய அணுகுமுறையையே பின்பற்றின என்பதை நிறுவதற்கு உதவும் மேலும் சில சொல்வழக்குகள் சமஸ்கிருதத்தில் உள்ளன.

எடுத்துக்காட்டாக, 'வர்ண' (நிறம் என்ற பொருளைக் குறிக்கும் 'வர்ண்' என்ற வேர்ச்சொல்லிலிருந்து தோன்றியது) என்ற சொல்லை ஆய்வுசெய்யலாம். 'வர்ண' என்ற சொல்லிற்கு 'புறத்தோற்றம்', 'வெளிப்பக்கம்', 'முகத்தின் நிறம்', 'சமுதாயப்பிரிவு', 'குடி', 'ஒழுங்கு', 'வகை', 'ஜாதி' போன்ற பொருள்கள் உண்டு. 'வர்ணத்வ' என்ற சொல் 'நிறத்தின் நிலைமை' 'சாதியின் நிலைமை' என்ற இருபொருள்களிலும் வழங்குகிறது (மோ.வி: (MW:924). மேலும், 'சதுர்வர்ண' என்ற சொல்வழக்கு 'நான்கு சாதிப்பிரிவுகள்', 'நான்கு அடிப்படை நிறங்கள்' என்ற இருபொருண்மைகளிலும் வழங்குகிறது (மோ.வி. (MW:385).

இதைப்போலவே, குடிகள், குலங்கள், சாதிகள் எனும் அடிப்படையிலான சமுதாயப்பிரிவுகளும் 'முன்'; 'பின்' என்ற அணுகுமுறையையே பின்பற்றுகின்றன. 'அந்த்யஜா' என்ற சமஸ்கிருதச்சொல் இதைப் புலப்படுத்தும். 'கடைசியில் உள்ளது' என்ற பொருள்படும் 'அந்த்ய' என்ற சொல்லிருந்தே 'அந்த்யஜா' என்ற சொல்வழக்கு ஆக்கம் பெற்றது. இதற்கு, 'கடைக்கோடி சாதியைச் சேர்ந்தவன்'; 'ஏழு கடைநிலைக் குடிகளில் ஏதேனும் ஒன்றைச் சேர்ந்தவன்' என்று பொருள் விளக்கம் தரப்படுகிறது. இந்த கடைநிலைக் குடிகளின் பட்டியலில் மலைவாழ்மக்களும் அடங்குவர் என்பது குறிப்பிடத்தக்கது (மோ.வி. (MW:44), அதே நேரத்தில், சமஸ்கிருதத்தில் முன்பே சுட்டிக்காட்டியபடி 'பூர்வஜ' என்ற சொல் 'கிழக்குத்திசையில் பிறந்தவன்', 'கிழக்கத்தியான்', 'முன்னவன்', 'முன்னோர்', 'போற்றுதற்குரிய மூதாதையர்கள்' என்ற பொருள்களில் வழங்குகிறது (மோ.வி: MW:643). எனவே, 'அந்த்யஜ', 'பூர்வஜ' என்ற இரண்டு சொல் வழக்குகளையும்; 'வர்ண', 'வர்ணத்வ', 'சதுர்வர்ண' ஆகிய சொல்லாட்சிகளையும் ஒருசேர ஒப்பிட்டு ஆராய்ந்தால், இந்தோஆரியச் சமூகப்படிநிலைக் கட்டமைப்பு 'முன், பின்' என்ற அணுகுமுறையைப் பின்பற்றுவதையும், இச்சொற்களின் ஆக்கமுறையில் புவிமையக் கோட்பாட்டின் சாயல் எதுவுமில்லை என்பதையும் மாறாக, அவை மனித மையக் கோட்பாட்டைப் பின்பற்றுகின்றன என்பதையும்அறியலாம்.

இறுதியாக, 'ஆவர' என்ற சொல் 'மேற்கு', 'மட்டமான', 'முக்கியமற்ற', 'சிறுமதிப்புடைய' என்ற பொருளில் வழங்குவதையும், ஆவர என்ற அச்சொல்லிருந்து ஆக்கம் பெற்ற 'ஆவரவர்ண' என்ற சமூகவியற்சொல் 'தாழ்ந்த சாதியைச் சேர்ந்தவன்' என்ற பொருளில் வழங்குவதையும் (மோ.வி (MW:102) மேற்கு என்ற திசை இந்தோ ஆரியக் கட்டமைப்பில் பெற்றிருந்த குறைவான புறமுனைப்பிற்கு, அதாவது குறைவான முக்கியத்துவத்திற்குச் சான்றென முன்வைக்கலாம்.

இவ்வகையில், இந்தோ ஆரிய மொழிகளில் 'முன் கிழக்கு: பின் மேற்கு' என்ற கட்டமைப்பே கிழக்கு, மேற்கு எனும் திசைகளுக்கான பெயருருவாக்கத்தில் மட்டுமின்றி, குடிகள், சாதிகள் எனும் சமுதாயப்பிரிவுகள் குறித்த சொல்லுருவாக்கத்திலும் காத்திரமான பங்களிப்புச் செய்திருக்கிறது; தாக்கம் புரிந்திருக்கிறது. இந்தோ ஆரிய மொழிகளில் 'கிழக்கு' என்பதே முன்னுரிமை பெறுகிறது; உயர்ந்த நிலை மற்றும் மேலானதாகக் கருதப்படுகிற விஷயங்களோடு தொடர்புபடுத்தப்பட்டுள்ளது. மாறாக, 'மேற்கு' என்பது பின்னுரிமை பெறுவதோடு கீழான, தாழ்வானதாகக் கருதப்படுகிற விஷயங்களோடு தொடர்புபடுத்தப்படுகிறது என்பதில் எந்தவித ஐயத்திற்கும் இடமில்லை.

இந்தோ ஆரிய மொழிகளின் இந்த அணுகுமுறை திராவிட மொழிகளின் (பகுதி 2ல் ஏற்கனவே விரிவாக நிறுவப்பட்டுள்ளபடி) அணுகுமுறைக்கு நேர்மாறானது; முற்றிலும் முரணானது என்பது கவனிக்கத்தக்கது.

இந்த முரண்பாட்டை சிந்துவெளி நகரமைப்பின் இருமைப்பாகுபாட்டுடன் ஒப்பிட்டு அதன்மூலம் சிந்துவெளி மக்களின் மொழி எது என்ற கேள்விக்கு விடைதேடும் முன்னர், "மேல்-மேற்கு: கீழ்-கிழக்கு" என்ற பாகுபாட்டின் ஊற்றுக்கண்ணான மானுடப் புவிச்சூழல்கள், மற்றும் அத்தகைய பாகுபாடு நிலவியல் சார்ந்த வாழ்வியல் உண்மை என்பதை நிறுவும் இடப்பெயர்களின் வழங்கிடம்; அப்புவிச்சூழலுக்குப் பொருத்தமான மலை, கோட்டை போன்ற கூறுபாடுகளின் சிறப்பிடத்தை முன்னிறுத்தும் இடப்பெயர்களின் பயன்பாட்டுமுறை ஆகிய துணைநிலைச் சான்றுகளைப் பதிவுசெய்வது பொருத்தம் எனத்தோன்றுகிறது.

பகுதி 4

'மேல்' என்பது 'மேற்கு', 'கீழ்' என்பது 'கிழக்கு' எனும் மானிடப் புவிச்சூழல்கள்

இக்கட்டுரையின் முற்பகுதிகளில் திராவிட மொழிகள் மற்றும் இந்தோ ஆரிய மொழிகள் திசைப்பெயர் உருவாக்கத்தில் கையாளும் வெவ்வேறான அணுகுமுறைகளையும் அவற்றின் சமூகப் பண்பாட்டுப் பொருள் விரிவாக்கங்களையும் சான்றுகளோடு கண்டறிந்தோம். இவ்விரு கட்டமைப்புகளையும் "மேல்-மேற்கு: கீழ்-கிழக்கு" என வடிவமைக்கப்பட்ட சிந்துவெளி நகரப் பண்பாட்டின் திசைஉயர பொருட்புல மற்றும் சமூகக் கூறுபாடுகளின் பின்னணியில், ஒப்பிட்டு அதன் மூலம் நாம் உய்த்துணரத் தக்க புரிதல்களை, முடிவுகளை விவாதிக்கும்முன்னர், சிந்துவெளி நாகரிகம் முளைவிட்டு வளர்ந்த நிலவியல் பின்னணியை, அதாவது அந்நாகரிகத்தின் மானுடப் புவியியலை, சிந்துவெளி நகரமைப்பின் சமூகவியல் அடிப்படைகளை வரையறுத்திருக்கக்கூடியதும் சிந்துவெளி மக்களின் "பெயர் தெரியா" மொழியில் திசைகளுக்கான சொற்களின் ஆக்கமுறையில் தாக்கம்புரிந்திருக்கக்கூடியதுமான காரணியாக மீண்டும் அடையாளப்படுத்துகிறேன். மேலும், அம்மானுடப்புவியியலின் தாக்கத்தைப் புவிமையக் கோட்பாட்டைப் பின்பற்றும் திராவிட மொழிகளின் திசைப்பெயர் ஆக்கமுறையில்தான் வெகுவாக இனம்காண முடிகிறது என்ற கருத்தையும் முன்வைக்கிறேன். திராவிட மொழிகளின் "மேல்-மேற்கு: கீழ்-கிழக்கு" கட்டமைப்பிற்கும் சிந்துவெளி நகரங்களின் "மேல்-மேற்கு: கீழ்-கிழக்கு" கட்டமைப்பிற்குமுள்ள அடிப்படைப் பொதுமையை மனதிற்கொண்டு, சிந்துவெளி மானுடப் புவியியலிலிருந்தும் சிந்துவெளி நகரமைப்பிலிருந்தும் சில காத்திரமான கூறுபாடுகளைக் கண்டறிந்து அக்கூறுபாடுகளைத் திராவிடமொழி பேசும் மக்களின் பழைய மற்றும் தற்கால இடப்பெயர்களிலும், திராவிட மொழிபேசும் மக்களின் தற்காலப் புவியமைப்பிலும் எவ்வாறு இனம்காணமுடியும் என்பதையும் சான்றுகளோடு நிறுவுகிறேன்.

திராவிடப் பெயர்ப்புலம் (Dravidian Namescape)

தமிழ்நாட்டில் தற்போது 15979 மக்கள்தொகைக் கணக்கெடுப்புக் கிராமங்களும் (Census Villages) 1098 மக்கள்தொகைக் கணக்கெடுப்பு நகரங்களுமாக (Census Towns) மொத்தம் 17077 மக்கள்தொகைக் கணக்கெடுப்பு இடப்பெயர்கள் (Census Toponyms) உள்ளன. இவற்றில் 'மேல்' (மேல், மேல, மேலை எனும் வடிவங்களில்) எனும் அடைச்சொல்லோடு, அதாவது

முன்னொட்டோடு கூடிய இடப்பெயர்கள் 312 உள்ளன. இதைப்போலவே, 'கீழ்' (கீழ், கீழ, கீழை எனும் வடிவங்களில்) எனும் முன்னொட்டுடன் கூடிய இடப்பெயர்கள் 328 உள்ளன. இவற்றில் பெயரளவில் 'மேல்' 'கீழ்' என்ற இருமைப்பாகுபாட்டின் அடிப்படையில் அமைந்துள்ள 168 இணைகள் (Dichotomous Pairs) உள்ளதைக் கண்டறிந்தேன். அதாவது மேல்கரணை: கீழ்க்கரணை; மேல்மணவூர்: கீழ்மணவூர் போன்று ஓர் இடப்பெயர் கரணை, மணவூர் என்ற அடிப்படைப்பெயரோடு மேல், கீழ் என்ற முன்னொட்டுக்களின் மூலம் இனம்பிரித்து அடையாளம் காட்டப்படுவதையே இணைகள் என்று குறிப்பிடுகின்றேன்.

ஏற்கனவே, சான்றுகளோடு விவாதித்தவாறு தமிழ் மொழியில் 'மேல்' என்பது மேற்கு மட்டுமல்ல, உயரமும் (மேல், மேடான) ஆகும். அதைப்போலவே, 'கீழ்' என்பது கிழக்கு மட்டுமல்ல கீழும் (தாழ்வான, பள்ளம்) ஆகும். இத்தகைய பலபொருளொருசொல் உறவுமுறை நடைமுறையில் எப்படி இயங்குகிறது என்பதைக் கண்டறிவதில் ஆர்வம் கொண்டேன். வேறொரு வகையில் சொல்வதெனில், 'மேல்' என்ற அடைமொழியோடு கூடிய பெயர் தாங்கிய ஊர்கள் உண்மையிலேயே அதற்கு இணையான கிழக்கு ஊரின் மேற்காக அமைந்திருக்கிறதா; அத்துடன் 'மேல்' என்ற பெயர் தாங்கிய இடங்கள், 'கீழ்' என்ற அடைமொழியோடு கூடிய இடங்களைவிட உண்மையிலேயே உயர்மட்டத்தில் இருக்கிறதா என்பதைச் சோதித்தறிய விரும்பினேன். புவித்தகவல் முறை (Geographical Information System), சார்ந்த மென்பொருள் மற்றும் கூகுள் எர்த் (Google Earth) பயன்பாடு ஆகியவற்றின் துணைகொண்டு நான் செய்த ஆய்வின் முடிவுகளை அட்டவணை எண் 5இல் காணலாம். மேற்சுட்டிய 168 மேல்கீழ் இணைகள் பற்றிய முழுவிவரங்களைப் பின்னிணைப்பு எண் 2 இலும் காணலாம். இந்த ஆய்வில் பயன்படுத்தப்பட்டுள்ள புவித்தகவல் முறை (GIS) என்ற அணுகுமுறை பற்றிய குறிப்பு பக்க எண் 35-36 இல் இடம் பெற்றுள்ளதை நினைவுகூரலாம்.

அட்டவணை 5: பெயருக்கு உண்மையான மேல்-கீழ் ஊர்கள்

'கீழ்' ஊர்களோடு ஒப்பிடுகையில் அவற்றிற்கு இணையான 'மேல்' ஊர்கள் எங்கு, எவ்விதம் அமைந்துள்ளன என்ற விவரம்	எத்தனை முறை நிகழ்கின்றன?
தமிழ்நாட்டில் மேல்கீழ் என்ற பகுப்படிப்படையில் அமைந்த இணை ஊர்கள்	168
'மேல்' என்ற அடைமொழி கொண்ட ஊர்கள் அவற்றிற்கு இணையான 'கீழ்' ஊர்களின் மேற்காகவும் ஒப்பீட்டு நிலையில் உயரமான (மேடான) நிலத்தில் அமைவது. (அதாவது திசை, உயரம் என்ற இரண்டு கூறுகளிலும் பெயருக்குப் பொருந்துவது)	121
'மேல்' என்ற அடைமொழி கொண்ட ஊர்கள் அவற்றிற்கு இணையான 'கீழ்' ஊர்களின் மேற்காகவும் ஆனால், தாழ்வான இடத்தில் இருப்பது. (அதாவது திசை என்ற ஒரு கூறுபாட்டில் மட்டும் பெயருக்குப் பொருந்துவது)	30
'மேல்' என்ற அடைமொழி கொண்ட ஊர்கள் அவற்றிற்கு இணையான 'கீழ்' ஊர்களின் கிழக்காகவும் ஆனால், உயரமான இடத்தில் இருப்பது. (அதாவது உயரம் என்ற ஒரு கூறுபாட்டில் மட்டும் பெயருக்குப் பொருந்துவது)	7
'மேல்' என்ற அடைமொழி கொண்ட ஊர்கள் அவற்றிற்கு இணையான 'கீழ்' ஊர்களின் கிழக்காகவும் அதே நேரத்தில், தாழ்வான இடத்தில் இருப்பது. (அதாவது திசை, உயரம் என்ற இரு கூறுபாடுகளில் ஒன்றில் கூடப் பெயருக்குப் பொருந்தாதது)	10

புள்ளிவிவர அடிப்படையில் மிகப்பெருவாரியான மேல்கீழ் இடப்பெயர்கள் பெயருக்குத் தக்கவகையில் "மேல்-மேற்கு: கீழ்-கிழக்கு" என்ற கட்டமைப்பிற்கு இணங்கி அமைந்துள்ளது கவனிக்கத்தக்கது. இதற்கான காரணம் வெளிப்படையானது. கேரள மாநிலத்துடனான தமிழகத்தின் மேற்கெல்லை முழுவதும் மேற்குத் தொடர்ச்சி மலைகள் ஓங்கியுயர்ந்துள்ளன; தமிழகத்தின் கிழக்குப்பகுதிகள் கடலும் கடல்சார்ந்த நெய்தல் நிலங்களுமாகும். இதன் விளைவாக, தமிழகத்தின் நில அமைப்பில் வடமேற்கிலிருந்து தென்கிழக்குமுகமான ஓர் இயற்கையான சரிவு வாட்டம் (natural gradient) அமைந்துள்ளது. அதனால் மேற்குப்பகுதி ஓங்கியும், கிழக்குப்பகுதி தாழ்ந்தும் இருப்பது இந்நிலப்பகுதியின் பொதுவான அமைப்பியல் கூறாகும்.

மேலும், எண்ணிக்கை அடிப்படையில் மேல்கீழ் பாகுபாடான இடப்பெயர்கள் கிழக்குச் சமவெளிப்பகுதியில் அதிகமாகவும், மேற்கு

மலைப்பகுதியில் குறைவாகவும் இருப்பது மக்கள் குடியிருப்புகளின் பரவலில் காணப்படும் பொதுப்போக்கையும் அப்பரவலின் திசையமைவையும் குறிப்பாக உணர்த்தும். மேற்கு மலையுச்சியிலிருந்து கிழக்குக் கடற்கரையின் விளிம்பு வரையில் "மேல்-மேற்கு: கீழ்-கிழக்கு" என்ற கட்டமைப்பு ஒரு நடைமுறை உண்மையாய் விளங்குவது வியப்பளிக்கிறது. ஒரு சமுதாயத்தின் வாழுமிட நில அமைப்பு அதாவது மானுடப்புவியியல் மக்கள் குடியிருப்புகளின் அமைப்பு முறையிலும் அக்குடியிருப்புகளுக்குப் பெயரிடும் முறையிலும் எந்த அளவிற்குத் தாக்கம் புரிய முடியும் என்பதை இந்த ஆய்வுமுடிவுகள் நிலைநாட்டுகின்றன.

தமிழ்நாட்டில் மேல்கீழ் என்ற பலபொருளொருசொற்களை முன்னொட்டாக்கி இடங்களுக்கு இணைஇணையாய்ப் பெயரிடுவதில், மேற்கு கிழக்கு என்ற திசைப்பெயர் வடிவங்கள் (அதாவது 'கு' என்ற சொல்லாக்க விகுதியோடு) எங்கும் பயன்படுத்தப்படவில்லை என்பது குறிப்பிடத்தக்கது. தமிழ்நாட்டில் 'மேற்கு' என்ற திசைப்பெயர் முன்னொட்டு ஒரே ஒரு இடத்தில் 'மேற்குப்பாதி' என்ற ஊர்ப்பெயரில் பயன்படுத்தப்பட்டுள்ளது. ஆனால், அதற்கு இணையாகக் 'கிழக்குப்பாதி' என்ற பெயர் பயன்படுத்தப்படவில்லை. இதைப்போலவே, கிழக்கு மருதூர், கிழக்குச்செட்டிபட்டி என்ற இரு ஊர்ப்பெயர்கள் அவற்றிற்கு இணையான மேற்கு முன்னொட்டு ஊர்ப்பெயர்கள் இன்றி வழங்குகின்றன. ஆனால் இதற்கு மாறாக, மேற்கு கிழக்கு எனும் பொருளில் வழங்கும் இணைஇணையான இடப்பெயர்கள் அனைத்திலுமே "மேல்கீழ்" என்ற பலபொருளொருசொல் வழக்குகளே பயன்படுத்தப்பட்டுள்ளன. இதற்குக் காரணம் எதுவாக இருக்கக்கூடும்? இடப்பெயர்களில் மேற்குகிழக்கு என்ற திசைப்பெயர்களைப் பயன்படுத்தினால் வெறும் திசை அடையாளம் மட்டும்தான் முன்னிலை பெறும்; 'மேல்மேற்கு: (உயரமான மற்றும் மேற்கான), கீழ்கிழக்கு (தாழ்வான மற்றும் கிழக்கான) என்ற பலபொருளொருசொல்லின் பயன்பாடு செயல்வடிவம் பெறாது. அதனால்தான் எல்லா இடங்களிலும் மேல்கீழ்; மேலகீழ; மேலைகீழை போன்ற முன்னொட்டு வடிவங்கள் மட்டுமே பயன்படுத்தப்பட்டிருக்கின்றன என்று கருத இடமுண்டு.

திசைகளுக்கான பெயருவாக்கத்தில் திராவிட மொழிகள், சுற்றுச் சூழல் சார்ந்த புவிமையக் கோட்பாட்டைப் பின்பற்றுகின்றன என்று மொழியியல் அடிப்படையிலும் பழந்தமிழ் இலக்கியங்கள் மற்றும் கல்வெட்டுச் சான்றுகளோடும் நாம் கண்டறியும் உண்மையைத்தான் தமிழகத்திலுள்ள மேல்கீழ் என்ற அடைமொழியோடு (அதாவது முன்னொட்டோடு) கூடிய பெயர்களைக் கொண்ட இடங்கள், இன்னொருவகையில், ஒரு செயல்முறை விளக்கமாய், உறுதிசெய்கின்றன. இதன்மூலம், மேல்கீழ் என்ற இடப்பெயர்ப் பாகுபாடு எதேச்சையான இடுகுறி அல்ல. காரணம் கருதிய நடைமுறை உண்மை என்பது தெளிவாகிறது.

திராவிடச் சூழலில் 'மேல்', அதன் விளைவாக 'மேற்கு' பெறும் மேன்மை

திராவிடப் பண்பாட்டுச்சூழலில் 'மேற்கு' மிகவும் முக்கியமானதாகும். மேற்குத்தொடர்ச்சி மலைப்பகுதியை ஆண்ட சேர மன்னர்கள் 'குடவர் கோ' அதாவது 'மேற்குப்பகுதி மக்களின் அரசர்' என்று அழைக்கப்பட்டனர் (பதிற்:55). ஒடிஸாவில் பேசப்படும் குயி எனும் திராவிடமொழியில், அப்பழங்குடி மக்களின் பெயர், அவர்கள் பேசும் மொழியின் பெயர் ஆகிய இரண்டுமே 'குயி' என்ற சொல்லிலிருந்தே பெறப்பட்டுள்ளன. இவ்வளவு முக்கியத்துவம் வாய்ந்த 'குயி' என்ற அச்சொல்லிற்கு 'மலை', 'மேற்கு' என்ற இரண்டு பொருளுண்டு (தி.வே.அ. (DED, 2178). இந்த அளவிற்கு ஒரே சொல், ஒரு மொழியின் பெயராகவும், அம்மொழி பேசும் பழங்குடியினரின் பெயராகவும், அம்மக்களின் வாழுமிடமான 'மலை' என்பதைக் குறிக்கும் பொதுப்பெயராகவும் அதே நேரத்தில் 'மேற்கு' என்ற குறிப்பிட்ட திசையையும் குறிக்கும் பெயர்ச்சொல்லாகவும் விளங்கும் புவிமொழியியலுக்கான அற்புதமான நடைமுறைச் சான்று வேறெந்த மொழியிலும் கிடைப்பதாகத் தெரியவில்லை; இன்னும் முனைப்பாகத் தேடித்தான் பார்க்கவேண்டும்.

தமிழர்களின் முழுமுதற்கடவுளான முருகன், மலையும் மலைசார்ந்த நிலமான குறிஞ்சிநிலக் கடவுள். முருகனின் கோயில்கள் பெரும்பாலும் குன்றின் மேல் அமைந்தவை. முருகனின் அறுபடைவீடுகளில் மிகமுக்கியமான பழனிமலையில் முருகனின் திருவுருவச்சிலை, மேற்கு மலைத்தொடர் சேர நாட்டுக் குறிஞ்சி நிலத்தொடர்பை நினைவுறுத்தும் வண்ணம் மேற்கு நோக்கியே உள்ளது.

இந்தியாவின் பிறபகுதிகளில் 'கிழக்கு-மேற்கு' இடப்பெயர்களின் நிலவரம்

தமிழ்நாட்டில் வழங்கும் மேல்கீழ் இடப்பெயர்கள் மட்டுமின்றி, இந்தியாவின் பிறபகுதிகளில் கிழக்கு மேற்கு என்ற திசைகளின் அடிப்படையிலான இடப்பெயர்கள் எங்கெல்லாம் பயன்படுத்தப்பட்டுள்ளன என்பது குறித்த தரவு ஆர்வத்தைத் தூண்டவல்லது.

இந்தியாவில் 'பூர்ப' (கிழக்கு) என்ற முன்னொட்டுடன் கூடிய 205 இடபெயர்களும் 'பூர்வ' என்ற முன்னொட்டுப் பெற்ற 4 இடப்பெயர்களும் (மக்கள்தொகைக் கணக்கெடுப்பு இடங்கள்) உள்ளன. இப்பெயர்களில் பெரும்பாலானவை மேற்குவங்காளம், அஸ்ஸாம், ஒடிஸா போன்ற மாநிலங்களிலேயே இடம்பெற்றுள்ளன (மேற்குவங்காளம் 169, அஸ்ஸாம் 20, பீகார் 6, ஒடிஸா 5, உத்திரப்பிரதேசம் 3, பஞ்சாப் 1). இதைப்போன்றதே, 'பஸ்சிம்; (மேற்கு) என்ற முன்னோட்டுடன் கூடிய இடப்பெயர்களின் பயன்பாடும். அத்தகைய இடப்பெயர்கள் 317இல், மேற்குவங்காளத்தில் மட்டுமே 277 இடப்பெயர்கள் வழங்குகின்றன. அஸ்ஸாமில் 19; உத்திரப்பிரதேசத்தில் 12, ஒடிஸாவில் 7; சத்திஸ்கர் மற்றும் அந்தமான் நிகோபாரில் தலா ஒன்று என்ற எண்ணிக்கையில் வழங்குகின்றன.

பகுதி 5

மலைசார்ந்த குடியிருப்புகளின் இடப்பெயர்கள்

திராவிடர்களின் மலைப்பெருமிதம்

திராவிடர்கள் அடிப்படையில் மலைவாழ் மக்கள். திராவிடர்களை 'மலைநில மனிதர்கள்' என்றழைக்கிறார் கமில் சுவலபில் (Kamil Zvelebil). திராவிடர்கள், சற்றேறக்குறைய கி.மு 4000 வாக்கில் வடகிழக்கு ஈரானிலுள்ள கரடுமுரடான மலைப்பகுதிகளில் வாழ்ந்தார்கள் என்றும், சிந்துவெளிப் பண்பாட்டின் இனமொழிக் கட்டமைப்பில் திராவிடர்கள் முக்கியமான, தலையாய பங்களிப்புச் செய்திருக்கக்கூடும் என்றும் சுவலபில் மதிப்பிடுகிறார் (Zvelebil1972: 57).

இந்தியாவில் தற்போது வாழும் பல்வேறு திராவிடப்பழங்குடிகளின் இனக்குழுப்பெயர்கள் அப்பழங்குடியினரின் மலைசார்ந்த மானுடப் புவிச்சூழலை வெளிப்படுத்துகின்றன. மால் பஹாடியா (ராஜ்மகால் மலைகள், ஜார்கண்ட்), மல அரயன் (மேற்குத்தொடர்ச்சி மலைகள், கேரளம்), மல குறவன் (நெடுமங்காடு, கேரளம்), மல மூத்தன் (எர்நாட், கேரளம்), மல பண்டாரம் (கொல்லம், கேரளம்), மல பணிக்கர் (வட கேரளம்), மல புலய, மல உள்ளாட, மல வேடா (இடுக்கி, கேரளம்), மலயன் (பாலக்காடு, கேரளம்), மலேரு (தக்ஷிண கன்னடா, கர்நாடகம்) போன்ற இனக்குழுப்பெயர்கள் 'மலை' என்ற சொல்லை அடிப்படையாகக் கொண்டு உருவாகியுள்ளன. இதைப்போலவே, கோட்டா (நீலகிரி, தமிழ்நாடு), கொண்டா தோரா, கொண்டா ரெட்டி (ஆந்திரப் பிரதேசம்), கோண்டு, கொய்ட்டெர் (ஒடிஸா) ஆகிய திராவிடப்பழங்குடி இனக்குழுப்பெயர்களும் 'மலை', 'குன்று' என்ற பொருள் தரும் சொற்களையே அடிப்படையாகக் கொண்டு ஆக்கம் பெற்றுள்ளன.

இதுமட்டுமின்றி, திராவிடப்பழங்குடிகள் சிலவற்றின் இனக்குழுப்பெயர்களிலும், தொல்மரபுக் கதைகளிலும் ஒருவித 'மலைப்பெருமை' (Hill Pride) புலப்படுகிறது. மல அரையன், கொண்டா தோரா போன்ற இனக்குழுப்பெயர்கள் 'மலையை ஆளும் அரசர், மலைத்தலைவர்' என்ற பொருள் தருகின்றன. மல மலஸர் (மலையில் வாழும் மலஸர்) தங்களை மகா மலஸர் (அதாவது மேலான மலஸர்) என்று அழைத்துக்கொள்வதோடு, தங்களது இனத்தைச் சார்ந்த 'நாட்டு மலஸர்' போன்ற உட்பிரிவினரோடு திருமண உறவு வைத்துக்கொள்வதும் இல்லை. மல மூத்தன் இனத்தைச் சேர்ந்தவர்கள் தங்களை மிக உயர்வானவர்களோடு கருதிக்கொண்டு, மற்ற இனக்குடிகளோடு அதிகம் தொடர்பின்றித் தனித்து

வாழ்கின்றனர். அதுமட்டுமின்றி, நாயர் இனத்தவருக்குக் கீழான மற்ற இனத்தவரிடம் ஒருவிதத் தீண்டாமையையும் அவர்கள் கடைப்பிடிக்கிறார்கள். நம்பூதிரிகள், நாயர்கள் போன்ற இனத்தவர்களைக்கூட மலமூத்தன்கள் தங்களது வீட்டிற்குள் நுழைய அனுமதிப்பதில்லை என்ற தகவலைத் திராவிடப்பழங்குடிக் கலைக்களஞ்சியம் (Encyclopaedia of Dravidian Tribes) தெரிவிக்கிறது (Madhava Menon. Vol.ii:207) தொகுதி II:207). தொட்டியா என்ற இனத்தவரின் தலைவர் 'மேட்டு நாயக்கன்' என்று அழைக்கப்படுவதாக எட்கர் தர்ஸ்ட்டன் (Edgar Thurston) தெரிவிக்கிறார் (Thurston 1975:185). மேட்டு நாயக்கன் என்ற அடையாளப்பெயரை வார்த்தைக்கு வார்த்தை விளக்குவதெனில் 'மேடான இடத்தின் தலைவன்' என்றுதான் விளக்கவேண்டும்.

பழந்தமிழ் மரபுகள் குறிப்பிடும் கடையெழு வள்ளல்கள் எழுவருமே மலைப்பகுதிகளின் தலைவர்களாகவே சித்தரிக்கப்பட்டுள்ளனர். பெருநிலப்பகுதிகளை ஆண்ட முடிமன்னர்களுக்குக்கூட அளிக்காத பெருமையைப் பழந்தமிழ் இலக்கியமரபுகள் இக்குறுநிலத் தலைவர்களுக்கு அளிக்கின்றன.

ஏற்கனவே சுட்டிக்காட்டியபடி, தமிழர்களின் முழுமுதற்கடவுளான முருகன் ஒரு மலைக் கடவுள். 'குன்று இருக்கும் இடமெல்லாம் குமரன் இருக்கும் இடம்' என்பது தமிழ்மக்கள் நன்கறிந்த சொல்வழக்கு.

"சேயோன் மேய மைவரை உலகமும்" என்ற தொல்காப்பிய நூற்பாவும் (தொல். பொருள். அகத்திணை இயல் 5) "குன்று அமர்ந்து உறைதலும் உரியன்" (திரு.77): "குன்றுதொறு ஆடலும் நின்ற தன் பண்பே" (திரு. 217): விண் பொரு நெடு வரை குறிஞ்சி கிழவ,(திரு.267) போன்ற நக்கீரரின் திருமுருகாற்றுப்படை வரிகளும் முருகக் கடவுளின் மலைத்தொடர்பு குறித்த பண்டையப் பதிவுகளாகும். இந்த மலை மரபு இன்று வரை பேணப்படுகிறது.

இந்தியாவின் தலைநகரமான புதுதில்லியில்கூட குன்றின்மீது வீற்றிருக்கும் குமரக் கடவுளின் கோயில் 'மலை மந்திர்' என்றே அனைவராலும் அழைக்கப்படுகிறது. கடல்கடந்து அயல்நாடு சென்ற தமிழர்கள்கூட திராவிடக் கடவுள் முருகனின் மலை/ குன்றுத் தொடர்பை மறந்து விடவில்லை என்பதற்கு மலேசியாவில் பத்து மலையில் அமைந்துள்ள முருகன் கோயிலும், ஆஸ்திரேலியாவில் சிட்னி நகரில் மாபெரும் மேற்கு நெடுஞ்சாலையில் (Great Western Highways) 'மேஸ் ஹில்' (Mays Hill) எனப்படும் இடத்தில் அமைந்துள்ள முருகன் கோயிலும் சான்றுகளாகும்.

மலைக் குடியிருப்புகள்

வெவ்வேறு திராவிட மலைவாழ் பழங்குடியினரின் குடியிருப்பு அமைப்புமுறைகள் அப்பழங்குடிமக்களின் மலைசார்ந்த வாழ்வியலின் சமூக, சமயக் கூறுபாடுகள்குறித்த புரிதலைத் தருகின்றன. இப்பழங்குடியினர் பொதுவாக மலைச்சரிவுகளிலும், மலைப்பகுதிகளில் ஆங்காங்கே அமைந்த படிக்கட்டுப் போன்ற அடுக்கடுக்கான திட்டுகளிலும், எப்போதும் நீரோடும் நீரோடைகளின் அருகிலும், நீரோடை வெள்ளம் எந்த நிலையிலும் பாதிக்காத

வகையிலும் தங்களது குடியிருப்புகளை அமைத்துக்கொண்டார்கள் என்ற செய்தியை திராவிடப் பழங்குடிக் கலைக்களஞ்சியம் தெரிவிக்கிறது. (Encyclopaedia of Dravidian Tribes Vol I:104). ஓடும் நீரையே குடிநீராகப் பயன்படுத்தும் பழங்குடியினர் குடியிருப்புப்பகுதியைவிட உயரமான இடத்தில் ஓடும் சிற்றாறுகள், ஓடைகளிலிருந்தே நீரெடுத்துப் பருகுகிறார்கள். ஓடையின் அதிகபட்ச வெள்ளப்பெருக்கின் மட்டத்தைவிட உயரமான இடத்தில் குடியிருப்பை அமைப்பதென்பது ஒரு பாதுகாப்பு ஏற்பாடு என்பது வெளிப்படை. ஆனால், மேல்நீரோடையிலிருந்து மட்டுமே நீரெடுத்துப் பருகுவதென்பது, வசதியானது என்பதோடு, 'வேறு யாரும் புழங்காத நீரை மட்டுமே குடிப்பதென்ற' குறியீட்டுப்பொருண்மையையும் உள்ளடக்கியதாக இருக்கிறது.

திராவிடப்பழங்குடிகளின் குடியிருப்பு அமைப்புமுறையில் உயர்மலைகளின் மற்றும் ஓங்கிய சிகரங்களின் தாக்கத்தைக் காணமுடிகிறது. கேரள மாநிலம் வயநாட்டிலுள்ள அட்டப்பாடி பழங்குடிகளின் குடியிருப்புகள் அனைத்தும் அப்பகுதியிலுள்ள 'ஊசி முனை' போன்ற மல்லேஸ்வரம் சிகரத்தை எதிர்நோக்கும் வகையிலேயே வடிவமைக்கப்பட்டுள்ளன. நீலகிரியிலுள்ள தோடர் வாழிடங்கள் அவர்களின் புனிதப்புவிச்சூழல் (Sacred Geography) மற்றும் தொன்மரபுகளோடு தொடர்புடையன; தோடர்கள் தங்களின் புனித இடமாக மதிக்கும் பால் எருமைக் கொட்டில்கள் உயர்ந்த மதிற்சுவர்களால் சூழப்பட்டுள்ளன; இத்தொழுவங்களில் யாரும் புழங்காத தண்ணீர் மட்டுமே பயன்படுத்தப்படுகிறது. தோடர்களின் வீடுகளின் அமைப்பில் திண்டுகள் (மேடைகள்) முக்கிய இடம் பெறுகின்றன. குறும்பர் மொழியில் தாழ்வாரத்தைக் (ஒட்டுத்திண்ணையை) குறிக்கும் 'மெட்டு' என்ற சொல் அதன் உயரமான அதாவது மேடான அமைப்பை விளக்கும். அட்டப்பாடியில் பழங்குடித்தலைவனின் வீடு மற்ற வீடுகளைவிட உயரமான வரிசையில் அமைந்துள்ளது (தி.ப.க, EDT vol 1.106). ஆந்திராவிலும் ஒடிஸாவிலுமுள்ள ஜதாப்பு எனப்படும் திராவிடப்பழங்குடியினரின் குடியிருப்புகள் பெரும்பாலும் மலையடிவாரங்களிலும் மலைகளிலும் காணப்படுகின்றன. அவற்றில் மூன்றில் ஒருபங்கு வாழிடங்களாவது மலையுச்சிகளில் அமைந்துள்ளன. இருளர் வீடுகளில், பின்சுவரை ஒட்டியபடி அமைக்கப்பட்டுள்ள மேடையில் வீட்டுத்தெய்வங்களுக்கு விளக்கேற்றப்படுகின்றன, வாசனைக்குச்சிகள் பொருத்திவைக்கப்படுகின்றன.

இவ்வாறாக, மலைகள், மலையுச்சிகள், சிகரங்கள், மற்றும் மலைசார்ந்த சுற்றுச்சூழல்கள் திராவிடப் பழங்குடியினரின் வாழ்விட வடிவமைப்பிலும், வாழ்வியலிலும் செலுத்தும் ஆதிக்கத்தையும் தாக்கத்தையும் காணலாம். அதுமட்டுமின்றி, 'உயர்வான மேடைகள்', 'திண்ணைகள்', 'சுற்றுச்சுவர்கள்', 'மேலோடை நீர்', 'உயரத்தில் இருக்கும் பழங்குடித்தலைவனின் வீடு' போன்ற கூறுகள், மற்றும் மலைகள், குன்றுகள் எனும் உயர்நிலப் படிமங்கள் சமூகப் படிநிலைகளை உணர்த்தும் குறியீடுகளாய் எவ்வாறு விரிவாக்கம் பெற்றன என்பதையும் விளக்கும் நடைமுறைச் சான்றுகளாகவும் திகழ்கின்றன.

சிந்துவெளி நகரங்களின் "மேல்-மேற்கு: கீழ்-கிழக்கு" எனும் பாகுபாட்டின் பின்னணி, தோற்றுவாய் எதுவாக இருக்கமுடியும் என்ற தேடலில், திராவிடப் பழங்குடிகளின் 'மலைப்பெருமிதம்' குறித்த மேற்சொன்ன தகவல்கள் பயனுள்ள ஒப்புமையளிக்கின்றன. இந்த இடத்தில், கீர்த்தார் மலைகளுக்கும் மொகஞ்சதாரோவின் 'அடிக்கல் மேடைகளுக்கும் இடையில் இருந்திருக்கக்கூடிய குறியீடான தொடர்பு பற்றியும், சிந்துவெளி நகரங்களின் அமைப்பு முறையில் கீர்த்தார்மலையின் இயற்கைக்கூறுகளின் தாக்கம் குறித்தும் ரைட் கூறியுள்ள கருத்துக்களையும் நினைவுகூர்தல் பொருத்தம். கீர்த்தார் மலையின் பின்னணியில் மீட்டெடுக்கப்படக்கூடிய இந்தப் புவிமானுடவியல் கூறுகள் திராவிடப்பழங்குடிகளின் பண்பாட்டு மரபில் இன்றும் தொடர்கின்றன என்பதற்கு பல்வேறு திராவிடப் பழங்குடிகள் வாழும் தென்னிந்திய மேற்குத் தொடர்ச்சி மலைகளிலும், குயி மொழி பேசும் கோண்டு பழங்குடியினர் வாழும் ஒடிஸாவின் கந்தமால் மலைப்பகுதிகளிலும் நிலவும் புவிமானுடச் சூழல்கள் நிகழ்காலச் சான்றுகளாய் நிலைத்துள்ளன. சிந்துவெளிப் பண்பாட்டின் மொழியை இனம் காணும் முயற்சியில் இவை துணை, இணை நிலைச் சான்றுகளாய் (secondary and collateral evidence) உதவ வல்லன.

இடப்பெயர்ச் சான்றுகளின் சிறப்பு

சிந்துவெளிப் பண்பாடு குறித்த ஆய்வுகளில் இடப்பெயர்த் தரவுகளின் பங்களிப்பும் முக்கியத்துவமும் அதிகரித்துவருகிறது. "ஹரப்பா பண்பாட்டோடு தொடர்புடைய இடப்பெயர்கள் ஹரப்பா மக்கள் பேசிய மொழி எதுவெனக் கண்டறியத் திறம்மிகுந்த தடயங்களை அளிக்கக்கூடும்" என்று கருதும் அஸ்கோ பர்போலா, "சிந்துவெளிப் பண்பாடு குறித்துக் கிடைத்துள்ள மிகமுக்கியமான ஒரே ஒரு உண்மையான மொழியியல் தடயம்" என்ற நீண்ட அடைமொழிகளோடு, மெலூகா என்ற இடப்பெயரை அறிமுகம் செய்கிறார் (Parpola 2000:170).

சிந்துவெளிக் குறியீடுகளில் 'நகரம்', 'அரண்மனை', 'சுற்றுமதில்', 'வீடு', 'முற்றம்', 'தெரு', 'குடியிருப்பு' போன்ற இடங்களை விளக்கும் படவெழுத்துகள் (ideograms) இடம்பெற்றுள்ளன என்று கூறும் ஐராவதம் மகாதேவன் இதற்கான சான்றாதாரங்களையும் தனது ஆய்வுக்கட்டுரையில் முன்வைக்கிறார் என்பது இங்கே நினைவுகூரத்தக்கது. (Mahadevan 1981:91). இதுமட்டுமின்றி, திட்டமிட்டு வடிவமைக்கப்பட்ட குடியிருப்பு பற்றிய கருத்தோட்டம் 'பாழி' என்ற சொல்வழக்கின் மூலம் பழந்தமிழில் பதிவாகியுள்ளது (DEDR 4112) என்பதையும் அச்சொல்லிற்கு கன்னட மொழியில், 'வரிசை' 'நிரல்', 'ஒழுங்குமுறை' என்பது பொருள் என்பதையும் (DEDR 4113) ஐராவதம் மகாதேவன் சுட்டிக்காட்டுகிறார்.

திராவிட மொழிகளைப் பேசிய மக்கள் முன்னொரு காலத்தில் இந்தியாவின் மேற்குப் பகுதிகளில் வாழ்ந்தார்கள் என்பதற்கு குஜராத், மகாராஷ்டிர மாநிலங்களில் இன்றும் பயன்படுத்தப்படும் இடப்பெயர்களின் அடித்தளமாய், கீழடுக்காய் (sub-stratum) உள்ள திராவிடக்கூறுகள் சான்றளிக்கின்றன. அல்ச்சின் (Allchin 1982:352); சவுத் வொர்த் (Southworth 2005:

288-321), மற்றும் சங்காலியா(Southworth 1995:271 மேற்கோள் காட்டியபடி) ஆகிய ஆய்வாளர்கள் இது பற்றி தங்களது கருத்துக்களை ஏற்கனவே பதிவு செய்துள்ளார்கள்.

பழந்தமிழ் இலக்கியங்களில் பதிவாகியுள்ள, பழந்தமிழர் அரசியலோடு தொடர்புடைய "கொற்கை, வஞ்சி, தொண்டி'' போன்ற பல இடப்பெயர்கள், பழந்தமிழ் இனக்குழுப்பெயர்கள், தனிமனிதர்களின் பெயர்கள் ஆகியவை உள்ளிட்ட "கொற்கை, வஞ்சி, தொண்டி வளாகம்" இந்தியத் துணைக்கண்டத்தின் வடமேற்குப் பகுதிகளில் (ஒருகாலத்தில் சிந்துவெளிப்பண்பாடு செழித்திருந்ததும் தற்போது பாகிஸ்தான், இந்தியாவின் வடமேற்கு மாநிலங்கள், ஆப்கனிஸ்தானின் சிலபகுதிகள், தென்கிழக்கு ஈரான் எல்லைப்பகுதிகளை உள்ளடக்கியதுமான) இன்றளவும் காணக்கிடக்கிறது என்பதை நான் 2010ஆம் ஆண்டு ஜூன் 24 ஆம் நாளன்று கோவையில் நடைபெற்ற உலகத் தமிழ்ச்செம்மொழி மாநாட்டில் அஸ்கோ பர்போலா, ஐராவதம் மகாதேவன் ஆகிய அறிஞர்களின் முன்னிலையில் சான்றுகளோடு அறிவித்தேன். இதைத்தொடர்ந்து 04.02.2011 அன்று உலகத்தமிழாராய்ச்சி நிறுவனத்தில் நான் நிகழ்த்திய "பேராசிரியர் மால்கம் ஆதிசேசையா நினைவுச்சொற்பொழிவின்" ஒருபகுதியாக "கொற்கை, வஞ்சி, தொண்டி வளாகம்'' பற்றிய நிலவரைபடத்தைக் காட்சிக்கு வைத்தேன் (காண்க. நிலவரைபடம் 2).

"கொற்கை, வஞ்சி, தொண்டி வளாகத்தில்" உள்ளடங்கிய பெயர்கள் எவையும் சமஸ்கிருதம் உள்ளிட்ட இந்தோஆரிய இலக்கியங்கள் மற்றும் தொன்மக்கதை மரபுகளில் இடம்பெறாதவை. சமஸ்கிருத மரபுகளைப் பொறுத்தவரையில் இப்பெயர்களுக்கு எந்தவித முக்கியத்துவமும் இல்லை. அவ்வாறு இருந்திருந்தால் சமஸ்கிருத இலக்கியங்களில், வடமேற்கு மற்றும் வடக்கு நிலப்பின்னணியில் இப்பெயர்கள் பதிவாகியிருக்கவேண்டும். அதேநேரத்தில் திராவிடமொழி இலக்கியங்களிலேயே மிகத்தொன்மையான பழந்தமிழ்ச் சங்க இலக்கியங்களிலும், மிகத்தொன்மையான கல்வெட்டுக்களிலும் இப்பெயர்கள் மிகமுக்கியமானவையாகத் தூக்கிவைத்துக் கொண்டாடப்படுகின்றன. இதைக் கருத்தில்கொண்டு, வடமேற்கு நிலப்பகுதிகளின் பெயர்ப்புலங்களில் இன்னும் பிழைத்திருக்கிற கொற்கை, வஞ்சி, தொண்டி உள்ளிட்ட ஏராளமான இத்தகைய இடப்பெயர்களை, ஒருகாலத்தில் இப்பகுதிகளில் திராவிடமொழிகள் பேசப்பட்டன என்பதற்குச் சான்றாக முன்வைக்கிறேன்.

இப்பெயர்கள் பழந்தமிழ் இலக்கியங்களில் பதிவாகியிருப்பதைப் புலப்பெயர்வுகளின் ஊடாகக் கொண்டு வரவு வைக்கப்பட்ட மரபுகளின் எச்சமாகவும் சிந்துவெளித்தொன்மத்தின் தொடர்ச்சிக்கான அடையாளமாகவும் கருதுகிறேன். சிந்துவெளி விட்ட இடமும் சங்க இலக்கியம் தொட்ட இடமும் வெவ்வேறல்ல; இவை இரண்டிற்கும் தொப்பூழ்கொடி போன்ற தொன்ம உறவு உள்ளது என்ற கருத்தைத்தான் எனது இடப்பெயர் ஆய்வுகளின் முடிவுகள் அடிக்கோடிடுகின்றன. இப்புரிதலுடன் மீண்டும் இக்கட்டுரையின் மையப்பொருளுக்கு வருவோம்.

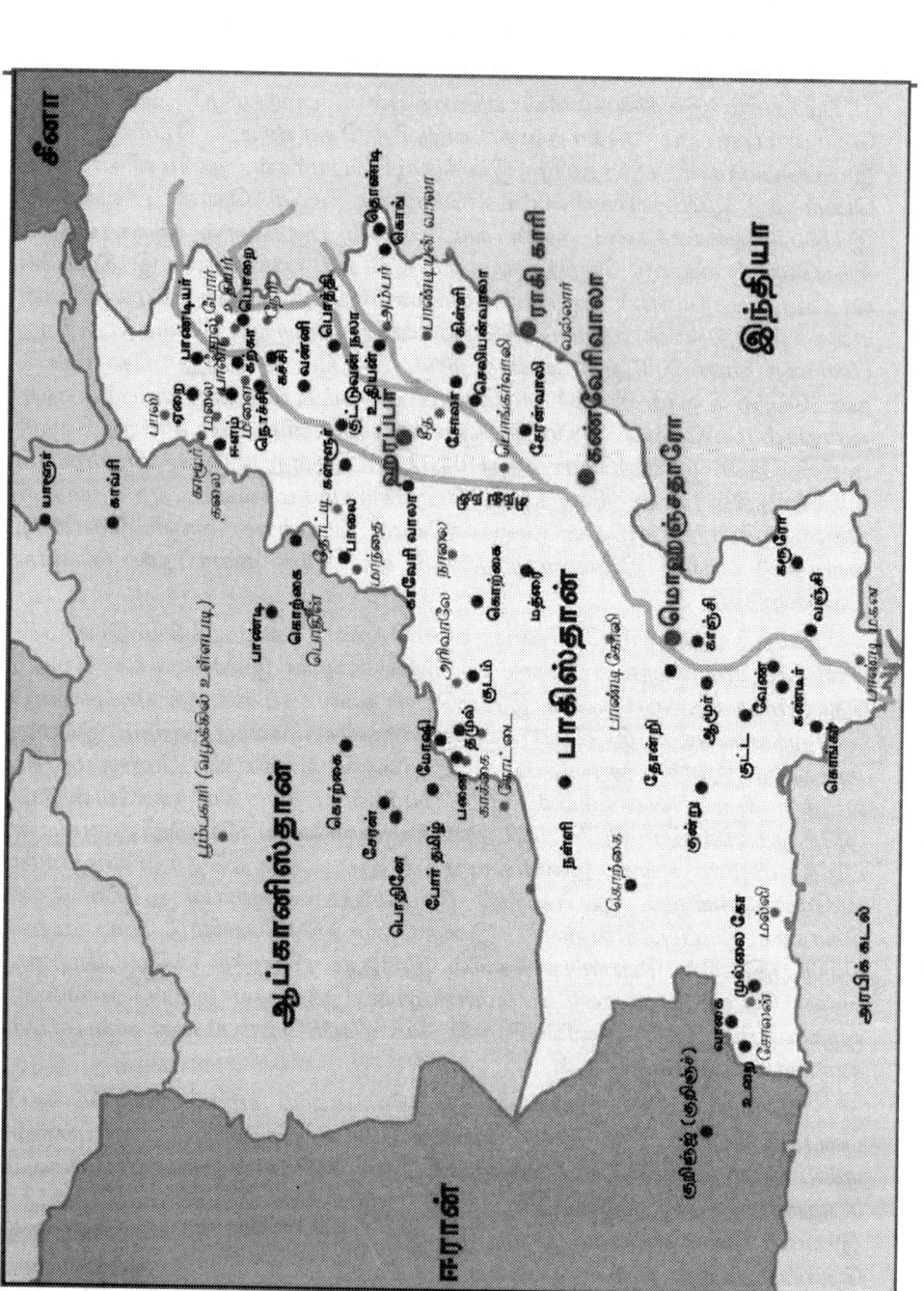

நிலவரைபடம் 2. "கொற்கை, வஞ்சி, தொண்டி வளாகம்"

வடமேற்குப்பகுதிகளில் "திராவிட மலைகள்"

திராவிடர்களையும் அம்மக்களின் "மலைப்பெருமிதத்தை"யும் பாகிஸ்தான் மற்றும் ஆப்கனிஸ்தானின் ஓங்கிய நெடுமலைகளின் உயரத்தில் பொருத்திக்காட்டும் இடப்பெயர்ச்சான்றுகளைக் கண்டறிந்துள்ளேன். (காண்க: அட்டவணை 6, நிலவரைபடம் 3). சமஸ்கிருத மொழியிலுள்ள 'மலய' என்ற சொல் திராவிடச்சொல்லான 'மலை' என்பதோடு ஒப்பிடப்படுகிறது (தி.வே.அ.DED,4742). சமஸ்கிருத மொழியோடு திராவிட மொழிகள் கொண்டிருக்கக்கூடிய, அடித்தள, கீழடுக்குச் செல்வாக்கை (substratum influence) இது உணர்த்தக்கூடும். மேலும், சமஸ்கிருத மொழியில் 'மலய' என்ற சொல் மலபாருக்கு மேற்காக உள்ள மலைப்பகுதிகளை; மேற்குத்தொடர்ச்சி மலைகளையே குறித்ததென்பதும்; பாண்டிய மன்னனொருவன் 'மலயத்துவஜ' என்றழைக்கப்பட்டான் என்பதும் 'மலய' என்ற சொல்லின் திராவிடத்தொடர்பிற்கு அரண்சேர்க்கும்.

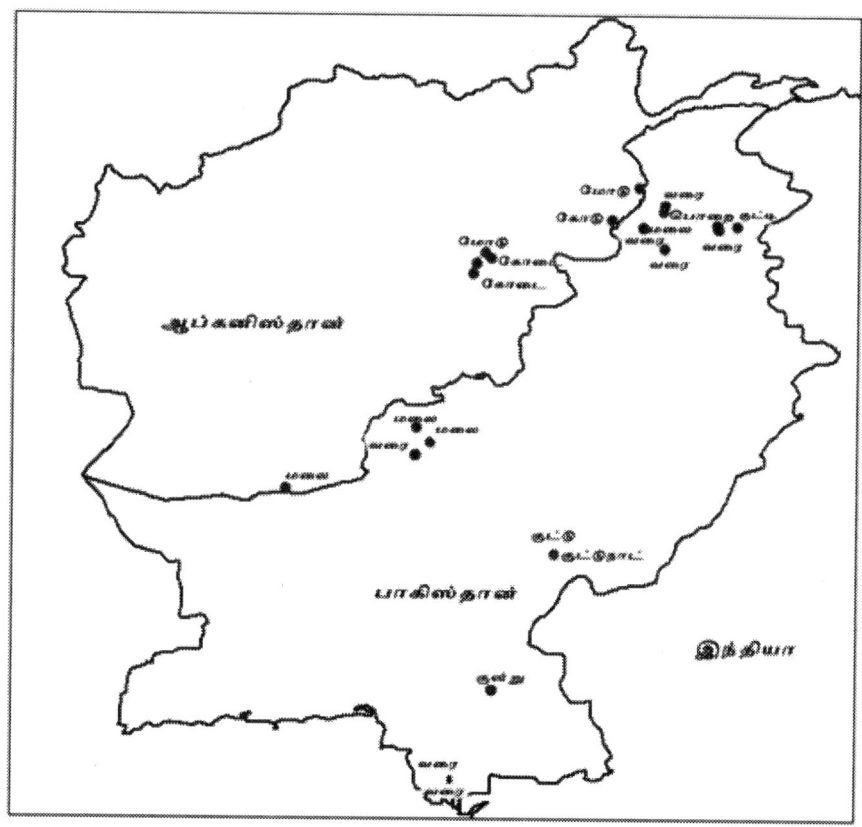

நிலவரைபடம் 3. 'வடமேற்கில் "திராவிட மலைகள்'

அட்டவணை 6. பாகிஸ்தான் ஆப்கனிஸ்தான் இடப்பெயர்களில் திராவிட 'மலை'ச் சொற்கள்

திராவிடச் சொல்	மொழி	தி.வே.அ. DEDR எண்	இடப் பெயர்	நாடு பாகிஸ்தான் (பாக) ஆப்கனிஸ்தான் (ஆப்கன்)	அட்ச ரேகை (வ)	தீர்க்க ரேகை (கி)	கடல் மட்ட மேல் உயரம் (MSL)(அடி)
மலை	தமிழ்	4742	மலை	பாக்	34.86722	71.99250	4777
			மலை	பாக்	30.84583	67.32083	6386
			மலை	பாக்	30.56583	67.55722	7902
			மலை	ஆப்கன்	29.71528	64.84194	3908
மஸ்	பிராகுயி		மஸ்	ஆப்கன்	34.28333	66.56667	10662
			மஸ	பாக்	31.23056	66.90556	5780
குன்று	தமிழ்	1864	குன்று	பாக்	26.875	66.20444	6263
			குன்றோ	பாக்	26.38333	68.15	110
			குன்றோ	பாக்	25.96667	68.76667	73
கோடு	தமிழ்	2049	கோடு	ஆப்கன்	34.75444	71.03889	2526
கோடை	தமிழ்	2049	கோடை	ஆப்கன்	33.95000	68.45000	8810
			கோடை	ஆப்கன்	33.75000	68.33333	7951
			கோடை	ஆப்கன்	34.01667	68.71667	6934

வரை	தமிழ்	5274	வரை	பாக்	34.59611	71.62556	2493
			வரை	பாக்	35.01667	72.03333	3687
			வரை	பாக்	34.21389	72.00000	1033
			வரை	பாக்	30.31389	67.31528	8837
			வரை	பாக்	24.26667	67.99167	10
			வரை	பாக்	34.58472	73.05556	4253
			வரை	பாக்	24.25000	68.01667	10
பொறை	தமிழ்	4567	பொறை	பாக்	34.62222	73.00278	4068
மோடு	துளு	4888	மோடு	ஆப்கன்	34.10000	68.60000	7502
			மோடு	ஆப்கன்	35.32139	71.55194	3964
குட்டி	தெலுங்கு	1682	குட்டி	பாக்	34.62222	73.40833	4193
குட்டு	கன்னடம்	1682	குட்டு	பாக்	28.50000	69.95000	263
			குட்டுநாட்	பாக்	28.50000	69.95000	263

தமிழில் மலையும் மலைசார்ந்த குறிஞ்சிநிலமும் தொடர்பான சொற்களில் 'மலை' என்பது உயரமான மலை (mountain) என்பதையும் 'குன்று' என்பது உயரம் குறைவான சிறு குன்றுகளையும் (hillocks) குறிக்கும். மலை, குன்று எனும் இரு சொல்லாட்சிகளும் வெளிக்கொணரும் உயர வேறுபாட்டை (differential elevations) வடமேற்குப் பகுதிகளில் இடப் பெயர்களில் பயன்படுத்தப்பட்டிருக்கும்

மலைசார்ந்த இடப்பெயர்கள் உறுதிசெய்வது வியப்பளிக்கிறது. 'மலை' என்ற சொல் கடல்மட்டத்திலிருந்து மிக உயரத்திலுள்ள ஓங்கிய மலைப்பகுதிகளையும் குன்றோ என்ற சொல் அதைவிட உயரம் மிகவும் குறைவான பகுதியையும் குறிப்பதற்குப் பயன்படுத்தப் பட்டுள்ளன என்பது குறிப்பிடத் தக்கது. இதைப்போலவே, தமிழ் மொழியில் 'வரை' என்ற சொல் 'கோடு', 'மலை' 'சிகரம்', 'விளிம்பு', 'கரை', 'எல்லை', 'நுனி' போன்ற பொருள்களில் பயன்படுத்தப்படுகிறது (த.க.க: 6: 3525). 'நுனி முதல் அடிவரை' மற்றும் 'அடிமுதல் நுனிவரை' என்ற சொற்தொடர்களில் 'வரை' என்ற சொல் நுனி, அடி ஆகிய இரு முனைகளிலும் 'விளிம்பு' என்ற பொருளில் பயன்படுத்தப்பட்டுள்ளது. பாகிஸ்தானில் 'வரை; என்ற இடப்பெயர் மூன்று முறை உயர்ந்த மலைப்பகுதியையும் (கடல் மட்டத்திற்கு மேல் 8837, 4253 மேலும் 3687 அடி உயரத்தில்) ஒரு முறை கடற்கரைக்கு மிக அருகில், கடல் மட்டத்திலிருந்து வெறும் 10 அடி உயரத்தில் அமைந்துள்ள இடத்தையும் குறிக்கப் பயன்படுத்தப்பட்டுள்ளது. இவ்வகையில், 'வரை' என்ற இடப்பெயர் இந்தியத் துணைக்கண்டத்தின் வடமேற்குப்பகுதியின் இரு நேரெதிர் முனைகளைக் குறிப்பிட மிகப்பொருத்தமான வகையில் அமைந்து அச்சொல்லின் திராவிடப் பொருண்மைக்கு ஏற்புடையதாகத் திகழ்கிறது.

இந்தியாவின் வடக்கு, மேற்கு மற்றும் கிழக்கு மாநில இடப்பெயர்களில் திராவிட "மலைச்சொற்கள்

திராவிட மலைச்சொற்கள் சிந்துவெளிப் பண்பாட்டு நிலப்பகுதிகளில் எதேச்சையாக நிகழவில்லை. அவை, காரணம் கருதி வழங்கப்பட்ட பெயர்களாகவே தோன்றுகிறது. அதைவிட முக்கியமானது, திராவிட மலைச்சொற்களின் நடைமுறைப் பயன்பாட்டில் பரவலாகக் காணப்படும் தொடர்ச்சி. இந்தியாவின் வடக்கு, மேற்கு மற்றும் கிழக்கு மாநில் இடப்பெயர்களில் திராவிடமொழிச்சொற்களின் நேரடித்தாக்கம் இன்றுவரை நீடிப்பதை அட்டவணை 7 இல் இடம்பெறும் இடப்பெயர்ச் சான்றுகள் உறுதிபட நிறுவுகின்றன.

அட்டவணை 7

திராவிட 'மலைச்சொல்'	தி.வே.அ, DEDR எண்	இடப்பெயர்	மாநிலம்	மாவட்டம்
மலை	4742	மலை	உத்திராஞ்சல்	சமோலி
		மலை	உத்திராஞ்சல்	கட்வால்
		மலை	குஜராத்	கேடா
		மலை	ஜார்க்கண்ட்	கும்லா
		மலை	மகாராஷ்ட்ரா	சிந்துதுர்க்
		மலை	உத்தரப்பிரதேசம்	ஜவுன்பூர்
		மலை	உத்தரப்பிரதேசம்	ஜவுன்பூர்
		மலை	ஹரியானா	ஃபரிதாபாத்
வரை	5274	வரை	குஜராத்	வல்ஸட்
		வரை	மகாராஷ்ட்ரா	தாணே
		வரை	மகாராஷ்ட்ரா	தாணே
		வரை	ஹிமாசலப்பிரதேசம்	காங்ரா
குட்டா	1682	குட்டா	ஹிமாசலப்பிரதேசம்	சம்பா
		குட்டா	மத்தியப்பிரதேசம்	சிவ்பூரி
		குட்டி	ராஜஸ்தான்	ஜெய்சால்மர்
		குட்டி	பீகார்	பாகல்பூர்

திராவிட 'மலைச்சொல்'	தி.வே.-து, ஞிணிஞிலி எண்	இடப்பெயர்	மாநிலம்	மாவட்டம்
மலா	4742	மலா	பஞ்சாப்	ஜலந்தர்
		மலா	ராஜஸ்தான்	அஜ்மீர்
		மலா	உத்தராஞ்சல்	அல்மோரா
		மலா	மேற்கு வங்காளம்	பீர்பும்
		மலா	ஜம்மு& காஷ்மீர்	ஜம்மு
		மலா	பீகார்	பூர்னியா
		மலா	கர்நாடகம்	உடுப்பி
		மலா	மகாராஷ்டிரம்	சதாரா
		மலா	மகாராஷ்டிரம்	சிந்துதுர்க்
		மலா	மத்தியப்பிரதேசம்	தமோ
		மலா	மத்தியப்பிரதேசம்	ரேவா
		மலா	மத்தியப்பிரதேசம்	உமாரியா
		மலா	மத்தியப்பிரதேசம்	விதிஷா
		மலா	மத்தியப்பிரதேசம்	விதிஷா
		மலா	மத்தியப்பிரதேசம்	ராய்சென்
		மலா	ஒடிசா	பாலாசூர்
		மலா	உத்தரப்பிரதேசம்	பிலிபித்
		மலா	உத்தரப்பிரதேசம்	பிலிபித்
		மலா	உத்தரப்பிரதேசம்	பிலிபித்
		மலா	உத்தரப்பிரதேசம்	பிலிபித்

தென்னிந்தியாவில் 'மலை' என்ற இடப்பெயரின் சிறப்பிடம்

தமிழ்நாட்டில் மட்டும் 'மலை' என்ற சொல் 84 இடப்பெயர்களில் பின்னொட்டாகவும் 17 இடப்பெயர்களில் முன்னொட்டாகவும் இடம் பெறுகின்றது. ஆந்திர மாநிலத்தில் 'மல்' என்ற வேர்ச்சொல் 'ஐ'கார ஈறு பெற்று மலை என மாறாமல் 'ஆ' ஈறு பெற்று 'மலா' என்று குறிக்கப்படுகிறது (தமிழில் திருமலை என்று சொல்வதைத் தெலுங்கு பேசுவோர் திருமலா என்று சொல்வது போல). கர்நாடகத்தில் 'மலை' என்ற வடிவம் தோணிமலை என்ற இடப்பெயரில் ஒரே ஒரு முறை பயன்படுத்தப்படுகிறது. ஆயினும் மலை என்பதன் மாற்றுவடிவமான 'மலே' 15 இடப்பெயர்களில் இடம்பெறுகிறது. கேரள மாநிலத்தில் 'மலை' விகுதி இடப்பெயர்கள் 10 உள்ளன. மேற்சொன்ன மலை, மலா, மலே எனப்படும் எந்தவடிவமும் தென்னிந்தியாவின் எந்தவொரு மாநிலத்திலும் முன்னொட்டாகவோ, பின்னொட்டாகவோ வருகின்றனவேயன்றி, தனிச்சொல்லாக வரும் இடப்பெயராக வழங்கவே இல்லை என்ற உண்மை சிந்திக்கத்தக்கது.

திராவிட அடித்தளத்தின் மொழியியல் எச்சம்

திராவிடமொழிகளின் மலைச்சொற்கள் பலவும் இந்திய துணைக்கண்டத்தின் வடமேற்குப் பகுதிகளிலும், இந்தியாவின் வடக்கு மற்றும் மேற்கு மாநிலங்களிலும் பொருத்தமான புவிச்சூழல்களில் தனிச்சொல்லாக வரும் இடப்பெயர்களாகவே வழங்கும்போது, அத்தகைய மலைச்சொற்கள் தற்போது திராவிடர்களின் தாயகமாக உள்ள தென்னகத்தில் தனிச்சொல் இடப்பெயர்களாக வழங்கவில்லை. இது வடமேற்கு, வடக்கு மற்றும் மேற்குப் பகுதிகளில் இத்தகைய 'மலை'ச்சொற்களின் பயன்பாடு மிகத்தொன்மை வாய்ந்தது என்பதை உணர்த்துவதுடன், அதன் விளைவாக, மிகநெடுங்காலத்திற்கு முன்பு, அந்நிலப்பகுதிகளில் திராவிடர்கள் வாழ்ந்திருக்கக்கூடும், பின்னர் அம்மொழிபேசும் மக்கள் தென்னிந்தியாவிற்குப் புலம்பெயர்ந்திருக்கக்கூடும் என்ற சாத்தியங்களுக்குச் சான்றாக நிற்கிறது. அதுவே, சிந்து சமவெளிப் பண்பாட்டின் திராவிட அடித்தளத்தின் சாத்தியத்திற்கான மொழியியல் எச்சமாகவும் திகழ்கிறது.

பகுதி 6

‘கோட்டை’ குடியிருப்புகளின் இடப்பெயர்கள்

‘கோட்டை’ என்ற கட்டமைப்பு மற்றுமின்றி அது சார்ந்த கருத்தியலும் சிந்துசமவெளிப் பண்பாட்டின் அடிப்படை அடையாளங்களில் ஒன்றாகும். சிந்துவெளி ஹரப்பா பண்பாட்டுக்காலக் குடியிருப்புகள் பலவும் வெளிச்சுற்று மதிற்சுவர்களால் சூழப்பட்டவை. சிந்துவெளி நாகரிகம் தோன்றுவதற்கு முன்பே, பலூசிஸ்தானிலுள்ள மெகர்கர்(Mehrgarh) என்ற இடத்தில் கோட்டை மதிற்சுவர்களோடு கூடிய குடியிருப்பு அமைக்கப்பட்டிருந்தது. அக்குடியிருப்பே சிந்துவெளிக் கோட்டைக் குடியிருப்புகளுக்கு முன்னோடியென்று கருதப்படுகிறது. சிந்துவெளி நகரமைப்பில் மேற்கில் அமைந்த கோட்டைப்பகுதி பெற்றிருந்த சிறப்பான இடம் பற்றி இக்கட்டுரையில் ஏற்கனவே குறிப்பிடப்பட்டுள்ளது. சிந்துவெளி நகரங்களில் கோட்டை பெற்றிருந்த முக்கியத்துவம் அப்பகுதியில் வழங்கும் இடப்பெயர்களில் புலனாகும் சாத்தியமுள்ளது என்று கருதுவது இயல்பான, மற்றும் நியாயமான எதிர்பார்ப்பே ஆகும். அத்தகைய சான்றாதாரம், சிந்துவெளி மக்களின் மொழி பற்றிய கணிப்பின் துல்லியத்திற்கும் தோள் கொடுக்கும். ஏனெனில், நகர்மயப் பண்பாட்டின் முக்கியக் கூறான ‘கோட்டை’ என்பதன் அடிப்படையிலான இடப்பெயர்களில் சிந்துவெளி மக்கள் பேசியிருக்கக்கூடிய மொழியின் முத்திரை உறுதியாகப் பதிவாகி இருக்கும்.

ஹரப்பா பண்பாட்டுப் பகுதியிலுள்ள திராவிட மொழிக்கூறுடைய குடியிருப்புப்பெயர்கள் பற்றிக் குறிப்பிடும் அஸ்கோ பர்போலா. கோட்டை (fort) எனும் பொருளில் வழங்கும் ‘கோட்டா’ என்ற சொல் சிறப்புக் கவனத்திற்குரியது என்றும் தெளிவாகச் சொல்கிறார். வட இந்தியாவில் ‘கோட்டா’ என்ற பெயர் தாங்கிய இடப்பெயர்கள் பெரும்பாலும் ஹரப்பா பகுதியிலும் வடமேற்குப் பகுதியிலும் தான் காணப்படுகின்றன என்றும் தெரிவிக்கிறார் (Parpola 2000: 170).

‘கோட்டை’ என்ற கருத்தியல்

தமிழ்மொழியில் கோட்டை என்ற சொல் காவல் மிகுந்த, காப்பரண் கொண்ட, மதில் சுவர்களால் சூழப்பட்ட கட்டமைப்பைக் குறிக்கிறது. கோட்டை என்ற சொல் ‘fort’, ‘castle’, ‘stronghold’ போன்ற ஆங்கிலச்சொல்லிற்கு நிகரான பொருளில் சூழலுக்குத் தக்கபடி பயன்படுத்தப்படுகிறது. திராவிட வேர்ச்சொல் அகராதி (2207) கோட்டை (fort) என்ற சொல்லோடு தொடர்புடைய பல்வேறு திராவிடமொழிச் சொற்களைப் பட்டியலிடுகிறது.

திராவிட வேர்ச்சொல் அகராதி *(2207)*
தமிழ். கோட்டை (fort, castle), கோடு (stronghold)
மலையாளம். கோட்ட (fort, residence) கோடு (fort)
கோட்டா. *கொட்* (castle, palatial mansion)
தோடா. *க்வாட்* (bungalow),
கன்னடம். கோட்டே(fort, rampart), கோண்டே (fort)
கொடகு. கொட்டே (palace)
துளு. கோட்டே (fort)
தெலுங்கு. கோட்ட.(fort)
குவி. கோட்ட (palace, fort)

இவ்வாறு, பண்பட்ட திராவிட மொழிகளான தமிழ், தெலுங்கு, கன்னடம், மலையாளம் போன்ற மொழிகளில் மட்டுமல்லாமல், திராவிடப் பழங்குடி மொழிகளிலும்கூட கோட்டை என்ற சொல்லாக்கத்தின் வேர்களை இனம் காணமுடிகிறது. இது இச்சொல்லின் தொன்மைக்கான சுட்டயம் ஆகும். ஏனெனில், இச்சொல் செயற்கையாகக் காப்பரண்களைக், கோட்டைகளை கட்டி எழுப்பிய நகர நாகரிகத்தின் பின்னணியில் தோன்றியது என்பதைவிட அதற்கும் தொன்மையான மலைசார்ந்த வாழ்வியல்சூழலில் உருப்பெற்றிருக்கும் என்பதுதான் உண்மையாகத் தோன்றுகிறது. ஏனெனில், 'கோடு' என்ற தமிழ்ச்சொல்லிற்கு 'மலையுச்சி, சிகரம்' மலை, (திராவிட வேர்ச்சொல் அகராதி 2049) என்ற பொருளோடு 'வல்லரண்', 'கோட்டை' (stronghold) என்ற பொருளும் (திராவிட வேர்ச்சொல் அகராதி 2207) உண்டு. மலை அரண், காட்டரண் போன்ற இயற்கை அரண்கள் மதிற்சுவர்களால் அமைந்த செயற்கையான கோட்டைகளை விடத் தொன்மையானவை என்பதில் ஐயம் எதுவும் இல்லை. எனவே, கோட்டை என்ற கருத்தியலே குறிஞ்சி நிலச்சூழலில்தான் தோன்றி இருக்கவேண்டும். இதைப் போலவே, 'கோடை' என்ற தமிழ்ச்சொல் மலை என்ற பொருளில் (திராவிட வேர்ச்சொல் அகராதி 2049) வழங்குவதையும் இங்கே கவனத்தில் கொள்ள வேண்டும்.

இத்தோடு மட்டுமின்றி, 'கோ' என்ற தமிழ்ச்சொல் 'மலை' (mountain) என்பதோடு 'தலைவன், அரசன், வேந்தன்' (king, leader, chieftain) என்ற பொருளிலும் வழங்குவதையும் இச்சொல்லை வேராகக் கொண்டு 'கோயில்' (palace of the king, temple), கோட்டை போன்ற அரசு, அரசியல், இறையாண்மை, சமயம் என்ற தளங்கள் அனைத்தையும் தழுவிய சொற்கள் ஆக்கம் பெறுகிற படிநிலை வளர்ச்சியும் கவனத்திற்குரியது. சிந்துவெளிப் பண்பாட்டின் மதிற்சுவர்களும் கோட்டைகளும் காப்பரண்களும் திடீரென்று முளைத்துவிடவில்லை அவற்றிற்குப் பின்னணியான மலைசார்ந்த தொல் நிகழ்வுகள் குறித்தும் சிந்துவெளி கோட்டைப்பகுதிகளின் வடிவமைப்பில் கீர்த்தார் மலையின் தாக்கம்குறித்த ரீட்டா ரைட்டின் கருத்துக்களையும் இங்கே நினைவில் கொள்வது பொருத்தமாகும்.

வட இந்தியாவில் 'கோட்டா' என்ற பெயர் தாங்கிய இடப்பெயர்கள் பெரும்பாலும் ஹரப்பா பகுதியிலும் வடமேற்குப் பகுதியிலும் தான் காணப்படுகின்றன என்ற அஸ்கோ பர்போலாவின் கருத்தை மேலும் முன்னெடுத்துச் செல்லும் வகையில் இந்தியத் துணைக்கண்டத்தின் வடமேற்குப்பகுதிகளிலும் (தற்கால பாகிஸ்தான், ஆப்கனிஸ்தான், ஈரானின் கிழக்கெல்லைப் பகுதிகள்), இந்தியாவின் பல்வேறு மாநிலங்களிலும் 'கோட்டை' என்ற பொருள் தரும் இடப்பெயர்களைப் பற்றி கணிப்பொறித் தரவுகளின் துணைகொண்டு விரிவாக ஆராய்ந்தேன்.

'கோட்', 'கோட்டா, கோட்டை

'கோட்டை' (fort) என்ற திராவிடச் சொல்லின் மாற்றுவடிவங்களான 'கோட்', 'கோட்டா', 'கோட்டை' போன்ற சொற்களும், இச்சொல்லிற்கு இணையான 'துர்கா' எனும் இந்தோஆரியச்சொல்லும் இப்பகுதிகளில் இடப்பெயர்களாகப் பயன்படுத்தப்படுகின்றன என்பது தெரியவந்தது. 'கோட்' என்ற சொல்லின் பயன்பாட்டில் பாகிஸ்தான் தனிச்சிறப்புடன் முன்னிலை வகிக்கிறது. அந்நாட்டில், 'கோட்' என்று முடியும் (பின்னொட்டு) 611 இடப்பெயர்கள் உள்ளன. இவை போக, 'கோட்' என்ற தனிச்சொல்லே வேறெந்த விகுதியோ, முன்னொட்டோ இல்லாமல் தனிச்சொல் இடப்பெயராக வழங்குவதை பாகிஸ்தானில் காண்கிறோம். பாகிஸ்தான், ஆப்கனிஸ்தான், ஈரான் ஆகிய நாடுகளிலுள்ள 'கோட்' என்ற தனிச்சொல் இடப்பெயர்கொண்ட ஊர்களின் பட்டியல், அவ்விடங்களின் அட்சரேகை, தீர்க்கரேகை விவரங்களோடு அட்டவணை 8-ல் தரப்பட்டுள்ளது. இவ்விடப் பெயர்களின் புவியமைவை நிலவரைப் படம் 5, 6, 7-ல் காணலாம்.

அட்டவணை: 8

ஈரான், ஆப்கனிஸ்தான் மற்றும் பாகிஸ்தானில் 'கோட்' என்ற ஒரு சொல் பெயர்கொண்ட ஊர்களின் அட்சரேகை, தீர்க்கரேகை விவரம்

ஈரான்

இடப்பெயர்	அட்சரேகை (வ)	தீர்க்கரேகை. (கி)
கோட்	31.11667	61.53333

ஆப்கனிஸ்தான்

இடப்பெயர்	அட்சரேகை(வ)	தீர்க்கரேகை(கி)
கோட்	29.56722	64.07694
கோட்	34.13417	70.58889
கோட்	35.69806	71.26722
கோட்	33.17222	63.98028

பாகிஸ்தான்

இடப்பெயர்	அட்ச ரேகை(வ)	தீர்க்க ரேகை(கி)
கோட்	28.95	70.36667
கோட்	34.29972	71.61472
கோட்	34.49667	71.72417
கோட்	34.30639	71.95694
கோட்	31.09611	69.55306
கோட்	29.23333	67.13333
கோட்	29.41667	67.56667
கோட்	30.88333	72.63333
கோட்	33.46667	71.56667
கோட்	34.1	72.88333
கோட்	34.2	71.7
கோட்	34.55	72.68333
கோட்	34.65417	73.23611
கோட்	34.57083	73.21389
கோட்	34.27083	73.15833
கோட்	34.27639	73.18333
கோட்	34.35694	73.07222
கோட்	34.68611	72.51111
கோட்	34.65	72.66389
கோட்	35.45972	72.58889
கோட்	27.93611	68.87222
கோட்	34.37778	73.43194
கோட்	34.33889	73.27778
கோட்	33.02222	73.20833
கோட்	33.72917	73.82778
கோட்	33.73889	73.87222
கோட்	33.04167	74.03056
கோட்	34.20972	73.01806
கோட்	30.96667	72.86667

கோட்	33.67778	70.59167
கோட்	32.60278	74.51944
கோட்	34.85417	72.96667
கோட்	34.37222	72.7875
கோட்	32.29722	74.68194
கோட்	34.81667	72.4375
கோட்	34.41389	73.72639
கோட்	33.83333	73.96944
கோட்	30.95833	72.86667
கோட்	34.50972	73.025
கோட்	34.60278	73.10278
கோட்	34.65417	73.23611
கோட்	34.57083	73.21389
கோட்	34.27083	73.15833
கோட்	34.27639	73.18333
கோட்	34.35694	73.07222
கோட்	34.68611	72.51111
கோட்	34.65	72.66389
கோட்	35.45972	72.58889
கோட்	27.93611	68.87222

இந்தியாவில், 'கோட்' என்ற இடப்பெயர், தனிச்சொல் இடப்பெயராகவும், இடப்பெயர்விகுதியாகவும் பயன்படுவது, உத்தராஞ்சல், பஞ்சாப், மற்றும் உத்திரப்பிரதேசம் உள்ளிட்ட வட மற்றும் வடமேற்கு மாநிலங்களில்தான் ஒப்பீட்டு நிலையில் மிகுதியும் காணப்படுகிறது. இதைவிட்டால், தென்மாநிலங்களில்தான் 'கோட்', 'கோட்டா', 'கோட்டை' போன்ற இடப்பெயர்விகுதிகள் (அதாவது பொதுப்பெயராக, பின்னொட்டாக) பெரிதும் பயன்படுத்தப்படுகின்றன. இவற்றில், 'கோட்டை' என்ற 'ஐ' ஈற்று விகுதியுடன் கூடிய இடப்பெயர்ப் பொதுக்கூறு தமிழ்நாட்டின் தனிச்சிறப்பாகும்.

இந்திய மக்கள் தொகைக் கணக்கெடுப்புத் துறையின் புள்ளிவிவரப்படி இந்தியாவிலுள்ள 'கோட்டை' என்று முடியும் 248 இடப்பெயர்களுமே தமிழ்நாட்டில்தான் உள்ளன, வேறெங்கும் இல்லை. இந்தப் புதிய தரவு அளித்த வியப்பால் உந்தப்பட்ட நான், மக்கள் தொகைக் கணக்கெடுப்பு

நகரங்கள், ஊர்கள் என்ற பட்டியலுக்குள் வராத சிற்றூர்களின் பெயர்களையும் உள்ளடக்கிய தமிழ்நாட்டு வசிப்பிடங்களின் (List of Habitats) ஒட்டுமொத்தப் பட்டியலையும் கணிணியின்மூலம் ஆய்வுசெய்த போது மேலும் வியப்பு காத்திருந்தது. தமிழ்நாட்டில் கோட்டை என்ற பெயர் தாங்கிய 515 வசிப்பிடங்கள் உள்ளன. இவற்றுள் எவ்விதச் சிறப்புப்பெயரும் இல்லாமல் 'கோட்டை' என்பதுமட்டுமே ஒரு சொல் இடப்பெயராக (mono word place name) 3 இடங்களில் பயன்படுத்தப்படுகிறது. இந்த 515 வசிப்பிடங்களின் பட்டியலை மாவட்டவாரியாக அட்சரேகை தீர்க்கரேகை விவரங்களுடன் இக்கட்டுரையின் பின்னிணைப்பாக (எண்:3) சேர்த்துள்ளேன். கோட்டை என்ற சொல்லைப் பொதுப்பெயராகக் (place name generic) கொண்ட 515 இடப்பெயர்கள் தமிழ்நாட்டில் வழங்கும் இடங்களின் பரவலைப் புவியியல் அடிப்படையில் புரிந்துகொள்ள ஏதுவாக மூன்று நிலவரைபடங்கள் வடிவமைக்கப்பட்டுள்ளன. இவ்வரைபடங்களில் கோட்டை இடப் பெயர்களைக் குறிப்பிடமுடியாத அளவிற்கு செறிவாக உள்ளதால் (high distribution density) இவ்விடப்பெயர்கள் பின்னிணைப்புப் பட்டியலில் (எண் 3) தரப்பட்டுள்ள அதே வரிசைமுறையில் எண்களாகக் குறிப்பிடப்பட்டுள்ளன.

இதுமட்டுமின்றி, 'கோட்டை', 'காப்பரண்' என்ற பொருளில் வழங்கும் 'துர்கா' என்ற இந்தோ ஆரியச்சொல் இடப்பெயராகப் பயன்படுத்தப்படுவதுகூட வடமாநிலங்களைவிடத் தென்மாநிலங்களில்தான் அதிகமாகக் காணப்படுகிறது என்ற தரவு சிந்தனைக்குரியது. இந்தியாவிலுள்ள துர்கா என்று முடியும் 59 இடப்பெயர்களில், 35 கர்நாடக மாநிலத்தில் வழங்குகின்றன. திராவிட மொழியாகட்டும், இந்தோஆரிய மொழியாகட்டும், 'கோட்டை' என்ற பொருளில் வழங்கும்

இடப்பெயர்களின் செல்வாக்கு வட, வடமேற்கு மாநிலங்களிலும், அதைவிட முனைப்பாக தென்னிந்தியாவிலுமே காணப்படுகிறது என்பது கீழே அட்டவணை எண் 9-ல் தரப்பட்டுள்ள தரவுகள் மூலம் தெளிவாகும்.

அட்டவணை 9

'கோட்டை' இடப்பெயர் எங்கே / எத்தனை என்ற விவரம்	'கோட்' என்ற தனிச்சொல் இடப்பெயராக பாகிஸ்தான் 45, ஆப்கனிஸ்தான் 4, ஈரான் 1 இந்தியா 64: (உத்திரப்பிரதேசம் 18, உத்திராஞ்சல் 15, சத்திஸ்கர் 7, ராஜஸ்தான் 6, மத்தியப்பிரதேசம் 5, பஞ்சாப் 3, ஜம்மு & காஷ்மீர் 3, குஜராத் 2, மகாராஷ்டிரம் 2, ஒடிஸா 1, கர்நாடகம் 1, மேற்கு வங்காளம் 1)
'கோட்' இடப்பெயர் பின்னொட்டாக	பாகிஸ்தான் 611, ஆப்கனிஸ்தான் 132, ஈரான் 2 இந்தியா 842:(உத்திராஞ்சல் 316, உத்திரப்பிரதேசம் 100, பஞ்சாப் 87, சத்திஸ்கர் 48, குஜராத் 31, மத்தியப்பிரதேசம் 31, மகாராஷ்டிரம் 34, மணிப்பூர் 40 , ஒடிஸா 44, ராஜஸ்தான் 25, மேற்கு வங்காளம் 9, கர்நாடகம் 6 ஜார்கண்ட் 6, ஆந்திரப்பிரதேசம் 1, அஸ்ஸாம் 2, நாகாலாந்து 2, பீகார் 1)
'கோட்டா' என்ற தனிச்சொல் இடப்பெயராக	பாகிஸ்தான் 3, ஆப்கனிஸ்தான் 5 இந்தியா 91: (உத்திரப்பிரதேசம் 24, மத்தியப்பிரதேசம் 17, உத்தராஞ்சல் 16, ஆந்திரப்பிரதேசம் 6, ராஜஸ்தான் 5, ஜார்கண்ட் 5, சத்திஸ்கர் 5, பீகார் 4, மேற்கு வங்காளம் 3, குஜராத் 2, ஒடிஸா 2, கர்நாடகா 1)
'கோட்டா' பின்னொட்டாக	பாகிஸ்தான் 6, ஆப்கனிஸ்தான் 14 இந்தியா 345: (ஆந்திரப்பிரதேசம் 174, உத்திரப்பிரதேசம் 34, ஒடிஸா 43, மத்தியப்பிரதேசம் 27, உத்தராஞ்சல் 11, மேற்கு வங்காளம் 12, ராஜஸ்தான் 7, ஜார்கண்ட் 7, குஜராத் 9, சத்திஸ்கர் 3, கர்நாடகம் 7, பீகார் 3, மத்தியப்பிரதேசம் 4, அருணாச்சலப் பிரதேசம் 2, அஸ்ஸாம் 2)
'கோட்டை' பின்னொட்டாக	இந்தியா 248: (தமிழ்நாடு 248, மற்ற மாநிலங்கள் 0) தமிழ்நாட்டிலுள்ள வசிப்பிடங்களின் ஒட்டுமொத்தப் பட்டியலின்படி 515
'துர்கா' பின்னொட்டாக	இந்தியா 59: (கர்நாடகம் 35, உத்திரப்பிரதேசம் 10, மகாராஷ்டிரம் 4, மேற்கு வங்காளம் 4, ஒடிஸா 3, ராஜஸ்தான் 2, ஜம்மு & காஷ்மீர் 1)

நிலவரைப் படம் 4 : ஈரான், ஆப்கனிஸ்தான், பாகிஸ்தானில் 'கோட்'

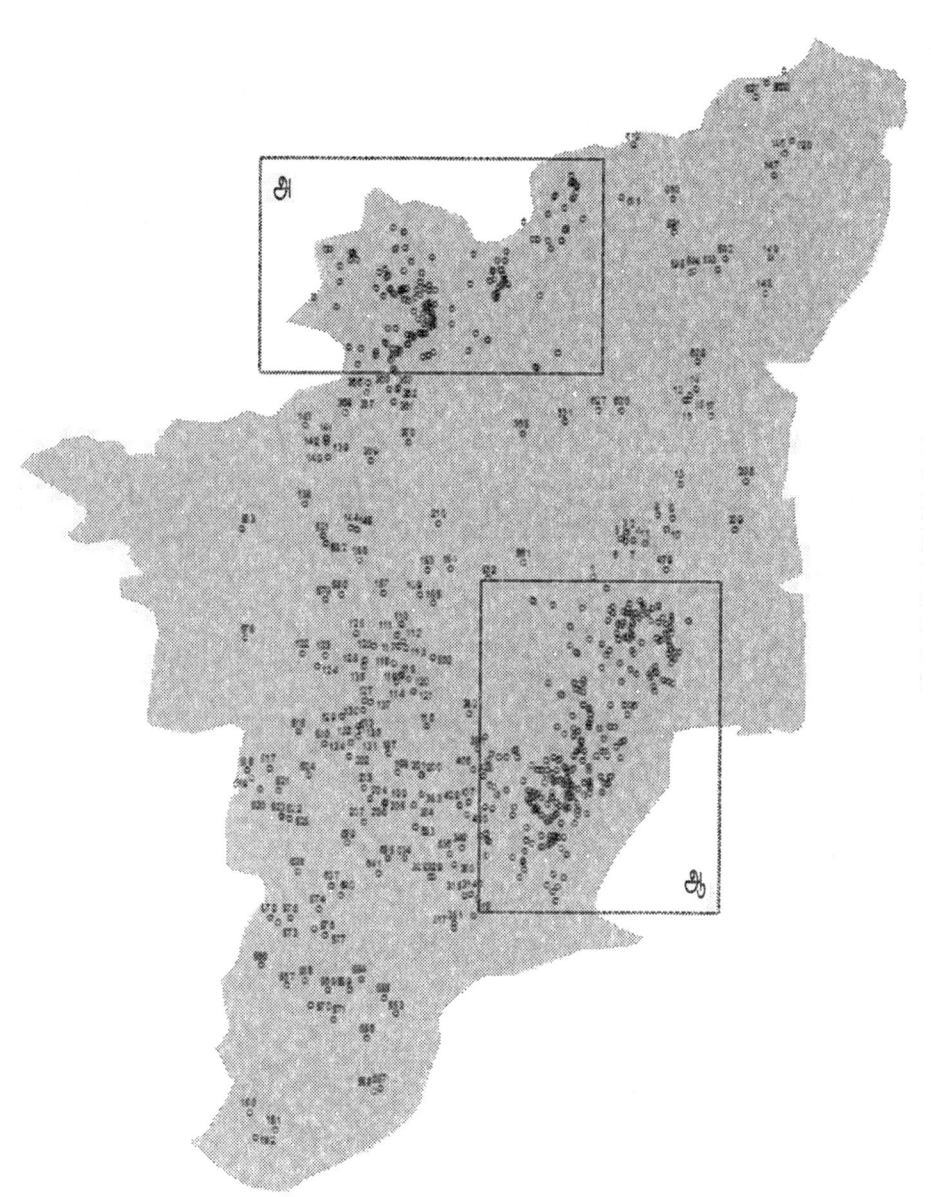

நிலவரைபடம் 5. தமிழ்நாட்டில் 'கோட்டை'

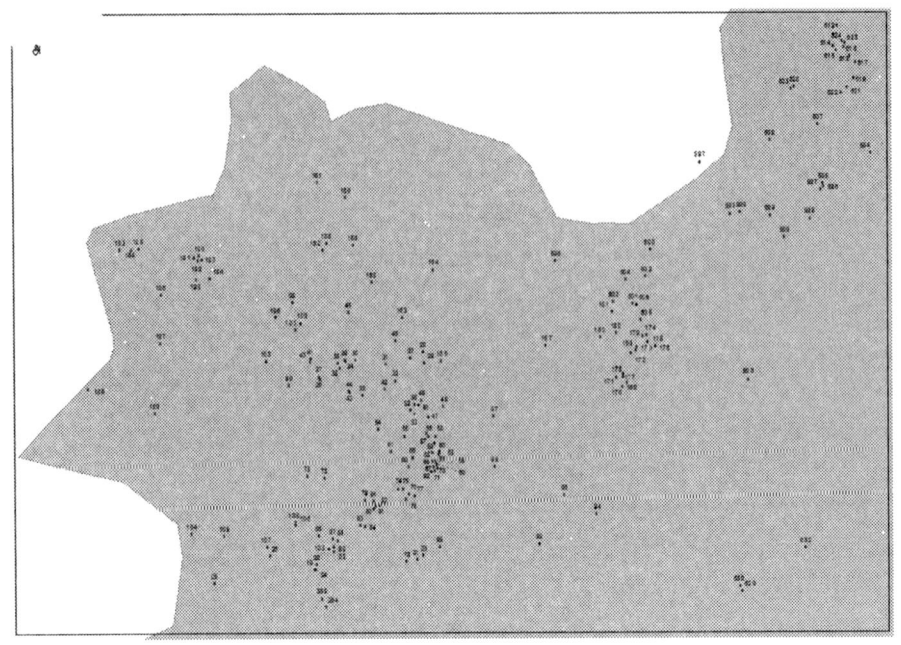

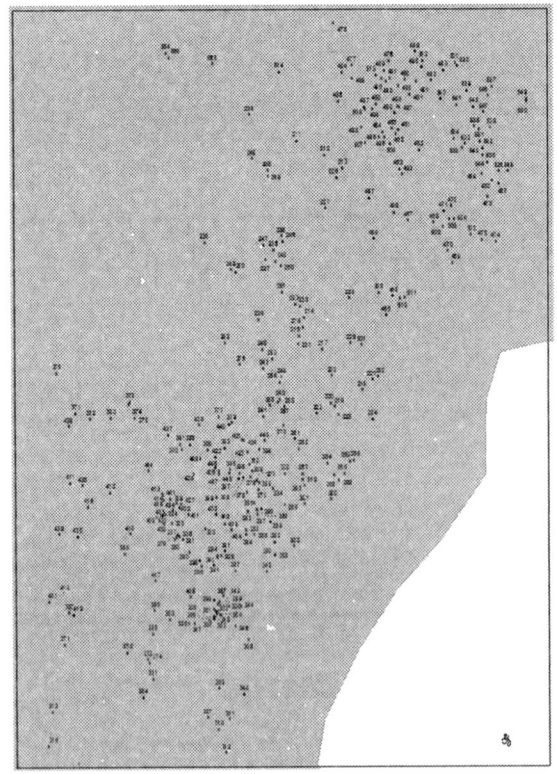

நிலவரைபடம் 6, 7 : தமிழ்நாட்டில் 'கோட்டை'

பகுதி 7

சிந்துவெளி, திராவிட மற்றும் இந்தோ-ஆரியக் கட்டமைப்புகளின் ஒப்பீடு

சிந்துவெளி நகர்களின் "திசை-உயர-பொருட்புல-சமூக" (Direction - Elevation - Material- Social Matrix) அட்டவணையின் கூறுகளை, ஏற்கனவே இக்கட்டுரையின் முற்பகுதிகளில் விளக்கிய (பகுதி 2, பகுதி 3) - திராவிட மற்றும் இந்தோ ஆரியச் திசைச் சொல்லாக்கக் கட்டமைப்புகளுடன் ஒப்பிட்டுப்பார்த்தேன். இவ்வொப்பீட்டின் பயனாக, சிந்துவெளி நகர்ப்புறப் பண்பாட்டின் அடித்தளமான மேல் மேற்கு: கீழ்கிழக்கு என்ற பாகுபாட்டில் அமைந்த நகரமைப்பு, நகரின் வெவ்வேறு பகுதிகளை பயன்படுத்திய விதம், தனித்தனியே பிரித்தமைக்கப்பட்ட வாழிடங்கள், வெளிச்சுற்றுச் சுவர்கள், காப்பரண்கள், 'மேடான நிலத்திற்கும்' 'மேடைகளுக்கும்' அளிக்கப்பட்ட முக்கியத்துவம் போன்ற கோட்பாடுகள் திராவிடச் சமூகப்பண்பாட்டு மற்றும் மொழிக்கட்டமைப்புடன்தான் பெரிதும் ஒத்துப்போகின்றன என்ற உணர்வு மேலிடுகிறது (காண்க அட்டவணை 9.1, 9.2, 9.3 மற்றும் 9.4)

அட்டவணை. 9.1 திசை-உயர-பொருட்புல-சமூக கூறுபாடு: திசை

அளவுகோல் (Indicators)

ஒப்பீட்டு அளவில் கிழக்கு, மேற்குத் திசைகளின் முக்கியத்துவம்		
மேற்குத் திசையின் மேன்மை; கூடுதலான முக்கியத்துவம்		
சிந்துவெளி	திராவிட மொழிகள்	இந்தோ-ஆரிய மொழிகள்
• கோட்டைப்பகுதி, மேற்குத்திசையில், அல்லது மேற்கு நோக்கி அமைந்துள்ளது. • 'கீழ் நகரம்' கிழக்கு அல்லது கிழக்கு நோக்கி அமைந்துள்ளது • மேற்குத் திசைக்கு முன்னுரிமை	✓ மேக்கு, மேற்கு, 'மேல்', 'மேலான', 'மேன்மையான' ✓ கீழ், கிழக்கு, கீழான, தாழ்வான ✓ மேற்தலை, 'மேற்குப்பக்கம்' (அதாவது மேற்குத் தலை அல்லது 'மேல் தலை') ✓ 'கீழ்க்கடை' 'கிழக்குப்பக்கம்' (அதாவது கீழ் இறுதி) ✓ 'கிழக்கிடும் பொருள்' அதாவது 'கீழ் மதிப்புள்ள பொருள்	❏ அபர, ஆவர, மேற்கு, தாழ்மையான, முக்கியமற்ற, மட்டமான, ஆகக்குறைவான' ❏ ப்ராச், ப்ராசீன 'முன்னால் இருப்பது', 'கிழக்கு' 'முன்னேற', முன்னேற்ற

அட்டவணை. 9. 2 திசை-உயர-பொருட்புல-சமூக கூறுபாடு: உயரம்

அளவுகோல் (Indicators) • மலை, உயரமான இடம், மேடான நிலம் ஆகியவற்றிற்கான முன்னுரிமை • உயரத்திற்கும் 'மேற்குத்' திசைக்குமான தொடர்பு		
சிந்துவெளி	**திராவிட மொழிகள்**	**இந்தோ-ஆரிய மொழிகள்**
• கோட்டைப்பகுதி, மேல் நகரம் ஆகியவை எப்போதும் உயரமான மேடுகளின் அல்லது களிமண் செங்கற்களாலான மேடைகள் மீதே அமைக்கப்பட்டன. • நகர் வடிவமைப்பில் கோட்டைப் பகுதியின் உயரமான நிலை எவ்வாறேனும் உறுதிசெய்யப்பட்டது. • மேற்கே இருந்த உயரமான மலைகள் 'மேற்கிலிருந்து கிழக்கான சரிவமைப்பிற்கான இயற்கைச்சூழலைப் பின்னணியாகத் தந்தன. • மானுடப் புவியியலின் தாக்கத்திற்கான சாத்தியம் கீர்த்தார், சுலைமான் மலைகளின் பின்புலம் மேற்கு கிழக்கான மலைவாழிடங்கள் பற்றிய கடந்தகால மீள்நினைவுகளுக்கான சாத்தியம்.	✓திராவிடர்கள் அடிப்படையில் மலைமக்கள். ✓திராவிடர்களின் 'மலை சார்ந்த' இனக்குழுப்பெயர்கள் (Tribe Names) ✓ திராவிடர்களின் மலைப்பெருமிதம் ✓வரலாற்றுக்கு முற்பட்ட காலத்து குறுநிலத்தலைவர்கள், மற்றும் தமிழ்த் தொன்மங்கள் கொண்டாடும் கடையெழு வள்ளல்களின் மலைநிலப் பின்னணி. (குறிஞ்சி நிலப் பெருமிதம்) ✓ தற்காலத்திலும் திராவிடப் புவிச்சூழல்களில் மலைசார்ந்த இடப்பெயர்களின் பெருக்கம் ✓திராவிட மலைச்சொற்கள் வடமேற்கு நிலப்பகுதிகளின் உயர்மலை உச்சங்களில் இன்னும் இடப்பெயர்களாக உள்ளன. ✓ மேற்குத்தொடர்ச்சி மலைகளில் இன்றும் பழங்குடியினரின் குடியிருப்புகள் மலைச்சிகரங்களை நோக்கியுள்ளன. பழங்குடித்தலைவரின் வீடு மிக உயரத்தில் உள்ளது. ✓திராவிடப்பழங்குடியினரின் வீடுகளில் உறங்குமிடம், விளக்கேற்றி வணங்குமிடம் தொடர்பான மேடை; திண்ணை போன்ற அமைப்புகளில் புலனாகும் உயரம் குறித்த உள்நோக்கம்	❑ மலைமக்கள் பற்றிய தாழ்வான மதிப்பீடு ❑ மலைமக்கள் கீழ்க்குடிகளாகக் கருதப்பட்டார்கள். ❑ 'அந்த்யஜா என்ற சமஸ்கிருதச் சொல் கடைநிலையைக் குறிக்கிறது ❑ மலைமக்கள் ஏழு கீழ்க்குடிகளில் ஒருவர் ❑ 'நீச்ய' என்றால் 'கீழ் வாழ்பவர்' என்பது பொருள். அத்தோடு மேற்கில் உள்ள நாட்டின் பெயரும்கூட. ❑ 'பாட்டி' என்ற அஸ்ஸாமிச் சொல்லிற்கு மேற்குப்பக்கம், நீரோடையின் கீழ்ப்பகுதி என்ற இரு பொருள் உண்டு. இதனால் மேற்குக்கும், 'கீழ்' என்பதற்குமான தொடர்பு விளங்கும். ❑ 'மேற்கு' என்று பொருள் தரும். 'ப்ராசீய' என்ற சமஸ்கிருதச் சொல் 'மிகத்தொலைவானது' 'ஒளித்துவைக்கப்பட்டது' என்றும் பொருள்படும்.

அட்டவணை.9.3 திசை-உயர-பொருட்புல-சமூக கூறுபாடு: பொருட்புலம்

அளவுகோல் (Indicators) • பருப்பொருட்புலத்தில் (material) "மேல்-மேற்கு: கீழ்-கிழக்கு" என்ற கட்டமைப்பின் அடிப்படையிலான முன்னுரிமைகளின் சாயல்கள்		
சிந்துவெளி	**திராவிட மொழிகள்**	**இந்தோ-ஆரிய மொழிகள்**
• பெரிய பெரிய பொதுக்கட்டிடங்கள், கோட்டை, காப்பரண், இடைமுற்றம், பெருங்குளியற்கூடம், தானியக்களஞ்சியம் போன்ற கட்டுமானங்கள் யாவும் மேற்கில் உள்ள கோட்டைப் பகுதியிலேயே அமைந்துள்ளன. • 'கோட்டை' என்பது சிந்துவெளிப்பண்பாட்டின் மையக்கோட்பாடுகளில் ஒன்றாகும். ஆட்சியாளர், ஆளுமை போன்ற அரசியல் கூறுகளோடு தொடர்புடையது. • மேடான, மேற்குப்பகுதிகளில் கழிவுநீர் வடிகால் வசதிகள் மிகச்சிறப்பாக அமைந்துள்ளன.	✓ திராவிட மொழிகள் பேசப்படும் பகுதிகளில் 'கோட்டை' இடப்பெயர்கள் மிகுதி. ✓ 'கோட்' என்ற சொல்லின் திராவிடத் தொடர்பும் 'கோட்' இடப்பெயர்கள் சிந்துப்பகுதியில் மிகுதி என்பதும் கவனத்திற்குரியது. ✓ 'கோ' என்றால் தலைவன், அரசன், கோயில் என்பது அரசன் வாழுமிடத்தையும், தெய்வ வழிபாட்டு இடத்தையும் குறிக்கும். ✓ தமிழ்நாட்டில் வேளாண் சாகுபடியில் நிலவுடமையாளருக்குரிய பங்கு மற்றும் அவரது பங்கான வயல்பகுதிகள் முறையே மேல்வாரம், மேற்பாதி (அதாவது மேல்பகுதி, மேற்குப்பகுதி). என்று அழைக்கப்படுகின்றன. வறட்சிக்காலத்தில் மேற்பாதியே முதலில் பாசனநீர் பெறும்; வெள்ளக் காலத்தில் முதலில் நீர்வடியும். சமூகப் பொருளியல் சார்ந்த முன்னுரிமை இதில் விளங்கும். ✓ மேற்குத்தொடர்ச்சி மலைகளில் பழங்குடிகள் மேல்நீரோட்டத்திலிருந்தே குடிநீர் கொணர்ந்து பருகுவதில் புலனாகும் நடைமுறை வசதி மற்றும் சமூக முன்னுரிமையும் குறியீடுகளும். ✓	❑ வேதகால ஆரியக் கடவுளான இந்திரனுக்கு 'புரந்தரா' என்ற பெயருண்டு. புரந்தரா என்பதற்கு 'கோட்டைகளை அழிப்பவர்' என்பது பொருள்> ❑ 'ப்ராச்', 'ப்ராசீன' என்ற சொற்கள் 'கிழக்கு' 'முன்னேறு, முன்னேற்று என்ற பொருளில் வழங்குகின்றன. ❑ பொருட்புல முக்கியத்துவத்தையும் முன்னுரிமைகளையும் உயரம், மேடு, மேற்குத்திசை என்பதோடு தொடர்புபடுத்தும் மரபு எதுவும் இந்தோ ஆரிய மொழிகளில் இல்லை. ❑ அபரந்த என்ற சொல்லிற்கு 'மேற்கில் வாழுதல்', 'மரணம்' என்ற இரு பொருள் உண்டு.. இதன் எதிர்மறையான பார்வை கவனத்திற்குரியது.

அட்டவணை: 9.4 திசை-உயர-பொருட்புல-சமூக கூறுபாடு: சமூகம்

அளவுகோல் • பருமநிலையிலும் கருத்தியல் நிலையிலும் 'மேல்-மேற்கு: கீழ்-கிழக்கு' என்ற பாகுபாட்டின் அடிப்படையில் புலனாகும் சமூகப் படிநிலைகள், மற்றும் ஏற்றத்தாழ்வுகள். • "மேல்மேற்கு: கீழ்கிழக்கு" பலபொருளொருசொல் உறவின் உருவக விரிவாக்கம்.

சிந்துவெளி	திராவிட மொழிகள்	இந்தோ-ஆரிய மொழிகள்
• 'மேட்டுக்குடி ஆட்சியாளர்கள்'; 'அறிவார்ந்த தலைவன்' ஆகியோரின் வசிப்பிடம், மற்றும் அதிகாரமையம் என்று சிந்துவெளி அகழ்வாய்வாளர்கள், குறிப்பிடும் பகுதிகள் மேற்கிலுள்ள மேல்நகர் பகுதியில் தான் அமைந்திருந்தன.	✓ மேல் கீழ் எனும் புவிமையச் சொற்களின் சமூகவிரிவாக்கம் திராவிட மொழிகளில், பழந்தமிழ் இலக்கியங்களில் மற்றும் கல்வெட்டுகளில் புலனாகிறது ✓ மேற்குடிகிழான் 'மேட்டுக்குடித்தலைவன் போன்ற சொல்லாட்சிகள் ✓ கீழ்க்கலனைகள் கைவினஞர்களாகிய கீழ்க்குடிகள் போன்ற சொல்லாட்சிகள் ✓ மேலோர் 'மேன்மைமிக்கவர்கள், உயர்நிலையினர், மேல்சாதியினர்; ✓ மேட்டுக்குடியினர் பார்வையில் தாழ்வான பகுதிகளில் வசிப்பவர்கள் பற்றிய தாழ்வான எண்ணம் ✓ கீழோர் என்ற சொல் உழுவோரைக் குறிப்பதாகவும் பயன்பட்டுள்ளது (பள்ளத்தில் பயிர் செய்வதால்) ✓ கொலாமி மொழியில் 'பள்ளம்' என்றால் கிழக்கு; என்று பொருள். ✓ மலையாளிகள் கிழக்குத்திசையில், கீழ்ப்பகுதிகளில் வாழ்வோரைக் 'கிழக்கன்' என்றழைக்கிறார்கள் ✓ திராவிடக்கடவுள் முருகன் ஒரு மலைக் கடவுள்.• பழனி மலைமேல், மேற்குப்பார்த்திருக்கும் முருகன் திருவுருவச்சிலை. ✓ இறந்தவர்களை 'மேற்கெழுந்தருளினார் எனச்சொல்லும் வழக்கு. ✓ கல்வெட்டுச் செய்தியான 'கிழக்கடைய நின்றாள்' (கீழ்க்குடியிருப்பைச்சேர்ந்த நடன மங்கை) என்பதன் உள்ளீடான சமுகப் படிநிலை.	❑ சமூகப் படிநிலைப் பாகுபாடுகள் புவி மையமானவை அல்ல; மனித மையமானவை. ❑ வர்ணக் கோட்பாடு சார்ந்த சமூகப் பாகுபாடுகள் 'புறத்தோற்றம்', பொலிவு, நிறம், ஜாதிப்பிரிவு, குடிப்பிரிவு என்ற அடிப்படையில் தோன்றியவை. ❑ 'வர்ணத்வ' என்பது 'நிறத்தின் நிலைமை' மட்டுமின்றி 'ஜாதியின் நிலைமை' யும் ஆகும். ❑ 'சதுர்வர்ண' என்பது நான்கு முக்கிய வண்ணங்களையும் நால்வகை சாதிப்பிரிவுகளையும் குறிக்கிறது. ❑ ' கீழான குடிகள் என்ற பொருளில் வழங்கும் 'அந்த்யஜ' எனும் சொல், 'முன்' 'பின்'; 'முதல்இறுதி என்ற அணுகுமுறையிலேயே ஆக்கம் பெற்றுள்ளது. ❑ உயரமான மலைகளில் வசிப்பவர்கள் 'கீழானவர்கள்' என்றே கருதப்பட்டார்கள். 'பூர்வஜ' கிழக்கில் பிறந்தவன். மனிதகுலத்தின் முன்னோடி. ❑ ஆரியக்கடவுளான இந்திரனுக்கு 'பூர்வதிக்பதி' அதாவது 'கிழக்குத்திசையை ஆள்பவன்' என்ற பெயருண்டு. ❑ 'ஆவர' என்ற சொல்லிற்கு 'மேற்கு' 'மிகவும் கீழான நிலை' என்பது பொருள். ❑ 'கீழ்ச்சாதியைச் சேர்ந்தவர்' 'ஆவரவர்ண' என அழைக்கப்பட்டனர். இதிலிருந்து மேற்கு என்பதற்கும் கீழான நிலைமை என்பதற்கும் உள்ள தொடர்பு தெளிவாகும்.

இவ்வாறு சிந்துவெளி நகர்களின் திசை, உயர, பொருட்புல மற்றும் சமூகக்கூறுகள் இந்தோஆரிய மொழிகளின் 'முன்-கிழக்கு: பின்-மேற்கு' என்ற மனிதமையக் கட்டமைப்பைவிடத் திராவிட மொழிகளின் 'மேல்-மேற்கு: கீழ்-கிழக்கு' என்ற புவிமையக் கட்டமைப்போடுதான் சமூகப்பண்பாட்டு மற்றும் மொழியியல் நோக்கில் பெரிதும் ஒத்துப்போகிறது.

இப்பின்னணியில், சங்கத்தமிழ் இலக்கியம் தனக்குள் அடைகாத்துவைத்த ஒரு முக்கியமான தொன்மத்தின் மீளநினைவை மனதிற்கொள்வது பொருத்தமாகும்.

புறநானூற்றின் 202வது பாடலில் வேளிர் குடியைச் சேர்ந்த இருங்கோவேளின் மீது சினங்கொண்ட சங்கப்புலவர் கபிலர் ஒரு பழஞ்செய்தியை அவனுக்கு நினைவுபடுத்துகிறார். அதில் இருபகுதிகளாகப் பிரித்து வடிவமைக்கப்பட்ட மூதூரொன்று (Dichotomous Settlement) பாழ்பட்டுச் சிதிலமான பின்னணியை நினைவுகூறுகிறார். "இருபாற் பெயரிய உருகெழு மூதூர்" (புறம் 202:6) என்ற வரியை இந்த நூலின் மையக்கருத்தான, சிந்துவெளி நகரமைப்பின் இருமைப்பாகுபாடு என்ற கோட்பாடுடன் தொடர்புபடுத்திப் பார்க்கலாம் என்று ஐராவதம் மகாதேவன் தனது தனிப்பட்ட உரையாடலின் போது (27, மார்ச், 2016) என்னிடம் கூறினார். எனது எதிர்கால ஆய்வுகள் இதை மேலும் முன்னெடுத்துச் செல்லும் என நம்புகிறேன்.

பகுதி 8

தொடரும் மரபுகள்: சிந்துவெளி முதல் 'ஆடுகளம்' வரை

மேட்டுநிலத்தில் மேற்காகவும், கீழ்நிலத்தில் கிழக்குத்திசையிலுமாக அமைந்த இரு குடியிருப்புகளின் சண்டைக்கோழிகள் சிந்துவெளி நகர்களில் போரிட்டன!

மொகஞ்சதாரோவில், பொதுவாக நகரைக் குறிப்பதாகக் கருதப்படும் குறியீட்டுடன் இரண்டு சேவல்கள் அருகருகே இருக்கும் உருவப்பொறிப்புடன் கூடிய முத்திரையொன்று கிடைத்துள்ளது (மார்ஷல் முத்திரை எண் 338). நகரைக் குறிக்கும் குறியீட்டுடன் சேவல்களின் உருவங்கள் பொறிக்கப்பட்ட இந்த முத்திரையின் குறியீட்டு நிரல்முறை 'சேவல் நகரம்' என்ற அந்நகரின் பெயரைக் குறிப்பதாகச் சிந்துவெளி ஆய்வறிஞர் ஐராவதம் மகாதேவன் விளக்கம் அளிக்கிறார் (Mahadevan 2011:86). ஒரு மிக முக்கியமான நகரத்தின் பெயரைச் 'சேவல் நகரம்' என்றழைப்பதற்கு வலுவான காரணம் இருந்திருக்கவேண்டும். சேவல்கள், மக்கள் வாழுமிடங்களிலெல்லாம் காணப்படுகிற வளர்ப்புப் பறவை. அவ்வாறாயின், ஒரு குறிப்பிட்ட நகரத்திற்கு மட்டும் சேவல் நகரமென்று பெயர்வைக்கப்பட்டதற்கு, அந்த நகரத்துச் சேவல்கள் பற்றிய ஒரு சிறப்புக்காரணம் இருந்திருக்கவேண்டும்.

மேற்சொன்ன 338ஆம் இலக்க முத்திரையைக் கவனமாகப் பார்த்தால் அந்தக் காரணத்தை ஊகிக்க இடமளிக்கும் அறிகுறிகள் புலப்படும். சேவல்களின் கழுத்து நிமிர்ந்து புடைத்திருக்கிறது; வால் இறக்கை மேல்நோக்கி விரைப்பாக இருக்கிறது; கால்கள் தரையில் பாவாமல் மேலெழுந்து உள்ளன. இந்தச் சேவல்கள் இரண்டும் அநேகமாகச் சண்டைபோடும் தோரணையில் உள்ளன(காண்க: படம்.6).

படம்.6 : சிந்துவெளி முத்திரை
(மார்ஷல் முத்திரை எண் 338)
கோழிகள் நகரம் (மகாதேவன் 2011:86)

மேலே சுட்டிக்காட்டிய இந்த முத்திரையில் காணப்படும் குறியீடு நகரைக் குறிப்பதென்பது பல்வேறு ஆய்வாளர்களாலும் ஒப்புக்கொள்ளப்பட்ட கருத்து. இந்த முத்திரையின் நோக்கம் 'சேவல் ஊர்' அல்லது 'கோழியூர்' என்பதை பதிவு செய்வதுதான் என்று எடுத்துக்கொண்டால் நகரைக் குறிக்கும் குறியீட்டிற்கு முன்னால், ஒரு சேவல் அல்லது கோழியின் உருவத்தைப் பொறித்தாலே போதுமானது. இரண்டு சேவல்களின் சின்னம் தேவை இல்லை. ஒருவேளை இம்முத்திரையின் நோக்கம் 'ஏராளமான சேவல்கள் நிறைந்த நகரம்' என்பதைத் தெரிவிப்பது என்றால் நகரத்திற்கான குறியீட்டோடு பல சேவல்களின் சின்னங்களை பொறித்திருக்கவேண்டும். ஏனெனில், இரண்டு என்பது 'ஒன்றுக்கும் மேற்பட்ட' 'இணை' (pair), பாகுபாடான (divided, divisive) இருமையான (dichotomous, binary), ஒன்றுக்கொன்று முரணான (conflictive, competitive) போன்ற பொருளைத் தெரிவிக்குமே தவிர 'ஏராளமான' என்ற பொருளைத் தெரிவிக்காது. அவ்வாறாயின், நகரின் குறியீட்டோடு சேர்ந்த இரண்டு சேவல்களின் உருவச்சின்னம் எதைக் குறிக்கக்கூடும்? அதிலும் குறிப்பாக, இவ்விரண்டு உருவச்சின்னங்களும் சேவல்களின் உருவச்சின்னமாக (ஒரு சேவல், ஒரு கோழி என்று கூட வேறுபடுத்திக்காட்டாமல்) இருப்பதன் உள்நோக்கம் எதுவாக இருக்கமுடியும்? நகரைக்குறிக்கும் குறியீட்டுடன், "கழுத்து நிமிர்ந்து புடைத்திருக்கிற; வால் இறக்கை மேல்நோக்கி விரைப்பாக இருக்கிற; கால்கள் தரையில் பாவாமல் மேலெழுந்து உள்ள" இரண்டு சேவல்களின் உருவச்சின்னத்தைப் பார்க்கும்போது, அவை கோழிச்சண்டைக்குப் பெயர்பெற்ற ஒரு நகரத்தின் இரண்டு பகுதிகளைச் சேர்ந்த சேவல்கள் என்றும் அதனால்தான் அந்த நகரம் 'சேவல் நகரம்' என்று பெயர் பெற்றிருக்கவேண்டும் என்று தோன்றுகிறது. இது வெறும் ஊகம் அல்ல. இது சிந்துவெளியில் தோன்றி அங்கேயே சிதிலமாகிவிடவில்லை. இம்மரபின் தொடர்ச்சியைத் தமிழ்மரபு தொன்றுதொட்டு இன்றுவரை பேணிக்காத்து வருகிறது.

வீரச்சேவல் மரபும் அதன் தொடர்ச்சியும்

இத்தகைய வீரச்சேவல் மரபிற்கும், வீரச்சேவல்களை மெச்சும் வகையில் முக்கிய நகரத்திற்கு பெயரிடும் மரபிற்கும் பழந்தமிழ்த் தொன்மங்களில் சான்றாதாரம் உள்ளது. பண்டையச் சோழர்களின் தலைநகரம் 'கோழி' என்றழைக்கப்பட்டது. இந்நகருக்கு, உறையூர் என்று இன்னொரு பெயரும் உண்டு. இந்நகரம் அமைக்கப்பட்ட இடத்தில் சேவலொன்று ஒரு யானையை எதிர்த்து வீரமாகச் சண்டையிட்டதாகவும் அதன் வீரத்தைக் கொண்டாடும் வகையிலேயே 'கோழி' என்று அந்நகருக்குப் பெயரிடப்பட்டதாகவும் பழந்தமிழ் மரபுகள் பெயர்க்காரணம் கூறுகின்றன. இந்த வாய்மொழி மரபிற்கு வடிவம் கொடுக்கும்வகையில் சங்ககாலச் சோழர்கள், சேவலொன்று ஒரு யானையின் நேர்நின்று சரிக்குச் சரியாகச் சண்டைபோடுவது போன்ற காட்சி பொறிக்கப்பட்ட நாணயத்தை வெளியிட்டனர் (காண்க. படம் 7).

வீரச்சேவல் பற்றிய மரபு நீண்ட நெடுங்காலம் பழந்தமிழ்ப் பண்பாட்டு மரபில் வேரூன்றியிருந்தால் மட்டுமே, தலைநகருக்கு 'கோழி' என்று பெயர்வைப்பதும், யானையுடன் சேவல் மோதுவதைச் சித்தரித்து நாணயம் வெளியிடுவதும் சாத்தியமாகி இருக்கவேண்டும்.

யானையை எதிர்த்த வீரக்கோழி பற்றிய இப்பழந்தமிழ் மரபின் தொடர்ச்சியை காலம்தோறும் காணமுடிகிறது. "முறஞ்செவி வாரணம் முன்சமம் முருக்கிய புறஞ்செவி வாரணம்" என்ற சிலப்பதிகார வரிகளிலும் (முறஞ்செவி வாரணம் என்பது யானையையும் புறஞ்செவி வாரணம் என்பது கோழியையும் குறிக்கும்), இவ்வரிகளுக்கான அடியார்க்கு நல்லார் உரை விளக்கத்திலும் இவ்வீரக்கோழி மரபு பற்றிய சொல்லாடலும், சோழர்கள் தலைநகரம் 'கோழி' என்றழைக்கப்பட்டதற்கு காரணமான கதைமரபுப் பின்புலமும் மீள்பதிவு செய்யப்பட்டுள்ளன.

படம்.7. சோழர் நாணயம் (கி.மு. 1ஆம் நூற்றாண்டு). "கோழி நகரம்" (உறையூர்) (மகாதேவன் 2011:86)

இக் கதை மரபு இன்றும் தொடர்கிறது. தமிழ்நாட்டில் தற்போதுள்ள பெருநகரங்களில் ஒன்றான திருச்சிராப்பள்ளியின் ஒருபகுதியான உறையூரிலுள்ள பஞ்சவர்ணேஸ்வரர் கோயிலில் (இந்த உறையூர் என்ற இடம்தான் பழங்காலத்தில் சோழர் தலைநகரமான கோழி என்றழைக்கப்பட்ட உறையூர் என்று கருதப்படுகிறது.) யானையுடன் கோழி சண்டையிடும் காட்சியின் புடைப்புச் சிற்பங்களைக் காணலாம். இங்கே யானையுடன் கோழி சண்டையிடும் கதைமரபு தொடர்பான இரண்டு சிற்பங்கள் உள்ளன. ஒரு சிற்பத்தில் சோழ அரசன் யானையில் ஏறி வரும் போது அந்த யானையுடன் சேவல் சண்டையிடுவது போன்ற காட்சியும், இன்னொரு சிற்பத்தில் யானையுடன் சேவல் தனித்து சண்டையிடும் காட்சியும் செதுக்கப்பட்டுள்ளன. இச்சிற்பங்கள் பழங்காலத்தவை அல்ல என்பது உண்மையே. இருப்பினும், சங்க இலக்கியக் காலத்திலிருந்தே அறியப்பட்ட, பண்டையச் சோழர் நாணயத்திலேயே உருவப்பொறிப்பாக ஆவணப்படுத்தப்பட்ட இந்த வீரக் கோழிக் கதை மரபு, இன்றுவரை நினைவுகூரப்படுகிறது என்பதற்கான சான்றாதாரமாக இந்நிகழ்காலச் சிற்பங்கள் திகழ்கின்றன.

படம்.8. உறையூர் பஞ்சவர்ணேஸ்வரர் கோயில் சிற்பம் 1

படம்.9. உறையூர் பஞ்சவர்ணேஸ்வரர் கோயில் சிற்பம் 2

எனவே, சிந்துவெளிப் பண்பாடு ஒரு திராவிடப் பண்பாடு என்ற கருதுகோளின் அடிப்படையில், சிந்துவெளி நகரம் ஒன்றிற்கு 'கோழியூர்' ('சேவல் நகரம்') என்று பெயரிடப்பட்டதன் காரணத்தை அந்நகரத்தின் சண்டைச் சேவல்களில் தேடமுயற்சிப்பதில் தவறொன்றுமில்லை. ஒருவகையில் கோழிச் சண்டை என்ற பண்பாட்டு மரபு கூட 'கிழக்கு மேற்கு' எனப்பகுக்கப்பட்ட சிந்துவெளி நகரமைப்புக் கோட்பாட்டின் உருவகக் குறீயீடான விரிவாக்கம்தான் என்று தோன்றுகிறது. இந்தக் கருத்தை வலுப்படுத்தவல்ல சான்றுகள் பழந்தமிழ் இலக்கியங்களிலும் கல்வெட்டுக்களிலும் காணக் கிடைக்கின்றன. கோழிச்சண்டை இந்தியத் துணைக்கண்டத்தின் குறிப்பிட்ட சில பகுதிகளில் இன்றுவரை தொடரும் பழம்பண்பாட்டுக் கூறுகளில் ஒன்றாகும். பாகிஸ்தானிலுள்ள சிந்து மாகாணத்தில் (ஒரு காலத்தில் சிந்துவெளிப் பண்பாடு பரவியிருந்த பகுதி) முறைப்படி ஏற்பாடுசெய்யப்படுகிற கோழிச்சண்டைகள் இப்போதும் கூட மிகமுக்கியமான பொழுதுபோக்காகும். இந்தியாவில் தமிழ்நாடும், கர்நாடகா மாநிலத்திலுள்ள குடகுப் பகுதியும் கோழிச்சண்டைக்குப் பெயர்பெற்றவை.

"ஆடுகளம்'' திரைப்படம்.

2011ஆம் ஆண்டு, தமிழில் "ஆடுகளம்" என்ற பெயரில் ஒரு திரைப்படம் வெளிவந்தது தேசியவிருதுகளைப் பெற்ற இத்திரைப்படத்தின் மையக்கரு கோழிச்சண்டைதான். சண்டைக்கோழிகளை வளர்த்துப் பயிற்சியளிப்பதையே முழுநேரத்தொழிலாகக் கொண்டு பெருமிதம் அடைகிற ஒருவருக்கும் அவரது சீடனுக்கும் இடையிலான உறவை, உளவியல் சார்ந்த உரசலைச் சித்தரிக்கிறது இந்தப் படம்.இந்தியாவிலேயே, இப்படிப்பட்ட ஒரு கருவைக் கதையாக்கித் திரைப்படம் தயாரிப்பதற்கேற்ற பொருத்தமான

சமூகப்பண்பாட்டுச் சூழல் தற்போது தமிழ்நாட்டில் மட்டும்தான் நிலவுகிறது. ஏனெனில், தமிழ்நாட்டிலுள்ள அளவிற்கு, கோழிச்சண்டை மரபு ஒரு பரவலான பண்பாட்டுத்தளத்தின் ஊடாக, வேறெங்கும் இயங்கவில்லை.

பழந்தமிழ்ச் சான்றுகள்

முறைப்படி ஏற்பாடு செய்து நிகழ்த்தப்பெறும் கோழிச்சண்டைகள் தமிழ் இலக்கியப்பரப்பிலும் ஒரு புதிய செய்தி அல்ல. கோழிச்சண்டை பற்றிய நேரடியான மற்றும் குறிப்பாலுணர்த்தும் செய்திகள் சங்க இலக்கியங்களில் கிடைக்கின்றன

"உய்த்தனர் விடாஅர் பிரித்து இடைகளையார்
குப்பைக்கோழித் தனிப்போர் போல" என்ற குறுந்தொகைப் பாடலில் (குறுந். 305:6) குப்பையில் மேயும் கோழிகள் தமக்குள்ளே இயல்பாக ஒன்றோடொன்று சண்டை செய்வதற்கும், மனிதர்கள் தங்கள் பொழுதுபோக்கிற்காக சண்டைக்கோழிகளை வளர்த்து முறைப்படி சண்டைக்கு விடுவதற்கும் இடையிலான வேறுபாடு பேசப்படுகிறது. இதன் மூலம் கோழிச்சண்டை ஒரு பந்தயமாக வளர்ந்த பண்பாட்டுப் பின்னணி இலக்கியப்பதிவு பெறுகிறது.

"அழல்அகைந் தன்ன காமர் துதைமயிர்
மனைஉறை கோழி மறனுடைச் சேவல்
போர்புரி எருத்தம் போலக் கஞலிய" (அகம் 277: 13-16)

பாய்ந்தும் எரிந்தும் படிந்தும் பலகாலும்
காய்ந்தும் வாய்க்கொண்டும் கடுஞ்சேவல்"
(புறப்பொருள் வெண்பா மாலை. 348)

என்ற ஆளுகைகளை முறைப்படி நிகழ்த்தப்படுகிற கோழிச்சண்டைகளுக்கான இலக்கிய, இலக்கணப்பதிவுகளாகக் கொள்ளலாம்.

ஒருகாலத்தில் தமிழ்மொழியில் சண்டைக்கோழிகள் பற்றிய 'கோழி நூல்' இருந்ததென்ற செய்தியைத் தரும் பழைய உரைநூல் பற்றி ஐராவதம் மகாதேவன் குறிப்பிடுகிறார் (Mahadevan 2003:627). தற்போது கிடைக்கும் தமிழிலக்கண நூல்களிலேயே மிகவும் தொன்மையான தொல்காப்பியத்திற்கு உரையெழுதிய இளம்பூரணரும் (தொல். சொல்: 62), இடைக்கால இலக்கணமான நன்னூலிற்கு உரையெழுதிய சங்கரநமச்சிவாயரும் (நன்னூல்: 402) மேலச்சேரி, கீழச்சேரி எனப்படும் (மேற்கு, கிழக்கு குடியிருப்புகள்) இரு சேரிகளைச் சேர்ந்த சண்டைக்கோழிகளுக்கிடையே நிகழ்ந்த சண்டை பற்றிக் குறிப்பிடுகின்றனர். "மேற்கிலமைந்த மேலச்சேரி, கிழக்கிலமைந்த கீழச்சேரி என்ற இரு குடியிருப்புப் பகுதிகளைக் கொண்ட ஊர்கள், இவ்விரு குடியிருப்புகளுக்கென்று தனித்தனிச் சண்டைக்கோழிகளை வைத்திருந்தார்கள் என்று தெரிகிறது" என்கிறார் ஐராவதம் மகாதேவன் (Mahadevan 2003:627).

வீரச்சேவல் நடுகற்கள்

இலக்கிய, இலக்கணச் சான்றுகள் ஒருபுறமிருக்க, கோழிச்சண்டை மரபு செயல்படுமுறைமை பற்றியும், அம்மரபிற்கும் 'கிழக்குமேற்கு' குடியிருப்புக் கோட்பாட்டிற்குமான வேர்நிலை உறவு பற்றியும் ஆகத் தெளிவான புரிதலைத்தரும் சான்றாதாரங்களைப் பழந்தமிழ்க் கல்வெட்டுக்கள் அளிக்கின்றன.

தமிழ்நாட்டிலுள்ள அரசலாபுரம் என்ற ஊரில் ஓர் அரிய கல்வெட்டு மற்றும் உருவப்பொறிப்புடன் கூடிய நடுகல் கிடைத்துள்ளது. கி.பி. ஐந்தாம் நூற்றாண்டைச் சேர்ந்த இந்த வீரக்கல்லின் சிறப்பு இது ஒரு சண்டைக்கோழிக்காக எழுப்பப்பட்டது என்பதுதான். இந்த நடுகல், முகையூர் என்ற ஓர் ஊரின் மேலச்சேரி எனப்படும் மேற்குக்குடியிருப்பின் சார்பில் சண்டையிட்டு மாண்ட ஒரு வீரச்சேவலின் நினைவாக எழுப்பப்பட்டுள்ளது (மகாதேவன் 2003: 467, 530). அச்சண்டைக் கோழியின் உருவப்பொறிப்புடன் மேற்சேரி என்ற குடியிருப்புப்பெயரும் முதன்முதலாக இந்நடுகல்லில் ஆவணப்பதிவு செய்யப்படுகிறது (காண்க படம் 8).

படம்.8. "மேற்சேரியின் சண்டைக்கோழி.
கல்வெட்டு எண் 112,
பழங்காலத் தமிழ்க் கல்வெட்டுக்கள்
(மகாதேவன் 2003:530)

இதைபோலவே, இந்தளூரில், கீழ்ச்சேரி என்ற இடத்தைச் சேர்ந்த சண்டைக்கோழிக்கு எழுப்பப்பட்ட வீரக்கல் கிடைத்துள்ளது. (மகாதேவன் 2003: 488, 530). கீழ்ச்சேரி என்ற இடப்பெயர் பொறிக்கப்பட்டிருக்கிறதே தவிர, அது எந்த முக்கிய ஊரின் கீழ்ச்சேரி (கிழக்குக்குடியிருப்பு) என்ற விவரம் இல்லை. அதே நேரத்தில், இந்தளூர்

படம்.9. "கீழ்ச்சேரியின் சண்டைக்கோழி.
கல்வெட்டு எண் 113, பழங்காலத்
தமிழ்க்கல் வெட்டுக்கள்
(மகாதேவன் 2003:530)

நடுகல்லின் சிறப்பு, கீழ்ச்சேரிச் சண்டைக்கோழியின் உருவத்தோடு சேர்த்து, 'பொற்கொற்றி' என்ற அதன் செல்லப்பெயரும் பொறிக்கப்பட்டிருக்கிறது என்பதுதான் (காண்க படம் 9).

வீரமரணம் எய்திய சண்டைக்கோழிகளின் நினைவாக நடுகல் எழுப்பும் தொல்வழக்கம் தமிழ்நாட்டைத்தவிர இந்தியாவின் வேறெந்தப் பகுதியிலும் கண்டுபிடிக்கப்பட்டுள்ளதாகத் தெரியவில்லை. சண்டைக்கோழிக்குச் செல்லப்பெயர் வைத்து, மனிதர்களின் பெயர்குறிப்பிட்டு நினைவஞ்சலி செலுத்துவதுபோல நடுகல் எழுப்பியது, கோழிச்சண்டை மரபு, பழந்தமிழ்ப் பண்பாட்டுப் பரப்பில் கொண்டிருந்த சிறப்பிடத்தை உறுதிசெய்கிறது. அரசலாபுரம் மற்றும் இந்தளூரில் கிட்டியுள்ள உருவப்பொறிப்பு மற்றும் எழுத்துப்பொறிப்புகளோடு கூடிய இந்நடுகற்கள் இப்பண்பாட்டு மரபிற்கான ஆவணச்சான்றளிப்பதோடு, முதன்முறையாக, கோழிச்சண்டை மரபிற்கும் கிழக்குமேற்கு என்ற பாகுபாட்டில் அமைந்த குடியிருப்புக் கோட்பாட்டிற்கும் இடையிலான தொடர்பையும் உறுதிசெய்கின்றன.

அரசலாபுரம் கல்வெட்டையும் இந்தளூர்க் கல்வெட்டையும் படித்துப்பார்த்துத்தான் இளம்பூரணரும் (தொல்காப்பிய உரை) சங்கரநமச்சிவாயரும் (நன்னூல் உரை) தத்தம் உரைநூல்களில் மேலச்சேரி மற்றும் கீழச்சேரிக் சேவல்களுக்கிடையிலான போர் பற்றி குறிப்பிட்டிருக்கவேண்டும் என்பதில்லை. தமிழ்ப்பண்பாட்டுத்தளத்தில் கோழிச்சண்டை மரபு அதற்கான குறியீட்டு நோக்கம், மற்றும் செயல்முறைகளோடு ஊடும் பாவுமாய் ஒருங்கிணைந்திருந்தால் மட்டுமே, இலக்கண, இலக்கிய மரபு, கல்வெட்டுக்கள் ஆகிய வெவ்வேறு ஆவணத்தளங்களில் அது பதிவாகியிருக்கமுடியும். யானையை எதிர்த்த கோழியை மெச்சும் சங்ககாலச் சோழர் நாணயத்திலிருந்து, அண்மையில் வெளியான ஆடுகளம் திரைப்படம் வரை இந்தப் பண்பாட்டுத்தொடர்ச்சி வெவ்வேறு வடிவங்களில் ஆவணப்படுத்தப்பட்டுள்ளது. சங்ககாலச் சோழர் நாணயமே இம்மரபின் ஊற்றுக்கண்ணான தோற்றுவாய் என்று கூறமுடியாது; வேண்டுமென்றால், அக்காலகட்டத்திற்கு நெடுங்காலம் முன்பிருந்தே நிலவிவந்த வாய்மொழி மரபின் முதல் ஆவணமுயற்சி என்று அதை எடுத்துக்கொள்ளலாம். அந்த வாய்மொழி மரபு, உறுதியாக, சோழர் தலைநகரான கோழியூர் என்பதன் பெயர்க்காரணத்தை விளக்கும் வகையில் உருவானதே. மொகஞ்சதாரோவில் கிடைத்த முத்திரையில் 'நகர்' என்பதற்கான குறியீட்டுடன் இரண்டு "சண்டைக்கோழிகளின்" உருவம் பொறிக்கப்பட்டிருக்கிறது என்பதைவைத்துப் பார்க்கும்போது, இக்கோழிச்சண்டை மரபிற்கும் 'கிழக்கு: மேற்கு' என்ற நகரமைப்பிற்கும் உறுதியான தொடர்பிருந்திருக்கக்கூடும் என்பதோடு, அத்தொடர்பிற்கான சான்றாதாரங்களை இந்தியத் துணைக்கண்டத்தின் இடப்பெயர்ப்புலத்திலிருந்து மீட்டெடுக்கமுடியும் என்ற உணர்வையும் தோற்றுவிக்கிறது.

இடப்பெயர் அடையாளக்குறிகள்

ஒரு நாகரிகத்தின் பெரும்பாலான பருமப்பொருட்கூறுகள் பாழ்பட்டழிந்து சிதிலமாகிவிடலாம். ஆனால், பொருட்புலச் சான்றுகள் அழிந்தபின்னரும் பிழைத்திருக்கக்கூடியவை இடப்பெயர்களே. அர்ஸெனி சாபரோவ் (Arseny Saparov) சொல்வதுபோல, "பொருட்புலம் மறைந்தும்போகலாம்; அல்லது அழிக்கப்படலாம்; அதை உருவாக்கிய நாகரிகம்கூட காணாமல் போகலாம்; ஆனால் அந்நாகரிகத்தின் இடப்பெயர்கள் பெரும்பாலும் அழியாமல் தொடரும்" (Saparov 2003:179).

பின்னிணைப்பு 2 இல் பட்டியலிட்டுள்ள 168 மேல் (மேற்கு): கீழ் (கிழக்கு) இடப்பெயர் இணைகளில் மேலச்சேரி (79.420332 கிழக்குத் தீர்க்கரேகை, 12.466958 வடக்கு அட்சரேகை) என்ற பெயரும், கீழ்ச்சேரி (79.847899 கிழக்குத் தீர்க்கரேகை, 13.029903 வடக்கு அட்சரேகை) என்ற பெயரும் கவனிக்கத்தக்கன. மேற்சேரி (மேலச்சேரி என்பதன் மாற்றுவடிவம்) கீழ்ச்சேரி என்ற இடப்பெயர்களே, கீழ்மேல் என்ற அடிப்படையிலான இணைப்பெயர்களில் முதன்முதலாகப் பழங்கல்வெட்டுக்களில் பதிவுசெய்யப்பட்டவையாகும். அத்துடன், இலக்கண, இலக்கிய உரைமரபுகளிலும், கல்வெட்டுக்களிலும் கோழிச்சண்டை என்ற பின்னணியிலேயே இவ்விரு இடப்பெயர்களும் பயன்படுத்தப்பட்டிருப்பதால், இவ்விடப்பெயர்களை இந்த ஆய்வின் மையப்பொருளோடு தொடர்புடையவை என்று கருதுகிறேன்.

மேலச்சேரி என்பது வெறும் இடப்பெயர் மட்டுமல்ல. லட்சத்தீவுகளில் மேலச்சேரி என்ற இனக்குழுப்பெயர் கொண்ட மலையாள மொழிபேசும் ஒரு சமூகத்தினர் வாழ்கின்றனர். மேலச்சேரிகள் மலபார் கடற்கரைப்பகுதியிலிருந்து லட்சத்தீவுகளில் குடியேறிய பூர்வகுடிகளான திய்யர்களின் வழித்தோன்றல்கள் என்று நம்பப்படுகிறது (EDT Vol ii: 26465). கர்நாடக மாநிலம் கொடகுப் பகுதியில் மேக்கேரி (மேற்சேரி என்ற பெயருடன் ஒப்பிடத்தக்கது) என்ற பெயரில் ஓர் ஊர் உள்ளது. அப்பகுதி கோழிச்சண்டைகளுக்குப் பெயர்பெற்றது என்பதும் குறிப்பிடத்தக்கது.

மேலச்சேரி என்ற பெயருக்கான தேடல் நம்மை வடமேற்கு நிலப்பகுதிகளுக்குக் கொண்டுசெல்கிறது. 'மேல' மற்றும் 'சேரி' என்பன பாகிஸ்தானில் பல இடங்களில் தனிச்சொல்லாக வரும் இடப்பெயராக வழங்குகின்றன. (மேல 33.91417 வ/72.02972 கி; மேல 33.8975 வ/ 70.14833 கி; மேல 33.58778 வ/ 70.47361 கி; மேல 32.16667 வ/ 73.15 கி; மேல 33.85139 வ/ 70.37083 கி; மேல 33.84861 வ/ 70.38056 கி; மேல 33.19722 வ/ 74.045 கி; சேரி 27.76667 வ/ 66.61667 கி மற்றும் சேரி 29.24167 வ/ 66.00417 கி). ஈரானில் நாம் 'மேலே' என்ற 'சேரி' என்ற தனிச்சொல் இடப்பெயர்களை மட்டுமன்றி (மேலே 35.16667 வ/ 47.36667 கி; மேலே 36.04806 வ/ 46.45222 கி; மேலே 31.35028 வ 50.88722 கி ; சேரி 37.16694 வ/ 58.15806 கி ; சேரி 30.43333 வ/ 49.68333 கி) மேலேசேரி(31.12333 வ/ 50.11778 கி) என்ற இருசொல் கூட்டுப்பெயரையும் காண்கிறோம்.

சிந்துசமவெளி நகரமைப்பின் மேல்கீழ் பாகுபாட்டின் உருவகக்குறியீடான, கோழிச்சண்டை மரபின் தோற்றப்புள்ளியைத் தொடவும் அதன்மூலம் மிகச்சிறந்த நகர்ப்பண்பாட்டைக் கட்டமைத்த “அறிவார்ந்த தலைவனின்”; 4000 ஆண்டுகளுக்கு முன்பே உலகின் மிகச்சிறந்த நகரமைப்பைத் திட்டமிட்டு அதற்கு செயல்வடிவமும் கொடுத்த சிந்துவெளி கட்டிடக்கலை வல்லுனர்களின்; ஆற்றல் மிக்க வீரக்கோழிகளுக்குச் சண்டை பழக்கிவிட்ட பயிற்சியாளர்களின்; கோழிச்சண்டையின் வெற்றி தோல்விகளை மதிப்பிட்ட நடுவர்களின்; அத்தகைய கோழிச்சண்டைகளைக் கண்டுமகிழ்ந்து ஆரவாரித்த சிந்துவெளிக் குடிமக்களின் மொழி மற்றும் பண்பாட்டு அடையாளங்களை மீட்டெடுக்கவும் ‘மேலச்சேரி’, ‘கீழச்சேரி’ போன்ற இணை இணையான இடப்பெயர்கள் ஓர் இணைப்புச்சங்கிலிபோல தடயமளித்து வழிநடத்தி உதவுமென்று தோன்றுகிறது.

ஹரப்பா முதல் ஆடுகளம் வரை

ஹரப்பாவில் தொடங்கி சங்க இலக்கியம், சங்க காலச் சோழர் நாணயம், வீரச்சேவல் நடுகற்கள் எனக் காலம்தோறும் நிலைபெற்று, தற்காலத்தில் ஆடுகளம் திரைப்படம்வரை இந்த வீரச்சேவல் மரபு இடைவெளி இல்லாமல் இன்றும் தொடர்கிறது. இதுவே, சிந்துவெளி மக்கள் பேசிய மொழி ஒரு திராவிட மொழியாக, இன்னும் குறிப்பாகச் சொல்வதெனில், பழந்தமிழ்த் தொன்மங்களோடு தொடர்புடைய தொல்தமிழ் மொழியாக இருந்திருக்கலாம் என்ற சாத்தியக்கூறுகளே மிகுதி என்பதை ஆணித்தரமாக அடிக்கோடிடும் துணைநிலைச் சான்றாகவும் திகழ்கிறது எனலாம்.

பகுதி 9

முடிவுகளும் முன்மொழிவுகளும்

சில புரிதல்களும் சில முன்மொழிவுகளும்

சிந்துவெளி எழுத்துக்களை நம்பத்தகுந்தவகையில் வாசித்தறியும் வரையில், சிந்துவெளிப்பண்பாட்டின் மொழிகுறித்து எந்தக் கருத்தையும் முடிந்த முடிபாக, எல்லோரும் ஏற்றுக்கொள்ளப்போவதில்லை. அப்படிப்பட்ட எதிர்பார்ப்புகூட நடைமுறைக்கு ஒவ்வாததுதான். இந்நிலையில், தற்போது முனைப்புடன் விவாதிக்கப்படுகிற கருதுகோள்களில் சாத்தியக்கூறுகள் அதிகமாக உள்ளது எது என்பதை ஒப்பிட்டு ஆராய்வதுதான் முக்கியம். அதுதான் சாத்தியமும்கூட. அத்தகைய அணுகுமுறைசார்ந்த ஒரு முயற்சிதான் இக்கட்டுரை. எனவே, இக்கட்டுரை தரும் புதிய செய்திகளையும் புரிதல்களையும்கூட சாத்தியக்கூறுகள் அதிகமுள்ள கருதுகோளாகத் தான் முன்வைக்கமுடியும். அத்தகைய புரிதல்கள், முன்மொழிவுகள் வருமாறு:

சிந்துவெளி நகரங்களின் 'மேல்-மேற்கு: கீழ்-கிழக்கு' என்ற பாகுபாடு, அந்நகரங்களின் வடிவமைப்பில் எதேச்சையாக நிகழ்ந்த உடன்நிகழ்வல்ல; மாறாக, நீண்டநெடுங்காலமாக அப்பண்பாட்டின் ஊடாக நிலவிவந்த கருத்தியல்புகள், சிந்தனை ஒழுங்குகளின் வெளிப்பாடே. இச்சிந்தனைகளுக்கு முறையான வடிவம் கொடுப்பதில், அம்மக்களின் கடந்தகால, சமகால வாழிடங்களின் இயற்கையமைப்பு அதாவது அம்மக்களின் வாழ்வியல் பின்புலமான மானுடப்புவியியல் காத்திரமான பங்களிப்பைச் செய்திருக்கக்கூடும்.

1. சிந்துவெளி நகர்ப்பண்பாட்டின் திசைஉயரபொருட்புல மற்றும் சமூகக் கூறுகள், (DEMS Matrix) மற்றும் குறிகாட்டிகள் திராவிடப் பண்பாட்டின் மூலமுன்மாதிரிகளோடு நெருக்கம் காட்டுவதோடு, அம்மொழிகளில் திசைகளுக்கான சொற்களை உருவாக்குவதிலும் பெயரிடுவதிலும் பயன்பட்ட வழிமுறைகளோடு பெரிதும் ஒத்துப்போகிறது. அதே நேரத்தில் சமஸ்கிருதம் உள்ளிட்ட இந்தோ ஆரிய மொழிகளின் அணுகுமுறையிலிருந்து அது மாறுபட்டதாக உள்ளது.

2. இந்தியத் துணைக்கண்டத்தில் வரலாற்றுக் காலங்களில் வழக்கத்திலிருந்த, தற்காலத்தில் வழக்கத்திலிருக்கிற இடப்பெயர்கள், சிந்துவெளிப்பண்பாட்டின் பல்வேறு புதிர்களுக்கு, குறிப்பாக, சிந்துவெளி மக்கள் என்னமொழி பேசியிருப்பார்கள் என்ற கேள்விக்கு விடைகாணும் முயற்சியில் பெரிதும் உதவக்கூடும்.

3. சிந்துவெளிப் பண்பாடுகுறித்த ஆய்வில் பழந்தமிழ்ச் சங்க இலக்கியப்பதிவுகள், மற்றும் தொல்தமிழ்க் கல்வெட்டுச் செய்திகளின் பயன்பாட்டைத் திறந்த மனத்துடன் மறுமதிப்பீடு செய்யவேண்டிய அறிவார்ந்த கடமை ஆய்வுலகிற்கு உண்டு. சிந்துவெளி விட்ட இடத்திற்கும் சங்க இலக்கியம் தொட்ட இடத்திற்கும் மிக நெருங்கிய வேர்நிலைத்தொடர்பு உள்ளது என்பதே இந்த ஆய்வின்மூலம் வெளியாகும் தரவுகள், மிகக்குறிப்பாக, "கொற்கை வஞ்சி, தொண்டி வளாகம்" அடிக்கோடிடும் புதுவெளிச்சம்.

4. சிந்துவெளிப் பண்பாட்டின் எச்சமிச்சங்களைத் தற்கால இந்தியச் சமூகங்களில் இனம்காண முடியும். கோழிச்சண்டை மரபு அத்தகைய தொடர்ச்சிகளில் ஒன்றாகும்.

மொத்தத்தில், பதிப்பிக்கப்பட்ட அகழ்வாய்வுக் கண்டுபிடிப்புகள், மொழியியல், இடப்பெயர்கள், இலக்கியப்பதிவுகள், கல்வெட்டுப் பதிவுகள், நாணயவியல், பண்பாட்டுப் புவியியல், புவித்தகவல் முறைமை போன்ற பல்வேறுதுறைகள் சார்ந்த தரவுகளை உள்ளடக்கி, சிந்துவெளிப்பண்பாட்டின் மொழிச்சார்பு தொடர்பான இரு முக்கியமான கருதுகோள்களை (திராவிடக் கருதுகோள், இந்தோஆரியக் கருதுகோள்) சிந்துவெளி அகச்சான்றுகள், பழந்தமிழ் மற்றும் இந்தோ ஆரிய மொழிகளின் அணுகுமுறை மற்றும் பண்பாட்டுக்கூறுகளின் பின்னணியில் ஒப்பிட்டுச் செய்யப்பட்டுள்ள இந்த ஆய்வு வெளிக்கொணரும் செய்திகளின் மையக் கருத்து இதுவே.

சிந்துவெளி நகரங்களின் 'மேல்-மேற்கு: கிழ்-கிழக்கு' என்ற இருநிலைப் பாகுபாட்டின் அடித்தளம், தொல்பழங்காலத்தில், குறிப்பிட்ட மனிதப் புவியியலின் தாக்கத்தின் பின்னணியில் காலப்போக்கில் உருப்பெற்ற திராவிடப்பண்பாட்டின் நெடுவீச்சுச் சிந்தனைகள் என்ற கட்டமைப்பில் உருவானதே ஆகும். ஏறத்தாழ 4000 ஆண்டுகளுக்கு முன் நிகழ்ந்திருக்கக்கூடிய, வாய்ப்புகள் மிகுந்த ஒரு பொதுநிகழ்வை ஒரு காட்சிப்படிமமாக இப்படிச் சொல்லத் தோன்றுகிறது.

> சிந்துவெளி நகரங்களில், கோட்டையென்றும், கீழ்க்குடியிருப்பென்றும் பிரித்து வடிவமைக்கப்பட்ட பகுதிகளுக்கு இடையே இருந்த திறந்தவெளியில் அமைந்த ஆடுகளத்தில்,, சிந்துவெளி நகர்ப்புற வாழ்வியலின், பண்பாட்டின் எழுச்சிமிக்க கூட்டுணர்ச்சியின் உருவகக்குறியீடு போல 'மேல்-மேற்கு: கீழ்-கிழக்கு' குடியிருப்புகளின் சண்டைக்கோழிகள் கடுமையாக மோதிக்கொண்டபோது, 'சண்டைக்கோழிகளின் நகரம்' என்பதால் 'கோழியூர்' என்று பெயர்பெற்ற அப்பேரூரின் ஆற்றல்மிக்க குடிமக்கள் பழந்தமிழ் தொன்மங்களோடு வேர்நிலைத் தொடர்புகொண்ட பழந்திராவிட மொழியொன்றில், உரக்கக்கூவி உற்சாகமாக ஆர்ப்பரித்துக் களித்திருக்கக்கூடும்.

பின்னிணைப்பு: 1

‘மேல்-மேற்கு: கீழ்-கிழக்கு’ பலபொருளொருசொற்களின் உருவக விரிவாக்கங்கள்

‘மேல்–மேற்கு’

சான்றாதாரம் : தமிழ்க்கல்வெட்டுச் சொல்லகராதி (GTI) தொகுதி.மி &II; தமிழ் அகராதி (TL) தொகுதி 16; சோழர் கல்வெட்டுக்களில் வரும் பெயர்களின் தொகுப்பு (A Concordance of the Names in the Cōḻā Inscriptions (CI) தொகுதி I-III மற்றும் பழந்தமிழ் இலக்கியங்கள்.

அடிப் படைச் சொல்	குறிபடு பொருள்	விரிவாக்கச் சொல்	பொருள்	பின்புலம்	தரவு/ காலம்	மேற்கோள் மூலம்
மே	‘உயரமான’	மேதகு	‘மேன்மையான’	‘சமூகம்’	தெ.இ.அ.க.வெ 196265, ப.131; தெ.பா.செ, ப.95 115; கி.பி 905	த.அ.சொ.அ.-II : 517
மேல்	‘உயரமான’	மேல்	‘உன்னதம்’	‘சமூகம்’		த.அ.-VI.3354
		மேலோர்	‘மேலுள்ளோர்’, ‘உயர்வானவர்கள்’, ‘உயர் தரவரிசையிலிருப்பவர்கள், உயர்சாதியினர்’	‘சமூகம்’, ‘ஏற்றத்தாழ்வான சமூகப்படி நிலை, அரசியல்’	பழந்தமிழ்ச் சங்ககாலம்	தொல்.பொருள்.144
		மேல்	‘தலைமை’	‘ஆட்சி’		த.அ.-VI.3355
		மேல்சாந்தி	‘தலைமைப் பூசாரி’	‘ஆன்மிகம்’	தி.அ.வ, ii, ப.173-207 கி.பி 1000	த.க.சொ.அ.-II : 518
		மேநீர்	‘மேல்நீரோடை’, ‘தலை’ (கால்வாய் நீர்)	‘பாசனம்’, ‘வேளாண்மை’	தெ.இ.க, iii, 54 கி.பி 1016	த.க.சொ.அ.-II : 517
		மேல்வாரம்	‘விளைச்சலில் நிலத்துக்காரரின் பங்கு’	‘வேளாண்மை’	தெ.இ.க xix, 27 கி.பி 969	த.க.சொ.அ.-II : 518
		மேற்பாதி	‘விளைச்சலில் நிலத்துக்காரரின் பங்கு’	‘வேளாண்மை’	தெ.இ.க, iii, ப.159-69	த.க.சொ.அ.-II : 519

அடிப் படைச் சொல்	குறிபடு பொருள்	விரிவாக்கச் சொல்	பொருள்	பின்புலம்	தரவு/ காலம்	மேற்கோள் மூலம்
		மேற்குடி கிழான்	'மேற்குடித் தலைவன்'	'சமூகம்', 'அரசியல்'	சோழர் கல்வெட்டுக்கள் கி.பி 961	சோ.கதொகுதி.I: 291
மேல்	'மேற்கு'	*மேல்கை*	'உயர்தரவரிசை, உயர்வம்சாவளி'	'சமூகம்'		த.அ.-VI.3355
மேன்	'மேலுள்ளது'	*மேனவன்*	'மேல் நிலையாளர்'	'சமூகம்'		
		மேங்கை	'அதிகாரமுள்ளவர்'	'ஆளுகை'		
		மேனடை	'முன்புள்ள வழக்கப்படி'	'சமூகம்'	இ.க, xxii, 34 கி.பி 1008	த.க.சொ.அ.-II : 520
		மேம்பட்ட	'சிறப்பான'	'அரசியல்'	தெ.இ.அ.க.வெ, 1962-65, ப.131; தெ.பா.செ, ப.95-115; கி.பி 950	த.க.சொ.அ.-II : 517
மேடு	'மேடான இடம்'	*மேட்டு நாயக்கன்*	'தொட்டிய இனத்தைச் சேர்ந்த தலைவன்'	'சமூகம்'		த.அ.-VI.3350
மேற்கு	மேற்கு	*மேற்கெழுந் தருளின*	'மாண்டவன், மேற்கே போனவன்' அதாவது 'இறந்துபோனவன்'	'சமூகம்'		
மீ	'மேலே மேற்கு'	*மீசிறகு*	'மேற்குப் பக்கம்'	'கட்டுமான அமைப்பியல்'	தெ.இ.க, xix, 183 கி.பி 914	த.க.சொ.அ.-II : 500
		மீயாட்சி	'நிலவுடைமையில் முதலுரிமை'	'வேளாண்மை', 'ஆளுகை'	இ.க, xvii, 16 கி.பி 771	த.க.சொ.அ.-II : 500
		மீய்நீர்	'முதல் தண்ணீர்' (தலைவாய்க்கால் நீர்)	'வேளாண்மை'	தெ.இ.க, vii, 889 கி.பி 1018	த.க.சொ.அ-II : 500
		மீளி	'தலைவன்'	'அரசியல் 'சமூகம்'	தெ.இ.க, iv,167 கி.பி 1000	த.க.சொ.அ-II : 501

கீழ்–கிழக்கு

சான்றாதாரம்: தமிழ்க்கல்வெட்டுச் சொல்லகராதி (GTI) தொகுதி.I&II; சோழர் கல்வெட்டுக்களில் வழங்கும் பெயர்களின் தொகுப்பகராதி (CI) தொகுதி I-III மற்றும் பழந்தமிழ் இலக்கியங்கள்.

அடிப் படைச்சொல்	குறிபடுபொருள்	விரிவாக்கச் சொல்	பொருள்	பின்புலம்	மூலம்/ காலம்	மூலம்/ காலம்
கீழ்	'கீழே', 'அடியில்'	*கீழ்*	'தாழ்மையான மட்டமான, தாழ்வு'	'சமூகம்'		
		கீழ்க் கலனைகள்	'தாழ்நிலையான கைவினைஞர் குடியினர்'	'சமூகம்' ஏற்றத் தாழ்வான சமூகப்படி நிலை'	தெ.இ.க iv, 223 கி.பி 1036	த.க.சொ.அ.-I: 182
		கீழ்ப்பட்டவர்	'தாழ்மையானவர்கள்'	'சமூகம்'		
		கீழ்ப்பால்	'கீழ்ச்சாதி'	'சமூகம்' ஏற்றத் தாழ்வான சமூகப்படி நிலை,		
		கீழான்	'தாழ்குடியினன்'	'சமூகம்'	சோழர் கல்வெட்டுக்கள் கி.பி 1014	சோ.கII: 646
		கீழ்ச்சாந்தி	'துணைப்பூசாரி'		தி.வே.அ. ii, ப 173207; கி.பி 1000	த.க.சொ.அ.-I: 182
		கீழாள்	'கீழ்ப்பணியாளர்'	'சமூகம்'	தெ.இ.க xix,254 கி.பி 980	த.க.சொ.அ.-I : 183
		கீழ்மடை	'குளத்தின் கடைக்கோடி மதகு'	'நீர்ப்பாசனம்' 'வேளாண்மை'	பழந்தமிழ்ச்சங்ககாலம்	புறம் .42
		கீழ்நீர்	'கடைமடைப் பாசனநீர்'	'நீர்ப்பாசனம்' 'வேளாண்மை'	தெ.இ.க, vii, 886 கி.பி 1058	த.க.சொ.அ.-I : 182

அடிப் படைச்சொல்	குறிபடுபொருள்	விரிவாக்கச் சொல்	பொருள்	பின்புலம்	மூலம்/ காலம்	மூலம்/ காலம்
		கீனீர்	'கடைமடைப் பாசனநீர்'	'நீர்ப்பாசனம் 'வேளாண்மை'	தெ.இ.க vii, 889 கி.பி 1018	த.க.சொ.அ.-I : 182
		கீழோர்	'உழுவோன், விவசாயி'	'சமூகம்'		
		கீழ்ப்பாதி	'விளைச்சலில் குத்தகைக்காரரின் பங்கு'	'வேளாண்மை'		
		கீழ்வாரம்	'விளைச்சலில் உழவனின் பங்கு'	'வேளாண்மை'	க.க. ix, Dv.76 கி.பி 1051	த.க.சொ.அ.-I : 182
		கீழீடு	'கீழ்க்குத்தகை'	'வேளாண்மை'	இ.க., ix, 32; தி.வே.அ. iv, ப.1-11 கி.பி 973	த.க.சொ.அ.-I : 183

பின்னிணைப்பு: 2

‘கீழ்’ ஊர்களோடு ஒப்பிட்டுப் பார்க்கையில் ‘மேல்’ ஊர்களின் திசை/ உயர அமைப்பு
தமிழ்நாட்டில் ‘மேல்-கீழ்’ என்ற பாகுபாட்டில் அமைந்த 168 இணைகளின் விவரம்

எண்	‘மேல்’ என்ற முன்னொட்டோடு கூடிய இடப்பெயர்				‘கீழ்’ என்ற முன்னொட்டோடு கூடிய இடப்பெயர்					‘மேல்’ ஊரின் திசை அமைப்பு ‘கீழ்’ ஊரிலிருந்து (மேற்காக (மே)/ கிழக்காக (கி))	மேல் ஊர் கீழ் ஊரை விட உயரமா (உ) தாழ்வா (தா)	உயர வேறு பாடு (அடி)	இட அமைப்பு வகை*
	இடப்பெயர்	தீர்க்க ரேகை (தீ)	அட்ச ரேகை (அ)	கடல் மட்டத்திற்கு மேல் உயரம் (அடி)	இடப்பெயர்	தீர்க்க ரேகை (தீ)	அட்ச ரேகை (அ)	கடல் மட்டத்திற்கு மேல் உயரம் (அடி)	இடையிலான தூரம் (கி.மீ)				
1	2	3	4	5	6	7	8	9	10	11	12	13	14
1	மேல்கொளத்தூர்	79.49	12.61	343	கீழ்கொளத்தூர்	79.59	12.61	312	11.01	மேற்கு	உயரம்	31	1
2	மேல்நெமிலி	79.48	12.57	404	கீழ்நெமிலி	79.80	12.24	107	50.91	மேற்கு	உயரம்	297	1
3	மேல்பாளூர்	78.94	12.40	722	கீழ்பாளூர்	78.95	12.40	704	1.17	மேற்கு	உயரம்	18	1
4	மேல்ப்புதுப்பாக்கம்	79.37	12.67	411	கீழ்ப்புதுப்பாக்கம்	79.55	12.68	332	19.11	மேற்கு	உயரம்	79	1
5	மேலஆம்பூர்	77.39	8.75	308	கீழஆம்பூர்	77.41	8.76	273	2.65	மேற்கு	உயரம்	35	1
6	மேலஅரசடி	78.12	8.88	47	கீழஅரசடி	78.15	8.86	22	3.94	மேற்கு	உயரம்	25	1
7	மேலப்பட்டமங்கலம்	78.59	10.07	307	கீழப்பட்டமங்கலம்	78.60	10.04	278	3.95	மேற்கு	உயரம்	29	1
8	மேலத்தட்டப்பாறை	78.03	8.82	92	கீழத்தட்டப்பாறை	78.03	8.79	59	3.05	மேற்கு	உயரம்	33	1
9	மேலபூதனூர்	79.72	10.84	34	கீழபூதனூர்	79.73	10.85	18	1.02	மேற்கு	உயரம்	16	1
10	மேலச்சேரி	79.42	12.47	443	கீழ்ச்சேரி	79.85	13.03	202	77.67	மேற்கு	உயரம்	241	1
11	மேல்ஆதனூர்	79.10	11.46	227	கீழஆதனூர்	79.11	11.46	217	0.74	மேற்கு	உயரம்	10	1

*இட அமைப்புவகை :1 ‘மேல்’ ஊர் கீழ் ஊரைவிட உயரமான இடத்திலும் மேற்காகவும் உள்ளது. திசை/ உயரம் என்ற இரண்டும் பொருந்துகிறது
2 ‘மேல்’ ஊர் கீழ் ஊரின் கிழக்காக ஆனால் தாழ்வான இடத்தில் உள்ளது, அதாவது திசை மட்டும் பொருந்துகிறது
3 ‘மேல்’ ஊர் கீழ் ஊரை விட உயரமான இடத்தில் ஆனால் கிழக்கில் உள்ளது. அதாவது மேடு எனும் உயரம் மட்டும் பொருந்துகிறது
4 மேல் ஊர் கீழ் ஊரைவிட தாழ்வான இடத்திலும் கிழக்காகவும் உள்ளது. அதாவது திசை, உயரம் என்ற இரண்டுமே பொருந்தவில்லை.

எண்	'மேல்' என்ற முன்னொட்டோடு கூடிய இடப்பெயர்				'கீழ்' என்ற முன்னொட்டோடு கூடிய இடப்பெயர்					'மேல்' ஊரின் திசை அமைப்பு 'கீழ்' ஊரிலிருந்து (மேற்காக (மே)/ கிழக்காக (கி))	மேல் ஊர் கீழ் ஊரை விட உயரமா (உ) தாழ்வா (தா)	உயர வேறு பாடு (அடி)	இட அமைப்பு வகை*
	இடப்பெயர்	தீர்க்க ரேகை (கி)	அட்ச ரேகை (வ)	கடல் மட்டத் திற்கு மேல் உயரம் (அடி)	இடப்பெயர்	தீர்க்க ரேகை (கி)	அட்ச ரேகை (வ)	கடல் மட்டத்திற்கு மேல் உயரம் (அடி)	இடையிலான தூரம் (கி.மீ)				
13	மேலையூர்	79.81	11.15	26	கீழையூர்	79.85	11.16	3	4.63	மேற்கு	உயரம்	23	1
14	மேலையூர்	79.51	10.98	56	கீழையூர்	79.77	10.61	1	50.74	மேற்கு	உயரம்	55	1
15	மேலையூர் மி	79.35	10.70	79	கீழையூர் மி	79.39	10.71	66	4.37	மேற்கு	உயரம்	13	1
16	மேலையூர் மிமி	79.36	10.70	86	கீழையூர் மிமி	79.39	10.69	71	2.81	மேற்கு	உயரம்	15	1
17	மேலக்கடம்பூர்	79.53	11.24	48	கீழக்கடம்பூர்	79.54	11.23	36	1.68	மேற்கு	உயரம்	12	1
18	மேலக்கால்பூண்டி	78.95	11.44	357	கீழக்கால்பூண்டி	78.95	11.43	332	1.97	மேற்கு	உயரம்	25	1
19	மேலக்கண்டமங்கலம்	78.17	9.51	249	கீழக்கண்டமங்கலம்	78.18	9.52	226	2.00	மேற்கு	உயரம்	23	1
20	மேலக்காஞ்சிரங் குளம்	78.18	9.62	259	கீழக்காஞ்சிரங் குளம்	78.19	9.61	243	1.80	மேற்கு	உயரம்	16	1
21	மேலக்கரமனூர்	79.87	13.32	170	கீழக்கரமனூர்	79.99	13.32	114	13.31	மேற்கு	உயரம்	56	1
22	மேலக்கரண்டை	78.06	9.29	149	கீழக்கரண்டை	78.07	9.27	136	2.78	மேற்கு	உயரம்	13	1
23	மேலக்கிடாரம்	78.56	9.17	23	கீழக்கிடாரம்	78.60	9.17	17	4.65	மேற்கு	உயரம்	6	1
24	மேலக்கொடுமளூர்	78.47	9.47	146	கீழக்கொடுமளூர்	78.48	9.47	132	1.52	மேற்கு	உயரம்	14	1
25	மேலக்கொண்டையூர்	80.02	13.18	99	கீழக்கொண்டையூர்	80.04	13.18	92	2.40	மேற்கு	உயரம்	7	1
26	மேல்க்கொண்டூர்	79.27	11.96	291	கீழக்கொண்டூர்	79.28	11.95	260	1.42	மேற்கு	உயரம்	31	1
27	மேலக்கோட்டை	77.56	10.53	1075	கீழக்கோட்டை	78.61	10.02	270	128.13	மேற்கு	உயரம்	805	1
28	மேலக்கோட்டை	77.99	9.79	397	கீழக்கோட்டை	78.68	9.44	83	85.27	மேற்கு	உயரம்	314	1
29	மேலக்குளம்	78.48	9.44	127	கீழக்குளம்	78.50	9.43	123	2.09	மேற்கு	உயரம்	4	1

30	மேலக்குப்பம்	79.20	12.92	771	கீழ்க்குப்பம்	79.26	12.87	625	8.42	மேற்கு	உயரம்	146	1
31	மேலக்குயில்குடி	78.03	9.92	496	கீழக்குயில்குடி	78.04	9.91	494	1.16	மேற்கு	உயரம்	2	1
32	மேலலாத்தூர்	78.88	12.92	901	கீழலாத்தூர்	78.92	12.95	890	5.66	மேற்கு	உயரம்	11	1
33	மேலலவந்தசேரி	79.45	10.73	57	கீழலவந்தசேரி	79.48	10.73	55	3.29	மேற்கு	உயரம்	2	1
34	மேலமணக்குடி	78.85	10.07	187	கீழமணக்குடி	79.50	11.10	62	133.85	மேற்கு	உயரம்	125	1
35	மேலமஞ்சனூர்	78.87	12.13	633	கீழமஞ்சனூர்	78.89	12.13	611	2.51	மேற்கு	உயரம்	22	1
36	மேலமாத்தூர்	78.03	9.96	519	கீழமாத்தூர்	78.03	9.96	490	1.05	மேற்கு	உயரம்	29	1
37	மேலமாத்தூர்	79.05	11.19	308	கீழமாத்தூர்	79.69	11.26	22	69.95	மேற்கு	உயரம்	286	1
38	மேலந்துறை	79.64	13.04	285	கீழந்துறை	79.64	13.03	282	1.39	மேற்கு	உயரம்	3	1
39	மேலநீலிதநல்லூர்	77.60	9.10	427	கீழநீலிதநல்லூர்	77.62	9.08	425	2.41	மேற்கு	உயரம்	2	1
40	மேலநெட்டூர்	78.54	9.63	167	கீழநெட்டூர்	78.55	9.62	159	1.52	மேற்கு	உயரம்	8	1
41	மேலனூர்	79.95	13.20	110	கீழனூர்	79.95	13.19	108	1.23	மேற்கு	உயரம்	2	1
42	மேலப்பாலையூர்	79.38	11.47	104	கீழப்பாலையூர்	79.42	11.46	77	4.25	மேற்கு	உயரம்	27	1
43	மேலப்பாலையூர்	79.46	10.85	67	கீழப்பாலையூர்	79.50	10.82	59	5.89	மேற்கு	உயரம்	8	1
44	மேலப்பருத்திக்குடி	79.57	10.97	46	கீழப்பருத்திக்குடி	79.57	10.98	46	0.88	மேற்கு	உயரம்	0	1
45	மேலப்பருத்தியூர்	78.37	9.57	201	கீழப்பருத்தியூர்	78.40	9.54	173	5.26	மேற்கு	உயரம்	28	1
46	மேலப்பட்டம்	77.77	8.76	343	கீழப்பட்டம்	77.80	8.76	117	3.14	மேற்கு	உயரம்	226	1
47	மேலபட்டு	78.95	11.84	446	கீழப்பட்டு	78.96	11.84	429	1.70	மேற்கு	உயரம்	17	1
48	மேலப்பட்டு ராய்சிங்கமங்கலம்	79.00	10.37	290	கீழப்பட்டு ராய்சிங்கமங்கலம்	79.03	10.38	258	3.77	மேற்கு	உயரம்	32	1
49	மேலப்பெருமழை	79.59	10.44	9	கீழப்பெருமழை	79.60	10.46	2	2.08	மேற்கு	உயரம்	7	1
50	மேலப்பெரும்பள்ளம்	79.81	11.13	25	கீழப்பெரும்பள்ளம்	79.83	11.13	7	2.30	மேற்கு	உயரம்	18	1
51	மேலப்பிடவூர்	78.52	9.72	219	கீழ்ப்பிடவூர்	78.56	9.69	163	5.71	மேற்கு	உயரம்	56	1
52	மேலப்பகுதி	78.20	10.74	612	கீழப்பகுதி	78.25	10.72	606	5.20	மேற்கு	உயரம்	6	1

எண்	'மேல்' என்ற முன்னொட்டோடு கூடிய இடப்பெயர்				'கீழ்' என்ற முன்னொட்டோடு கூடிய இடப்பெயர்					'மேல்' ஊரின் திசை அமைப்பு 'கீழ்' ஊரிலிருந்து மேற்காக (மே)/ கிழக்காக (கி)	மேல் ஊர் கீழ் ஊரை விட உயரமா (உ) தாழ்வா (தா)	உயர வேறுபாடு (அடி)	இட அமைப்பு வகை*
	இடப்பெயர்	தீர்க்க ரேகை (கி)	அட்ச ரேகை (வ)	கடல் மட்டத்திற்கு மேல் உயரம் (அடி)	இடப்பெயர்	தீர்க்க ரேகை (கி)	அட்ச ரேகை (வ)	கடல் மட்டத் திற்கு மேல் உயரம் (அடி)	இடையிலான தூரம் (கி.மீ)				
13	மேலையூர்	79.81	11.15	26	கீழையூர்	79.85	11.16	3	4.63	மேற்கு	உயரம்	23	1
55	மேலப்புலியூர் (மேற்கு)	78.76	11.26	551	கீழப்புலியூர் (தெற்கு)	78.96	11.29	358	22.70	மேற்கு	உயரம்	193	1
56	மேலபூங்குடி	78.46	9.96	386	கீழப்பூங்குடி	78.49	9.96	345	3.13	மேற்கு	உயரம்	41	1
57	மேலப்புத்தனேரி	77.82	8.72	144	கீழ்ப்புத்தனேரி	77.83	8.72	83	1.10	மேற்கு	உயரம்	61	1
58	மேலராஜகுலராமன்	77.61	9.38	417	கீழராஜகுலராமன்	77.65	9.39	384	4.74	மேற்கு	உயரம்	33	1
59	மேலராமநதி	78.31	9.41	158	கீழராமநதி	78.32	9.41	143	1.90	மேற்கு	உயரம்	15	1
60	மேலருங்குணம்	79.30	12.28	401	கீழருங்குணம்	79.67	11.74	45	71.56	மேற்கு	உயரம்	356	1
61	மேல் அரசம்பட்டு	78.86	12.67	1352	கீழ் அரசம்பட்டு	79.10	12.77	745	28.75	மேற்கு	உயரம்	606	1
62	மேலரசூர்	78.96	11.01	281	கீழரசூர்	78.99	11.01	212	3.85	மேற்கு	உயரம்	69	1
63	மேலருங்குணம்	79.38	12.15	325	கீழருங்குணம்	79.75	12.22	130	40.08	மேற்கு	உயரம்	195	1
64	மேலத்தாங்கல்	79.30	12.80	513	கீழத்தாங்கல்	79.41	12.81	460	11.93	மேற்கு	உயரம்	53	1
65	மேலத்தனியன்	78.58	10.42	438	கீழத்தனியன்	78.60	10.40	421	2.97	மேற்கு	உயரம்	17	1
66	மேலத்தாயனூர்	79.18	11.93	361	கீழத்தாயனூர்	79.19	11.93	347	1.26	மேற்கு	உயரம்	14	1
67	மேலத்திருவேங்கட நாதபுரம்	77.66	8.69	148	கீழத்திருவேங்கட நாதபுரம்	77.67	8.69	135	1.76	மேற்கு	உயரம்	13	1
68	மேலத்தூவல்	78.52	9.42	114	கீழத்தூவல்	78.55	9.43	114	3.00	மேற்கு	உயரம்	0	1
69	மேலவளவு	78.30	10.10	581	கீழவளவு	78.42	10.06	476	13.37	மேற்கு	உயரம்	105	1
70	மேலவன்னியூர்	79.61	11.32	23	கீழவன்னியூர்	79.62	11.32	22	1.41	மேற்கு	உயரம்	1	1
71	மேலவிடையல்	79.42	10.87	69	கீழவிடையல்	79.44	10.86	65	2.38	மேற்கு	உயரம்	4	1

72	மேலசெட்டிபட்டு	79.03	12.20	578	கீழ்செட்டிபட்டு	79.04	12.19	558	1.54	மேற்கு	உயரம்	20	1
73	மேலிருப்பு	79.49	11.69	246	கீழிருப்பு	79.52	11.71	185	3.50	மேற்கு	உயரம்	61	1
74	மேல்கச்சிரப்பட்டு	79.06	12.17	556	கீழ்கச்சிரப்பட்டு	79.07	12.17	542	1.41	மேற்கு	உயரம்	14	1
75	மேல்கதிர்பூர்	79.65	12.84	313	கீழ்கதிர்பூர்	79.67	12.83	288	2.08	மேற்கு	உயரம்	25	1
76	மேல்களத்தூர்	79.57	13.04	343	கீழ்களத்தூர்	79.59	13.01	309	4.16	மேற்கு	உயரம்	34	1
77	மேல்காங்கேயன் குப்பம்	79.48	11.67	312	கீழ்காங்கேயன்குப்பம்	79.48	11.67	307	1.01	மேற்கு	உயரம்	5	1
78	மேல்கரணை	79.43	12.08	234	கீழ்கரணை	79.69	12.29	155	36.04	மேற்கு	உயரம்	79	1
79	மேல்கரிப்பூர்	78.92	12.23	671	கீழ்கரிப்பூர்	79.18	12.14	438	30.79	மேற்கு	உயரம்	233	1
80	மேல்கவரப்பட்டு	79.59	11.79	75	கீழ்கவரப்பட்டு	79.61	11.78	68	2.70	மேற்கு	உயரம்	7	1
81	மேல்குமாரமங்கலம்	79.59	11.83	84	கீழ்குமாரமங்கலம்	79.74	11.84	39	17.24	மேற்கு	உயரம்	45	1
82	மேல்குந்தா	76.61	11.23	6620	கீழ்குந்தா	76.66	11.26	4617	5.93	மேற்கு	உயரம்	2003	1
83	மேல்மாம்பட்டு	79.33	12.32	404	கீழ்மாம்பட்டு	79.48	12.18	215	22.88	மேற்கு	உயரம்	189	1
84	மேல்மணக்குடி	79.65	11.48	20	கீழ்மணக்குடி	79.67	11.48	20	1.79	மேற்கு	உயரம்	0	1
85	மேல்மணவூர்	79.09	12.92	723	கீழ்மணவூர்	79.09	12.93	715	1.25	மேற்கு	உயரம்	8	1
86	மேல்மங்கலம்	77.58	10.06	873	கீழமங்கலம்	79.26	10.50	76	190.10	மேற்கு	உயரம்	797	1
87	மேல்மட்டை	79.43	12.62	379	கீழ்மட்டை	79.53	12.64	302	10.99	மேற்கு	உயரம்	77	1
88	மேல்முதலம்பேடு	80.12	13.36	69	கீழ்முதலம்பேடு	80.14	13.37	49	1.98	மேற்கு	உயரம்	20	1
89	மேல்முட்டுக்கூர்	78.86	12.92	920	கீழ்முட்டுக்கூர்	79.01	13.00	912	18.77	மேற்கு	உயரம்	8	1
90	மேல்நகர்	79.18	12.71	586	கீழ்நகர்	79.20	12.71	564	2.60	மேற்கு	உயரம்	22	1
91	மேல்நரியப்பனூர்	78.81	11.62	506	கீழ்நரியப்பனூர்	79.03	11.61	310	23.52	மேற்கு	உயரம்	196	1
92	மேல்நர்மா	79.66	12.57	220	கீழ்நர்மா	79.70	12.54	187	5.84	மேற்கு	உயரம்	33	1
93	மேல்நாயக்கன் பாளையம்	79.28	12.84	604	கீழ்நாயக்கன் பாளையம்	79.70	12.75	242	46.71	மேற்கு	உயரம்	362	1
94	மேல்நெல்லி	79.46	12.73	381	கீழ்நெல்லி	79.61	12.75	310	16.77	மேற்கு	உயரம்	71	1

எண்	'மேல்' என்ற முன்னொட்டோடு கூடிய இடப்பெயர்				'கீழ்' என்ற முன்னொட்டோடு கூடிய இடப்பெயர்					'மேல்' ஊரின் திசை அமைப்பு 'கீழ்' ஊரிலிருந்து (மேற்காக (மே)/ கிழக்காக (கி))	மேல் ஊர் கீழ் ஊரை விட உயரமா (உ) தாழ்வா (தா)	உயர வேறு பாடு (அடி)	இட அமைப்பு வகை*
	இடப்பெயர்	தீர்க்க ரேகை (தீ)	அட்ச ரேகை (அ)	கடல் மட்டத் திற்கு மேல் உயரம் (அடி)	இடப்பெயர்	தீர்க்க ரேகை (தீ)	அட்ச ரேகை (அ)	கடல் மட்டத் திற்கு மேல் உயரம் (அடி)	இடையி லான தூரம் (கி.மீ)				
13	மேலையூர்	79.81	11.15	26	கீழையூர்	79.85	11.16	3	4.63	மேற்கு	உயரம்	23	1
97	மேலொட்டிவாக்கம்	79.63	12.85	316	கீழொட்டிவாக்கம்	79.79	12.80	204	18.62	மேற்கு	உயரம்	112	1
98	மேல்பாடி	79.27	13.06	741	கீழ்பாடி	79.35	12.81	498	28.97	மேற்கு	உயரம்	243	1
99	மேல்படூர்	79.00	12.33	713	கீழ்படூர்	79.00	12.34	687	1.55	மேற்கு	உயரம்	26	1
100	மேல்பாக்கம்	79.64	13.07	308	கீழ்ப்பாக்கம்	79.69	13.12	240	8.15	மேற்கு	உயரம்	68	1
101	மேல்பள்ளிபட்டு	78.83	12.73	1216	கீழ்பள்ளிபட்டு	79.16	12.76	653	35.33	மேற்கு	உயரம்	563	1
102	மேல்பாப்பனூர்	79.19	10.02	39	கீழ்பாப்பனூர்	79.19	10.02	30	0.71	மேற்கு	உயரம்	9	1
103	மேல்பசார்	78.74	12.11	873	கீழ்பசார்	78.75	12.09	801	1.93	மேற்கு	உயரம்	72	1
104	மேல்பட்டு	78.81	12.42	3036	கீழ்பட்டு	78.84	12.43	2865	3.55	மேற்கு	உயரம்	171	1
105	மேல்பென்னத்தூர்	78.89	12.26	743	கீழ்பென்னத்தூர்	79.22	12.24	479	36.69	மேற்கு	உயரம்	264	1
106	மேல்பேட்டை	79.69	12.26	163	கீழ்பேட்டை	79.92	12.13	5	29.11	மேற்கு	உயரம்	158	1
107	மேல்புளியன்குடி	79.39	11.41	94	கீழ்புளியன்குடி	79.40	11.42	79	1.08	மேற்கு	உயரம்	15	1
108	மேல்ரவந்தவாடி	78.71	12.20	1016	கீழ்ரவந்தவாடி	78.93	12.15	597	24.73	மேற்கு	உயரம்	419	1
109	மேல்சாத்தம்பூர்	77.99	11.22	525	கீழ்சாத்தம்பூர்	78.06	11.15	488	10.28	மேற்கு	உயரம்	37	1
110	மேல்சிவிரி	79.55	12.36	309	கீழ்சிவிரி	79.75	12.18	92	29.19	மேற்கு	உயரம்	217	1
111	மேல்தனியாலம்பட்டு	79.46	11.84	154	கீழ்தனியாலம்பட்டு	79.47	11.84	138	1.04	மேற்கு	உயரம்	16	1

112	மேலுமலை	78.09	12.60	2039	கீழமலை	78.91	9.99	119	302.42	மேற்கு	உயரம்	1920	1
113	மேலூர்	78.21	11.54	3698	கீழூர்	78.22	11.53	2788	1.86	மேற்கு	உயரம்	910	1
114	மேலூர்	79.20	11.46	165	கீழூர்	79.58	11.60	146	45.24	மேற்கு	உயரம்	19	1
115	மேலூர்	79.00	12.94	789	கீழூர்	79.01	12.93	776	0.98	மேற்கு	உயரம்	13	1
116	மேல்வைத்தினன் குப்பம்	78.78	12.85	972	கீழ்வைத்தினன் குப்பம்	78.99	12.96	830	25.38	மேற்கு	உயரம்	142	1
117	மேல்வாளை	79.33	12.03	342	கீழ்வாளை	79.34	12.02	321	1.65	மேற்கு	உயரம்	21	1
118	மேல்வணக்கம்பாடி	78.74	12.24	963	கீழ்வணக்கம்பாடி	78.95	12.19	607	23.56	மேற்கு	உயரம்	356	1
119	மேல்வீராணம்	79.46	12.98	433	கீழ்வீராணம்	79.48	12.98	400	1.85	மேற்கு	உயரம்	33	1
120	மேல்வெண்பாக்கம்	79.61	12.91	339	கீழ்வெண்பாக்கம்	79.62	12.92	320	1.77	மேற்கு	உயரம்	19	1
121	மேல்விளச்சூர்	79.01	12.97	810	கீழ்விளச்சூர்	79.03	12.95	758	2.50	மேற்கு	உயரம்	52	1
122	மேல ஆத்தூர்	78.06	8.62	29	கீழ ஆத்தூர்	79.04	10.36	200	220.44	மேற்கு	தாழ்வு	171	2
123	மேல் ஏரல்	78.00	9.11	194	கீழ ஏரல்	78.02	9.10	211	2.79	மேற்கு	தாழ்வு	17	2
124	மேலச்செங்கம்பாடி	78.63	12.11	801	கீழ்செங்கம்பாடி	78.65	12.10	803	2.42	மேற்கு	தாழ்வு	2	2
125	மேலையூர்	79.72	11.12	25	கீழையூர்	79.75	11.13	35	3.44	மேற்கு	தாழ்வு	10	2
126	மேலையூர்	78.27	9.35	165	கீழையூர்	78.38	10.05	496	78.48	மேற்கு	தாழ்வு	331	2
127	மேலகொட்டியூர்	80.15	12.84	81	கீழகொட்டியூர்	80.15	12.83	85	1.40	மேற்கு	தாழ்வு	4	2
128	மேலகுறிச்சி	79.09	11.58	235	கீழகுறிச்சி	79.10	11.58	246	1.57	மேற்கு	தாழ்வு	11	2
129	மேலழிஞ்சிப்பட்டு	79.76	11.84	24	கீழ் அழிஞ்சிப்பட்டு	79.78	11.84	30	2.07	மேற்கு	தாழ்வு	6	2
130	மேலமாத்தூர்	77.84	9.52	302	கீழமாத்தூர்	79.05	11.20	308	228.12	மேற்கு	தாழ்வு	6	2
131	மேலம்பி	79.64	12.87	308	கீழம்பி	79.66	12.86	312	1.73	மேற்கு	தாழ்வு	4	2
132	மேல நேசனேரி	77.96	9.77	402	கீழ நேசனேரி	77.96	9.74	407	3.14	மேற்கு	தாழ்வு	5	2
133	மேலனூர்	78.53	12.11	1065	கீழனூர்	78.53	12.10	1129	1.45	மேற்கு	தாழ்வு	64	2
134	மேலபழந்தை	79.39	12.65	371	கீழபழந்தை	79.44	12.65	374	5.02	மேற்கு	தாழ்வு	3	2
135	மேல பனங்காடி	78.12	9.98	484	கீழபனங்காடி	78.12	9.97	485	0.91	மேற்கு	தாழ்வு	1	2
136	மேலபாண்டியபுரம்	77.95	8.85	149	கீழப்பாண்டி	78.15	10.01	494	130.11	மேற்கு	தாழ்வு	345	2

எண்	'மேல்' என்ற முன்னொட்டோடு கூடிய இடப்பெயர்				'கீழ்' என்ற முன்னொட்டோடு கூடிய இடப்பெயர்					'மேல்' ஊரின் திசை அமைப்பு 'கீழ்' ஊரிலிருந்து (மேற்காக (மே)/ கிழக்காக (கி))	மேல் ஊர் கீழ் ஊரை விட உயரமா (உ) தாழ்வா (தா)	உயர வேறு பாடு (அடி)	இட அமைப்பு வகை*
	இடப்பெயர்	தீர்க்க ரேகை (தீ)	அட்ச ரேகை (அ)	கடல் மட்டத் திற்கு மேல் உயரம் (அடி)	இடப்பெயர்	தீர்க்க ரேகை (தீ)	அட்ச ரேகை (அ)	கடல் மட்டத் திற்கு மேல் உயரம் (அடி)	இடையிலான தூரம் (கி.மீ)				
13	மேலையூர்	79.81	11.15	26	கீழையூர்	79.85	11.16	3	4.63	மேற்கு	உயரம்	23	1
139	மேலசெல்வனூர்	78.54	9.21	35	கீழசெல்வனூர்	78.57	9.21	37	3.22	மேற்கு	தாழ்வு	2	2
140	மேலாத்துக்குழி	78.69	11.86	2009	கீழாத்துக்குழி	78.71	11.88	2285	2.57	மேற்கு	தாழ்வு	276	2
141	மேலயூர்	78.58	9.63	151	கீழயூர்	78.96	10.29	284	84.17	மேற்கு	தாழ்வு	133	2
142	மேல்கரை	77.63	8.59	251	கீழக்கரை	78.06	10.07	666	171.20	மேற்கு	தாழ்வு	415	2
143	மேல்மாம்பட்டு	79.57	11.72	196	கீழ்மாம்பட்டு	79.59	11.71	201	3.05	மேற்கு	தாழ்வு	5	2
144	மேல்மருவத்தூர்	79.83	12.43	152	கீழ்மருவத்தூர்	79.84	12.42	165	1.04	மேற்கு	தாழ்வு	13	2
145	மேல்முருங்கை	78.74	12.86	1488	கீழ்முருங்கை	78.79	12.82	1605	6.86	மேற்கு	தாழ்வு	117	2
146	மேல்நெடும்பூர்	79.60	11.33	24	கீழ் நெடும்பூர்	79.61	11.33	26	1.00	மேற்கு	தாழ்வு	2	2
147	மேல்பாதி	79.49	11.53	85	கீழ்பாதி	79.51	11.53	106	1.65	மேற்கு	தாழ்வு	21	2
148	மேல்ராதாம்பூர்	79.57	11.25	28	கீழ்ராதாம்பூர்	79.58	11.25	29	0.80	மேற்கு	தாழ்வு	1	2
149	மேல்சீனிப்பாக்கம்	79.01	12.19	605	கீழ்சீனிப்பாக்கம்	79.01	12.17	613	2.57	மேற்கு	தாழ்வு	8	2
150	மேல்தாத்தியப்பட்டு	78.86	12.48	3012	கீழ்தாத்தியப்பட்டு	78.87	12.47	3220	1.43	மேற்கு	தாழ்வு	208	2
151	மேல்விளாகம்	79.82	13.13	159	கீழ்விளாகம்	79.83	13.13	161	1.11	மேற்கு	தாழ்வு	2	2
152	மேலச்சேரி	79.39	12.28	338	கீழ்ச்சேரி	79.03	10.13	127	241.92	கிழக்கு	உயரம்	211	3
153	மேல்கொருக்கை	79.39	10.92	92	கீழகொருக்கை	79.39	10.93	82	0.73	கிழக்கு	உயரம்	10	3
154	மேலகுப்பம்	79.70	11.87	60	கீழகுப்பம்	79.66	11.75	52	14.12	கிழக்கு	உயரம்	8	3
155	மேலபட்டு	80.08	12.63	122	கீழ்பட்டு	79.75	12.36	106	46.95	கிழக்கு	உயரம்	16	3

156	மேல்நச்சிபட்டு	78.97	12.29	771	கீழ்நச்சிபட்டு	78.97	12.29	771	0.00	கிழக்கு	உயரம்	0	3
157	மேல்பாக்கம்	79.71	12.66	247	கீழ்பாக்கம்	79.70	12.53	181	14.32	கிழக்கு	உயரம்	66	3
158	மேல்புத்தூர்	79.79	12.76	207	கீழ்புத்தூர்	79.79	12.75	199	1.67	கிழக்கு	உயரம்	8	3
159	மேலச்சிறுபொது	78.57	9.28	65	கீழ்ச்சிறுபொது	78.55	9.30	69	3.39	கிழக்கு	தாழ்வு	4	4
160	மேலக்கழனி	80.17	13.47	19	கீழக்கழனி	80.02	12.84	105	70.37	கிழக்கு	தாழ்வு	86	4
161	மேலமங்கலம்	79.41	11.87	179	கீழமங்கலம்	77.96	8.96	205	359.02	கிழக்கு	தாழ்வு	26	4
162	மேலநத்தம்	79.44	10.54	72	கீழநத்தம்	79.24	11.04	147	59.46	கிழக்கு	தாழ்வு	75	4
163	மேலந்தூர்	79.96	13.28	122	கீழந்தூர்	79.65	13.17	237	36.24	கிழக்கு	தாழ்வு	115	4
164	மேலபாளையம்	78.13	10.95	386	கீழபாளையம்	78.00	11.36	612	47.75	கிழக்கு	தாழ்வு	226	4
165	மேலத்தூர்	79.51	12.28	251	கீழத்தூர்	79.49	12.67	336	43.16	கிழக்கு	தாழ்வு	85	4
166	மேலவயல்	78.91	10.24	207	கீழவயல்	78.45	10.33	626	50.69	கிழக்கு	தாழ்வு	419	4
167	மேல்குப்பம்	80.13	12.60	69	கீழ்குப்பம்	78.53	12.22	1114	179.20	கிழக்கு	தாழ்வு	1045	4
168	மேல்பாடி	79.56	11.95	131	கீழ்பாடி	79.06	11.85	387	55.37	கிழக்கு	தாழ்வு	256	4

பின்னிணைப்பு: 3

தமிழ்நாட்டில் கோட்டை என முடியும் இடப்பெயர்களின் மாவட்டவாரியான பட்டியல்

தொடர் எண்	இடப்பெயர்	அட்ச ரேகை (வ)	தீர்க்க ரேகை (கி)	மாவட்டம்	நில வரைபட எண்
1	புதுக்கோட்டை	10.8944	79.0379	அரியலூர்	1
2	கீழக்கோட்டை	11.1166	79.2082	அரியலூர்	1
3	நடுக்கோட்டை	11.1173	79.2	அரியலூர்	1
4	குலைக்கோட்டை	11.0853	79.2409	அரியலூர்	1
5	சேலத்தான் கோட்டை	11.0926	79.1794	அரியலூர்	1
6	கஞ்சலிக்கோட்டை	11.0825	79.1974	அரியலூர்	1
7	குடிசலம்கோட்டை	11.0764	79.1985	அரியலூர்	1
8	மடமண்கோட்டை	11.201	79.3609	அரியலூர்	1
9	உள்கோட்டை	11.1882	79.4356	அரியலூர்	1
10	அமிர்தராயன்கோட்டை	11.1421	79.4029	அரியலூர்	1
11	காசன்கோட்டை	11.0661	79.2986	அரியலூர்	1
12	சேமக்கோட்டை	11.774	79.4993	கடலூர்	1
13	பாளையம்கோட்டை	11.3607	79.476	கடலூர்	1
14	கண்டரக்கோட்டை	11.8268	79.5566	கடலூர்	1
15	பண்டரக்கோட்டை	11.7991	79.5219	கடலூர்	1
16	சேமக்கோட்டை	11.7731	79.5127	கடலூர்	1
17	பத்ரக்கோட்டை	11.6983	79.6297	கடலூர்	1
18	மங்கலக்கோட்டை	11.9773	78.1707	தர்மபுரி	2
19	அதியமான்கோட்டை	12.0733	78.1255	தர்மபுரி	2
20	தென்கரைக்கோட்டை	12.0082	78.3998	தர்மபுரி	2
21	உள்ளிக்கோட்டை	10.6621	78.0714	திண்டுக்கல்	1
22	புதுக்கோட்டை	10.611	78.0512	திண்டுக்கல்	1
23	தோகைமலைக்கோட்டை	10.5759	78.0792	திண்டுக்கல்	1
24	கல்கோட்டை	10.5468	78.0893	திண்டுக்கல்	1
25	பெரியகோட்டை	10.3752	78.0506	திண்டுக்கல்	1
26	முத்தணக்கோட்டை	10.4154	78.0698	திண்டுக்கல்	1
27	புதுக்கோட்டை	10.1612	78.2084	திண்டுக்கல்	1
28	நாகய்யக்கோட்டை	10.5522	78.0584	திண்டுக்கல்	1
29	நல்லமனகோட்டை	10.4662	78.0314	திண்டுக்கல்	1
30	வெல்வார்கோட்டை	10.4098	78.0694	திண்டுக்கல்	1
31	சிங்காரக்கோட்டை	10.3943	78.1149	திண்டுக்கல்	1
32	வஜ்ரசேர்வைக்காரன்கோட்டை	10.3307	78.1316	திண்டுக்கல்	1
33	மேல்கோட்டை	10.5203	77.5726	திண்டுக்கல்	1

34	பெரியகோட்டை	10.5103	77.6834	திண்டுக்கல்	1
35	புதுக்கோட்டை	10.4509	77.6477	திண்டுக்கல்	1
36	இடையகோட்டை	10.6171	77.8425	திண்டுக்கல்	1
37	புதுக்கோட்டை	10.5539	77.9366	திண்டுக்கல்	1
38	புதுக்கோட்டை	10.287	77.8918	திண்டுக்கல்	1
39	புதுக்கோட்டை	10.4528	77.8738	திண்டுக்கல்	1
40	அய்யன்கோட்டை	10.2115	77.7691	திண்டுக்கல்	1
41	புதுக்கோட்டை	10.2415	77.8738	திண்டுக்கல்	1
42	கல்லுக்கோட்டை	10.1143	77.856	திண்டுக்கல்	1
43	கோட்டை	10.1571	77.8527	திண்டுக்கல்	1
44	நிலக்கோட்டை	10.1653	77.8531	திண்டுக்கல்	1
45	நடக்கோட்டை	10.084	77.8225	திண்டுக்கல்	1
46	மன்னர்கோட்டை	10.4848	77.8819	திண்டுக்கல்	1
47	வளன்கோட்டை	10.1394	77.871	திண்டுக்கல்	1
48	கீழ்கோட்டை	10.2791	77.9174	திண்டுக்கல்	1
49	ஆலன்கோட்டை	11.253	77.5781	ஈரோடு	1
50	ஊராச்சிக்கோட்டை	11.4798	77.6957	ஈரோடு	1
51	காசிக்கோட்டை	11.5555	77.6864	ஈரோடு	1
52	சொக்கலிங்கம்கோட்டை	11.58	77.6899	ஈரோடு	1
53	அன்னமலைக்கோட்டை	11.1373	77.8123	ஈரோடு	1
54	இருங்காட்டுக்கோட்டை	12.9928	79.9915	காஞ்சிபுரம்	1
55	வல்லக்கோட்டை	12.8821	79.9361	காஞ்சிபுரம்	1
56	புட்டிவன்கோட்டை	12.3058	79.8954	காஞ்சிபுரம்	1
57	புலியராணன்கோட்டை	12.4743	79.9221	காஞ்சிபுரம்	1
58	மருந்து கோட்டை	8.26054	77.3169	கன்னியாகுமரி	1
59	கற்புக்கோட்டை	8.17613	77.4475	கன்னியாகுமரி	1
60	ஆலன்கோட்டை	8.13717	77.3504	கன்னியாகுமரி	1
61	புதுக்கோட்டை	10.9311	78.2024	கரூர்	1
62	நந்தன்கோட்டை	10.943	78.3169	கரூர்	1
63	கீழ் சக்கரைக்கோட்டை	10.7718	78.2366	கரூர்	1
64	தளிக்கோட்டை	10.9764	77.8565	கரூர்	1
65	பெத்தன்கோட்டை	10.8216	77.976	கரூர்	1
66	ராயக்கோட்டை	12.5132	78.0353	கிருஷ்ணகிரி	2
67	உப்புக்கோட்டை	12.51	78.0798	கிருஷ்ணகிரி	2
68	வெட்டுமாட்டுக்கோட்டை	12.5898	78.0671	கிருஷ்ணகிரி	2
69	ஏடூர்க்கோட்டை	12.502	78.0284	கிருஷ்ணகிரி	2
70	தவக்கோட்டை	12.3326	78.5681	கிருஷ்ணகிரி	2
71	அந்தியூரான்கோட்டை	12.3375	78.5688	கிருஷ்ணகிரி	2

72	மாறன்கோட்டை	12.2891	78.5445	கிருஷ்ணகிரி	2
73	லட்சுமிகவுண்டன்கோட்டை	12.3965	78.5253	கிருஷ்ணகிரி	2
74	அகலக்கோட்டை	12.5035	77.6766	கிருஷ்ணகிரி	2
75	மேலமுட்டுக்கோட்டை	12.5023	77.6972	கிருஷ்ணகிரி	2
76	பழையன்கோட்டை	12.5044	77.7089	கிருஷ்ணகிரி	2
77	குண்டுகோட்டை	12.4261	77.7487	கிருஷ்ணகிரி	2
78	செங்கோட்டை	12.3454	77.748	கிருஷ்ணகிரி	2
79	வீரபத்ரன்கோட்டை	12.228	77.7364	கிருஷ்ணகிரி	2
80	பெத்த புடிக்கோட்டை	12.4919	77.8146	கிருஷ்ணகிரி	2
81	சின்ன அட்டிக்கோட்டை	12.4886	77.8063	கிருஷ்ணகிரி	2
82	பெத்த அட்டிக்கோட்டை	12.4833	77.813	கிருஷ்ணகிரி	2
83	சின்ன புடிக்கோட்டை	12.4858	77.8191	கிருஷ்ணகிரி	2
84	இருடுக்கோட்டை	12.4549	77.8331	கிருஷ்ணகிரி	2
85	சமந்துக்கோட்டை	12.452	77.8088	கிருஷ்ணகிரி	2
86	குடம் கோட்டை	12.3868	77.9488	கிருஷ்ணகிரி	2
87	அய்யன்கோட்டை	10.0283	78.015	மதுரை	1
88	நாகமலை புதுக்கோட்டை	9.93443	78.0544	மதுரை	1
89	கீழ் கோட்டை	9.78451	78.0015	மதுரை	1
90	பாண்டியன் கோட்டை	9.91853	78.1801	மதுரை	1
91	புதுக்கோட்டை	9.92316	78.1777	மதுரை	1
92	புதுக்கோட்டை	10.009	77.8109	மதுரை	1
93	நக்கலக்கோட்டை	9.86073	77.891	மதுரை	1
94	நடுவக்கோட்டை	9.80103	77.9183	மதுரை	1
95	மேல்கோட்டை	9.7889	77.992	மதுரை	1
96	நடுக்கோட்டை	9.7889	77.9958	மதுரை	1
97	கவச்சிக்கோட்டை	9.68957	77.8867	மதுரை	1
98	தேவிகோட்டை	11.3723	79.8079	நாகப்பட்டினம்	1
99	கீழ் பள்ளக்கோட்டை	11.1417	79.7569	நாகப்பட்டினம்	1
100	புதுக்கோட்டை	11.161	78.2589	நாமக்கல்	1
101	பழையகந்தரவக்கோட்டை	10.5985	79.0221	புதுக்கோட்டை	3
102	பெரியகோட்டை	10.5668	79.0819	புதுக்கோட்டை	3
103	பொண்டுவக்கோட்டை	10.5397	79.1191	புதுக்கோட்டை	3
104	எருக்கலக்கோட்டை	10.2232	79.0376	புதுக்கோட்டை	3
105	குறுந்திரக்கோட்டை	10.2043	79.0347	புதுக்கோட்டை	3
106	ரத்னக்கோட்டை	10.1847	79.0272	புதுக்கோட்டை	3
107	இடையன்கோட்டை	10.1567	79.0762	புதுக்கோட்டை	3
108	செல்லப்பன்கோட்டை	10.0694	79.1608	புதுக்கோட்டை	3

109	எம்பக்கோட்டை	10.0367	79.1023	புதுக்கோட்டை	3
110	மாவடிக்கோட்டை	10.0427	79.0917	புதுக்கோட்டை	3
111	தளிக்கோட்டை	10.0924	79.1838	புதுக்கோட்டை	3
112	கண்டையன் கோட்டை	10.1009	79.0956	புதுக்கோட்டை	3
113	கல்லக்கோட்டை	10.0211	79.0644	புதுக்கோட்டை	3
114	கரகட்டிக்கோட்டை	10.0089	79.1834	புதுக்கோட்டை	3
115	அழகன்கோட்டை	10.019	79.1099	புதுக்கோட்டை	3
116	கல்லக்கோட்டை	10.5182	79.1072	புதுக்கோட்டை	3
117	கொங்கரக்கோட்டை	10.4546	79.0826	புதுக்கோட்டை	3
118	அண்டக்கோட்டை	10.2654	79.1347	புதுக்கோட்டை	3
119	குறுஞ்சம்கோட்டை	10.1694	79.1363	புதுக்கோட்டை	3
120	அவநாட்டான் கோட்டை	10.2473	79.0296	புதுக்கோட்டை	3
121	அண்டக்கோட்டை	10.1681	79.0246	புதுக்கோட்டை	3
122	கரக்கோட்டை	10.0981	79.1981	புதுக்கோட்டை	3
123	அவநாட்டான் கோட்டை	10.2509	79.0178	புதுக்கோட்டை	3
124	கிள்ளுக்கோட்டை	10.6536	78.9189	புதுக்கோட்டை	3
125	சுடலக்கோட்டை	10.3966	78.9891	புதுக்கோட்டை	3
126	நெம்பக்கோட்டை	10.3669	78.9718	புதுக்கோட்டை	3
127	மேலக்கோட்டை	10.3462	78.953	புதுக்கோட்டை	3
128	புதுக்கோட்டை	10.3824	78.8196	புதுக்கோட்டை	3
129	கோவில்கோட்டை	10.2182	78.9381	புதுக்கோட்டை	3
130	செவிள்க்கோட்டை	10.1564	78.9452	புதுக்கோட்டை	3
131	இச்சிக்கோட்டை	10.0147	78.9474	புதுக்கோட்டை	3
132	அம்புக்கோட்டை	10.0513	78.984	புதுக்கோட்டை	3
133	பட்டராசாக்கோட்டை	10.1156	78.9483	புதுக்கோட்டை	3
134	மோடம்கோட்டை	10.0994	78.9877	புதுக்கோட்டை	3
135	வட்டனக்கோட்டை	10.5599	78.9246	புதுக்கோட்டை	3
136	பச்சிக்கோட்டை	10.3853	78.9919	புதுக்கோட்டை	3
137	குழந்தை விநாயகர் கோட்டை	10.3766	78.9493	புதுக்கோட்டை	3
138	குறும்பர்ண்கோட்டை	10.3432	78.977	புதுக்கோட்டை	3
139	வண்டக்கோட்டை	10.3249	78.8766	புதுக்கோட்டை	3
140	வல்லத்திரக்கோட்டை	10.3204	78.8871	புதுக்கோட்டை	3
141	பரவாக்கோட்டை	10.2774	78.9888	புதுக்கோட்டை	3
142	கீழநிலைக்கோட்டை	10.1718	78.8635	புதுக்கோட்டை	3
143	புதுவக்கோட்டை	10.1375	78.968	புதுக்கோட்டை	3
144	காக்ககோட்டை	10.0875	78.9841	புதுக்கோட்டை	3
145	கரயாண்கோட்டை	10.0365	78.9958	புதுக்கோட்டை	3

146	அண்டக்கோட்டை	10.0373	78.9629	புதுக்கோட்டை	3
147	வளத்திரக்கோட்டை	10.0448	78.9796	புதுக்கோட்டை	3
148	அடனக்கோட்டை	10.5352	78.9582	புதுக்கோட்டை	3
149	அடனக்கோட்டை	10.5226	78.9594	புதுக்கோட்டை	3
150	கீழ் கரும்பரண் கோட்டை	10.3326	78.9881	புதுக்கோட்டை	3
151	மேல்கோட்டை	9.9667	79.017	புதுக்கோட்டை	3
152	எம்பக்கோட்டை	9.94631	79.0248	புதுக்கோட்டை	3
153	எம்பக்கோட்டை	9.91899	79.1338	புதுக்கோட்டை	3
154	வடக்கோட்டை	9.9157	79.0842	புதுக்கோட்டை	3
155	சேமன்கோட்டை	9.89275	79.1201	புதுக்கோட்டை	3
156	தப்பன்கோட்டை	9.92127	79.1427	புதுக்கோட்டை	3
157	பேயாடிக்கோட்டை	9.89341	79.0343	புதுக்கோட்டை	3
158	கடவக்கோட்டை	9.89065	79.1005	புதுக்கோட்டை	3
159	சிறு கடவக்கோட்டை	9.88047	79.1099	புதுக்கோட்டை	3
160	அவத்தானிக்கோட்டை	9.99669	78.9917	புதுக்கோட்டை	3
161	செங்கண்கோட்டை	9.53209	78.5102	ராமநாதபுரம்	3
162	கள்ளிக்கோட்டை	9.51833	78.6447	ராமநாதபுரம்	3
163	சிறகிக்கோட்டை	9.50164	78.6892	ராமநாதபுரம்	3
164	சிறகிக்கோட்டை	9.49409	78.6946	ராமநாதபுரம்	3
165	கம்பக்கோட்டை	9.88633	78.9174	ராமநாதபுரம்	3
166	அல்லிக்கோட்டை	9.85512	78.9102	ராமநாதபுரம்	3
167	மேல் கோட்டை	9.87937	78.9327	ராமநாதபுரம்	3
168	சிறுமலைக்கோட்டை	9.86054	78.9359	ராமநாதபுரம்	3
169	திருவரந்தகோட்டை	9.75979	78.7552	ராமநாதபுரம்	3
170	முடிக்கினார்கோட்டை	9.75546	78.7517	ராமநாதபுரம்	3
171	மூத்தன்கோட்டை	9.75568	78.77	ராமநாதபுரம்	3
172	ஓயிக்கோட்டை	9.81425	78.9109	ராமநாதபுரம்	3
173	கோனேரிக்கோட்டை	9.77706	78.9083	ராமநாதபுரம்	3
174	தோட்டார்கோட்டை	9.76443	78.9072	ராமநாதபுரம்	3
175	நட்டக்கோட்டை	9.8276	78.9959	ராமநாதபுரம்	3
176	அஞ்சுகோட்டை	9.82126	78.9423	ராமநாதபுரம்	3
177	பொட்டக்கோட்டை	9.80816	78.9348	ராமநாதபுரம்	3
178	சந்திரக்கோட்டை	9.76517	78.927	ராமநாதபுரம்	3
179	பழையனகோட்டை	9.75077	78.9699	ராமநாதபுரம்	3
180	பஞ்சநதிக்கோட்டை	9.72863	78.7838	ராமநாதபுரம்	3
181	நட்டக்கோட்டை	9.73162	78.8619	ராமநாதபுரம்	3
182	உசனக்கோட்டை	9.75087	78.9728	ராமநாதபுரம்	3

183	மேல் கோட்டை	9.72405	78.9723	ராமநாதபுரம்	3
184	மஞ்சன் கோட்டை	9.72156	78.8439	ராமநாதபுரம்	3
185	பனிக்ககோட்டை	9.71213	78.8076	ராமநாதபுரம்	3
186	செட்டிக்கோட்டை	9.69936	78.8097	ராமநாதபுரம்	3
187	வெள்ளிக்கோட்டை	9.69	78.8825	ராமநாதபுரம்	3
188	பிச்சனக்கோட்டை	9.62653	78.8373	ராமநாதபுரம்	3
189	மொக்கம்கோட்டை	9.61935	78.8455	ராமநாதபுரம்	3
190	அளிந்திக்கோட்டை	9.61554	78.8704	ராமநாதபுரம்	3
191	நெடும்புலிக்கோட்டை	9.60692	78.8365	ராமநாதபுரம்	3
192	அலங்காத்தகோட்டை	9.60404	78.8456	ராமநாதபுரம்	3
193	பொன்னளிக்கோட்டை	9.60077	78.8401	ராமநாதபுரம்	3
194	பன்னக்கோட்டை	9.59792	78.843	ராமநாதபுரம்	3
195	சின்னப்பெரியபொட்டகோட்டை	9.59126	78.8368	ராமநாதபுரம்	3
196	பெரியபொட்டகோட்டை	9.58901	78.8366	ராமநாதபுரம்	3
197	புலிவீர்த்தேவன்கோட்டை	9.58554	78.8284	ராமநாதபுரம்	3
198	பழைவன்கோட்டை	9.5428	78.912	ராமநாதபுரம்	3
199	தேடக்கோட்டை	9.44194	78.8472	ராமநாதபுரம்	3
200	சக்கரக்கோட்டை	9.35333	78.8456	ராமநாதபுரம்	3
201	மேலக்கோட்டை	9.37434	78.8705	ராமநாதபுரம்	3
202	குடக்கோட்டை	9.30363	78.8612	ராமநாதபுரம்	3
203	நெடும்குளத்துக்கோட்டை	9.39263	78.4801	ராமநாதபுரம்	3
204	சேந்தகோட்டை	9.34088	78.4321	ராமநாதபுரம்	1
205	புதுக்கோட்டை	9.33372	78.4022	ராமநாதபுரம்	1
206	சோனப்பராயன்கோட்டை	9.31864	78.4718	ராமநாதபுரம்	3
207	கொக்கரன்கோட்டை	9.16918	78.3465	ராமநாதபுரம்	1
208	ஒச்சத்தேவன்கோட்டை	9.23086	78.4494	ராமநாதபுரம்	1
209	பச்சலக்கோட்டை	9.86798	79.0368	ராமநாதபுரம்	3
210	சோனார்கோட்டை	9.83984	79.0943	ராமநாதபுரம்	3
211	மண்டலக்கோட்டை	9.83092	79.0367	ராமநாதபுரம்	3
212	வெளந்தமண்கோட்டை	9.74096	79.0148	ராமநாதபுரம்	3
213	கோமான்கோட்டை	9.79077	78.7461	ராமநாதபுரம்	3
214	மாவலிக்கோட்டை	9.80981	78.7321	ராமநாதபுரம்	3
215	சூரியன்கோட்டை	9.72243	78.8524	ராமநாதபுரம்	3
216	சூரியன்கோட்டை	9.57683	78.7828	ராமநாதபுரம்	3
217	சூரன்கோட்டை	9.37935	78.8212	ராமநாதபுரம்	3
218	மேல் முடிமன்னர் கோட்டை	9.42256	78.2259	ராமநாதபுரம்	1
219	கீழ் முடிமன்னர் கோட்டை	9.42621	78.2439	ராமநாதபுரம்	1
220	தலையாடி கோட்டை	9.55596	78.7012	ராமநாதபுரம்	3

221	காமன்கோட்டை	9.46053	78.7018	ராமநாதபுரம்	3
222	மாணிக்கன்கோட்டை	9.91319	78.9156	ராமநாதபுரம்	3
223	தடக்கன்கோட்டை	9.89291	78.9952	ராமநாதபுரம்	3
224	பெருவக்கோட்டை	9.86251	78.9693	ராமநாதபுரம்	3
225	பாண்டியன் கோட்டை	9.77935	78.8178	ராமநாதபுரம்	3
226	குப்பிடியார்கோட்டை	9.76109	78.7628	ராமநாதபுரம்	3
227	மாடக்கோட்டை	9.76581	78.757	ராமநாதபுரம்	3
228	கரயிக்கோட்டை	9.81903	78.9317	ராமநாதபுரம்	3
229	மாதவன்கோட்டை	9.79251	78.9633	ராமநாதபுரம்	3
230	பாப்பன்கோட்டை	9.71747	78.8441	ராமநாதபுரம்	3
231	காவனக்கோட்டை	9.70076	78.8369	ராமநாதபுரம்	3
232	சேணடிக்கோட்டை	9.688	78.953	ராமநாதபுரம்	3
233	பெத்தர்தேவன்கோட்டை	9.62353	78.849	ராமநாதபுரம்	3
234	அடந்தனக்கோட்டை	9.61577	78.8971	ராமநாதபுரம்	3
235	தும்பக்கோட்டை	9.59523	78.8497	ராமநாதபுரம்	3
236	கொட்டியார்கோட்டை	9.57053	78.8833	ராமநாதபுரம்	3
237	அரியன்கோட்டை	9.57697	78.7944	ராமநாதபுரம்	3
238	சித்தர்கோட்டை	9.42807	78.9014	ராமநாதபுரம்	3
239	தடுத்தாளன் கோட்டை	9.56479	78.3816	ராமநாதபுரம்	1
240	மாணிக்கனார்கோட்டை	9.48357	78.3454	ராமநாதபுரம்	1
241	திருமலுகண்டன்கோட்டை	9.19249	78.3468	ராமநாதபுரம்	1
242	புல்லங்கோட்டை	9.88183	79.0325	ராமநாதபுரம்	3
243	அரம்பக்கோட்டை	9.58683	78.7396	ராமநாதபுரம்	3
244	கீழ் கோட்டை	9.42278	78.6783	ராமநாதபுரம்	3
245	கீழ் கோட்டை	9.87586	78.939	ராமநாதபுரம்	3
246	கீழ் கோட்டை	9.8326	78.927	ராமநாதபுரம்	3
247	கீழ் கோட்டை	9.63553	78.8555	ராமநாதபுரம்	3
248	ஊரணிக்கோட்டை	9.8991	78.9203	ராமநாதபுரம்	3
249	மாரிமுத்து கோட்டை	11.9167	78.0248	சேலம்	2
250	மரக்கோட்டை	11.8164	78.0054	சேலம்	1
251	திம்மிரிகோட்டை	11.7532	78.0296	சேலம்	1
252	சோளத்துக்கோட்டை	11.8171	78.0433	சேலம்	1
253	நல்லகவுண்டன் கோட்டை	11.8231	78.0501	சேலம்	1
254	பய்யூரன்கோட்டை	11.9013	78.0326	சேலம்	2
255	பழம்கோட்டை	11.8047	77.8875	சேலம்	1
256	புரல்கோட்டை	11.8462	77.8949	சேலம்	1
257	சிலுவமுத்துகோட்டை	11.7047	77.777	சேலம்	1

258	புத்தளக்கோட்டை	11.4661	77.9144	சேலம்	1
259	கள்ளிக்கோட்டை	11.5599	78.1043	சேலம்	1
260	அரளிக்கோட்டை	10.0234	78.537	சிவகங்கை	3
261	முத்தனம்கோட்டை	10.011	78.5689	சிவகங்கை	3
262	வடக்கு நடுவிக்கோட்டை	10.0464	78.6526	சிவகங்கை	3
263	தெற்கு நடுவிக்கோட்டை	10.0416	78.6514	சிவகங்கை	3
264	செவரக்கோட்டை	10.0122	78.663	சிவகங்கை	3
265	பெரியகோட்டை	10.1247	78.8969	சிவகங்கை	3
266	கோட்டாணிக்கோட்டை	10.0143	78.848	சிவகங்கை	3
267	சத்யசங்கரகோட்டை	10.1082	78.4954	சிவகங்கை	3
268	சோனார்கோட்டை	10.0023	78.8767	சிவகங்கை	3
269	கிருங்கக்கோட்டை	10.2219	78.4196	சிவகங்கை	1
270	மல்லக்கோட்டை	10.0458	78.4644	சிவகங்கை	1
271	கீழ் கோட்டை	10.0128	78.6124	சிவகங்கை	3
272	கட்டம் கோட்டை	9.82344	78.1799	சிவகங்கை	1
273	புதுக்கோட்டை	9.77582	78.1415	சிவகங்கை	1
274	பிள்ளிக்கோட்டை	9.72442	78.6408	சிவகங்கை	3
275	மேல் கோட்டை	9.60598	78.7057	சிவகங்கை	3
276	புதுக்கோட்டை	9.60125	78.519	சிவகங்கை	3
277	தேவகோட்டை	9.94455	78.8229	சிவகங்கை	3
278	பொன்னளம்கோட்டை	9.8324	78.7554	சிவகங்கை	3
279	கண்ணன்கோட்டை	9.95598	78.7859	சிவகங்கை	3
280	நெடுவிக்கோட்டை	9.95593	78.7653	சிவகங்கை	3
281	எழுவன்கோட்டை	9.94677	78.7685	சிவகங்கை	3
282	வக்கனக்கோட்டை	9.94759	78.8627	சிவகங்கை	3
283	வயக்கோட்டை	9.94567	78.9386	சிவகங்கை	3
284	இஸ்திரிக்கோட்டை	9.90247	78.8735	சிவகங்கை	3
285	திருப்பக்கோட்டை	9.8947	78.8932	சிவகங்கை	3
286	திருப்பக்கோட்டை	9.88321	78.8913	சிவகங்கை	3
287	எரணிக்கோட்டை	9.88561	78.9016	சிவகங்கை	3
288	திடக்கோட்டை	9.84467	78.8437	சிவகங்கை	3
289	புதுக்கோட்டை	9.82218	78.7623	சிவகங்கை	3
290	நறுமண்கோட்டை	9.80834	78.7816	சிவகங்கை	3
291	நடுவிக்கோட்டை	9.80891	78.8403	சிவகங்கை	3
292	குறுந்தனக்கோட்டை	9.78903	78.8625	சிவகங்கை	3
293	கரயாக்கோட்டை	9.77404	78.8752	சிவகங்கை	3
294	மாடக்கோட்டை	9.63375	78.785	சிவகங்கை	3

295	தேவன்கோட்டை	9.94652	78.4379	சிவகங்கை	1
296	பெரியகோட்டை	9.78808	78.4166	சிவகங்கை	1
297	திட்டுக்கோட்டை	9.7876	78.7284	சிவகங்கை	3
298	மேல்வக்கோட்டை	9.80109	78.7105	சிவகங்கை	3
299	படுவக்கோட்டை	9.76717	78.6519	சிவகங்கை	3
300	புதுக்கோட்டை	9.8758	78.5234	சிவகங்கை	3
301	பெரிய நரிக்கோட்டை	9.85432	78.6112	சிவகங்கை	3
302	உறுதிக்கோட்டை	9.85307	78.722	சிவகங்கை	3
303	திட்டுக்கோட்டை	9.84926	78.7273	சிவகங்கை	3
304	வேம்பக்கோட்டை	9.83687	78.728	சிவகங்கை	3
305	இலுப்பைக்கோட்டை	9.82489	78.5634	சிவகங்கை	3
306	கலங்காதான் கோட்டை	9.66863	78.7081	சிவகங்கை	3
307	செய்யன் கோட்டை	9.64238	78.5102	சிவகங்கை	3
308	தென்னவராயன் புதுக்கோட்டை	9.59577	78.5302	சிவகங்கை	3
309	பெரட்டுக்கோட்டை	9.99687	78.806	சிவகங்கை	3
310	செட்டியகோட்டை	9.96486	78.9006	சிவகங்கை	3
311	சட்டிகோட்டை	9.92984	78.8411	சிவகங்கை	3
312	சட்டாணிக்கோட்டை	9.94006	78.9117	சிவகங்கை	3
313	மாடக்கோட்டை	9.9626	78.9037	சிவகங்கை	3
314	பவனக்கோட்டை	9.89258	78.7955	சிவகங்கை	3
315	சிவந்தான்கோட்டை	9.89915	78.8489	சிவகங்கை	3
316	அங்காளன் கோட்டை	9.82939	78.7674	சிவகங்கை	3
317	நாலு கோட்டை	9.92013	78.4887	சிவகங்கை	1
318	பதினெட்டாம் கோட்டை	9.77353	78.3724	சிவகங்கை	1
319	கிருங்கக்கோட்டை	9.72807	78.4093	சிவகங்கை	1
320	ஏனாதி கோட்டை	9.62464	78.4761	சிவகங்கை	3
321	பாப்பாகோட்டை	9.80468	78.7205	சிவகங்கை	3
322	கலங்காப்புலிக்கோட்டை	9.805	78.7256	சிவகங்கை	3
323	பின்னலம்கோட்டை	9.81922	78.7469	சிவகங்கை	3
324	சட்டரசன்கோட்டை	9.76077	78.5397	சிவகங்கை	3
325	நாட்டரசன்கோட்டை	9.87006	78.5502	சிவகங்கை	3
326	விசலையான்கோட்டை	9.9765	78.7376	சிவகங்கை	3
327	அலவாக்கோட்டை	9.9967	78.5206	சிவகங்கை	3
328	மாடக்கோட்டை	9.76796	78.4996	சிவகங்கை	3
329	அரக்கோட்டை	9.96367	78.9489	சிவகங்கை	3
330	அலம்பாக்கோட்டை	9.84225	78.7412	சிவகங்கை	3
331	கீழ் கோட்டை	9.80824	78.8433	சிவகங்கை	3

332	சோனார்கோட்டை	9.99773	78.8715	சிவகங்கை	3
333	மேலக்கோட்டை	9.89984	78.6936	சிவகங்கை	3
334	பனசாமக்கோட்டை	9.92485	78.8087	சிவகங்கை	3
335	மாவிடுதிக்கோட்டை	9.90688	78.8403	சிவகங்கை	3
336	கொடிக்கோட்டை	9.89219	78.8477	சிவகங்கை	3
337	மலையக்கோட்டை	9.89432	78.8706	சிவகங்கை	3
338	பச்சைக்கோட்டை	10.7854	79.2783	தஞ்சாவூர்	3
339	அருமலைக்கோட்டை	10.7257	79.2569	தஞ்சாவூர்	3
340	பனையக்கோட்டை	10.7211	79.2812	தஞ்சாவூர்	3
341	பேக்கரும்பன்கோட்டை	10.5778	79.2864	தஞ்சாவூர்	3
342	தெற்குக்கோட்டை	10.5254	79.2502	தஞ்சாவூர்	3
343	மண்டலக்கோட்டை	10.5258	79.4228	தஞ்சாவூர்	3
344	கழிச்சான்கோட்டை	10.5072	79.4587	தஞ்சாவூர்	3
345	சின்ன பருத்திக்கோட்டை	10.6699	79.2406	தஞ்சாவூர்	3
346	தும்பட்டிக்கோட்டை	10.6683	79.2449	தஞ்சாவூர்	3
347	பஞ்சநதிக்கோட்டை	10.6734	79.1938	தஞ்சாவூர்	3
348	பருத்திக்கோட்டை	10.6541	79.2356	தஞ்சாவூர்	3
349	மண்டலக்கோட்டை	10.6226	79.2281	தஞ்சாவூர்	3
350	சேமினிக்கோட்டை	10.6185	79.2438	தஞ்சாவூர்	3
351	நடுவிக்கோட்டை	10.6103	79.2379	தஞ்சாவூர்	3
352	வடக்குக்கோட்டை	10.5373	79.2449	தஞ்சாவூர்	3
353	வடக்குக்கோட்டை	10.6141	79.2083	தஞ்சாவூர்	3
354	கழனிக்கோட்டை	10.2692	79.2302	தஞ்சாவூர்	3
355	பெரியகொட்டிகோட்டை	10.2286	79.214	தஞ்சாவூர்	3
356	நடுவிக்கோட்டை	10.4277	79.2632	தஞ்சாவூர்	3
357	பட்டுக்கோட்டை	10.424	79.3176	தஞ்சாவூர்	3
358	மகிழன்கோட்டை	10.3393	79.3581	தஞ்சாவூர்	3
359	சேந்தகோட்டை	10.3628	79.3479	தஞ்சாவூர்	3
360	அட்டிக்கோட்டை	10.4481	79.3401	தஞ்சாவூர்	3
361	தளிக்கோட்டை	10.4591	79.3563	தஞ்சாவூர்	3
362	பெரியகோட்டை	10.4784	79.4362	தஞ்சாவூர்	3
363	தம்பிக்கிநல்லவன்கோட்டை	10.3818	79.4517	தஞ்சாவூர்	3
364	பரக்கலகோட்டை	10.3864	79.422	தஞ்சாவூர்	3
365	ரரமுத்திரைக்கோட்டை	10.7652	79.2211	தஞ்சாவூர்	3
366	மாடக்கோட்டை	10.7562	79.1416	தஞ்சாவூர்	3
367	காட்டுக்கோட்டை	10.845	79.1022	தஞ்சாவூர்	3
368	சாக்கோட்டை	10.9407	79.4031	தஞ்சாவூர்	1

369	சாலியக்கோட்டை	10.7521	79.2923	தஞ்சாவூர்	3
370	கொடமண்கோட்டை	10.694	79.2675	தஞ்சாவூர்	3
371	பாவாஜிகோட்டை	10.5128	79.4447	தஞ்சாவூர்	3
372	கருப்புமுதலியார்கோட்டை	10.7439	79.3397	தஞ்சாவூர்	3
373	மாதாக்கோட்டை	10.74	79.1196	தஞ்சாவூர்	3
374	நாஞ்சிக்கோட்டை	10.7274	79.1415	தஞ்சாவூர்	3
375	வகரக்கோட்டை	10.6792	79.1111	தஞ்சாவூர்	3
376	நாட்டார்கோட்டை	10.6684	79.1695	தஞ்சாவூர்	3
377	பொய்யுண்டகோட்டை	10.6254	79.1606	தஞ்சாவூர்	3
378	வழமர்கோட்டை	10.7445	79.2131	தஞ்சாவூர்	3
379	நெய்க்களிஞ்சான்கோட்டை	10.729	79.2073	தஞ்சாவூர்	3
380	கருமுண்டக்கோட்டை	10.7288	79.2241	தஞ்சாவூர்	3
381	பிரண்டக்கோட்டை	10.722	79.216	தஞ்சாவூர்	3
382	துறயுண்டகோட்டை	10.7122	79.243	தஞ்சாவூர்	3
383	கருக்காகோட்டை	10.6644	79.185	தஞ்சாவூர்	3
384	கக்கரக்கோட்டை	10.6056	79.2004	தஞ்சாவூர்	3
385	கக்கரக்கோட்டை	10.605	79.2118	தஞ்சாவூர்	3
386	வெட்டுவாக்கோட்டை	10.4767	79.1782	தஞ்சாவூர்	3
387	படிரன்கோட்டை	10.4458	79.2325	தஞ்சாவூர்	3
388	வட்டத்திக்கோட்டை	10.3898	79.1874	தஞ்சாவூர்	3
389	நட்டாணிக்கோட்டை	10.2764	79.1983	தஞ்சாவூர்	3
390	ஆவடையாணிக்கோட்டை	10.1645	79.1591	தஞ்சாவூர்	3
391	பொன்னவராயன்கோட்டை	10.4142	79.3377	தஞ்சாவூர்	3
392	தாமரன்கோட்டை	10.3973	79.3994	தஞ்சாவூர்	3
393	வேந்தக்கோட்டை	10.4297	79.3605	தஞ்சாவூர்	3
394	பழயகோட்டை	10.4303	79.3515	தஞ்சாவூர்	3
395	ஆவிக்கோட்டை	10.5502	79.4345	தஞ்சாவூர்	3
396	அடனக்கோட்டை	10.593	79.1707	தஞ்சாவூர்	3
397	ஈச்சன்கோட்டை	10.6618	79.1704	தஞ்சாவூர்	3
398	கீழ் கோட்டை	10.5903	79.2233	தஞ்சாவூர்	3
399	விரியன்கோட்டை	10.2632	79.2453	தஞ்சாவூர்	3
400	விரியன்கோட்டை	10.265	79.2551	தஞ்சாவூர்	3
401	சுழியக்கோட்டை	10.7659	79.2938	தஞ்சாவூர்	3
402	சூரக்கோட்டை	10.7345	79.1926	தஞ்சாவூர்	3
403	புதுக்கோட்டை	10.7434	78.9849	தஞ்சாவூர்	3
404	புதுக்கோட்டை	10.1332	77.5586	தேனி	1
405	நடுக்கோட்டை	10.0774	77.6848	தேனி	1

406	உப்புக்கோட்டை	9.9574	77.4116	தேனி	1
407	புதுக்கோட்டை	9.93857	77.2969	தேனி	1
408	வேம்பக்கோட்டை	9.90619	77.3209	தேனி	1
409	மரக்காயன்கோட்டை	9.85073	77.3605	தேனி	1
410	சீப்பாலக்கோட்டை	9.84826	77.4522	தேனி	1
411	புதுக்கோட்டை	9.71452	77.4685	தேனி	1
412	புதுக்கோட்டை	9.71467	77.4669	தேனி	1
413	பழயகோட்டை	9.92168	77.6109	தேனி	1
414	ராயர்கோட்டை	9.70684	77.5135	தேனி	1
415	குக்கோட்டை	13.0465	80.0268	திருவள்ளூர்	1
416	வெள்ளாட்டுக்கோட்டை	13.2617	79.8499	திருவள்ளூர்	1
417	கண்ணன்கோட்டை	13.3942	79.9821	திருவள்ளூர்	1
418	ஊத்துகோட்டை	13.3334	79.8994	திருவள்ளூர்	1
419	முன்னுவால்கோட்டை	10.7547	79.3699	திருவாரூர்	3
420	பெரியகோட்டை	10.7609	79.3672	திருவாரூர்	3
421	தளிக்கோட்டை	10.5893	79.3866	திருவாரூர்	3
422	தளிக்கோட்டை	10.5808	79.3802	திருவாரூர்	3
423	நள்ளிக்கோட்டை	10.601	79.3633	திருவாரூர்	3
424	அட்டிக்கோட்டை	10.6258	79.4074	திருவாரூர்	3
425	திருமாக்கோட்டை	10.5317	79.4585	திருவாரூர்	3
426	பருத்திக்கோட்டை	10.711	79.4446	திருவாரூர்	3
427	சுந்தரக்கோட்டை	10.6253	79.4404	திருவாரூர்	3
428	பருத்திக்கோட்டை	10.7031	79.3893	திருவாரூர்	3
429	புதுக்கோட்டை	10.6855	79.3349	திருவாரூர்	3
430	கரிக்கோட்டை	10.6721	79.3694	திருவாரூர்	3
431	உள்ளிக்கோட்டை	10.595	79.4179	திருவாரூர்	3
432	குப்பச்சிக்கோட்டை	10.5812	79.4231	திருவாரூர்	3
433	பரவாக்கோட்டை	10.563	79.4246	திருவாரூர்	3
434	பழையகோட்டை	10.5307	79.4796	திருவாரூர்	3
435	முன்னவள்கோட்டை	10.692	79.438	திருவாரூர்	3
436	நெடுவக்கோட்டை	10.6565	79.4263	திருவாரூர்	3
437	காரைக்கோட்டை	10.6677	79.4056	திருவாரூர்	3
438	வாக்கோட்டை	10.684	79.52	திருவாரூர்	3
439	குப்பச்சிக்கோட்டை	10.6791	79.5192	திருவாரூர்	3
440	ஆலன்கோட்டை	10.6214	79.4155	திருவாரூர்	3
441	மூவர்கோட்டை	10.7243	79.3141	திருவாரூர்	3
442	புதுக்கோட்டை	8.74494	78.0559	தூத்துக்குடி	1

443	பாரிவில்லிக்கோட்டை	8.91978	77.875	தூத்துக்குடி	1
444	உமரிக்கோட்டை	8.8221	77.9933	தூத்துக்குடி	1
445	கோட்டை	8.62746	77.9142	தூத்துக்குடி	1
446	சுண்டன்கோட்டை	8.38109	77.9767	தூத்துக்குடி	1
447	கும்மட்டிக்கோட்டை	8.36883	77.9478	தூத்துக்குடி	1
448	கீழ் கோட்டை	8.86443	77.8199	தூத்துக்குடி	1
449	புதுக்கோட்டை	10.5053	78.2341	திருச்சிராப்பள்ளி	1
450	வல்வமகோட்டை	10.9699	78.6854	திருச்சிராப்பள்ளி	1
451	புதுக்கோட்டை	10.8901	78.5137	திருச்சிராப்பள்ளி	1
452	வாழவந்தான்கோட்டை	10.7595	78.8384	திருச்சிராப்பள்ளி	3
453	மேல் கல்கண்டார்கோட்டை	10.7833	78.7376	திருச்சிராப்பள்ளி	3
454	கீழ் கல்கண்டார்கோட்டை	10.7728	78.7442	திருச்சிராப்பள்ளி	3
455	விண்டன்கோட்டை	8.98265	77.3734	திருநெல்வேலி	1
456	குறுவன்கோட்டை	8.88362	77.5052	திருநெல்வேலி	1
457	உக்கிரன்கோட்டை	8.90962	77.6006	திருநெல்வேலி	1
458	பள்ளிக்கோட்டை	8.858	77.7143	திருநெல்வேலி	1
459	வல்லான்கோட்டை	8.79087	77.63	திருநெல்வேலி	1
460	பாளையங்கோட்டை	8.72118	77.7384	திருநெல்வேலி	1
461	வெள்ளணைக்கோட்டை	9.2189	77.4166	திருநெல்வேலி	1
462	தலைவன்கோட்டை	9.19062	77.4521	திருநெல்வேலி	1
463	குலசேகரன்கோட்டை	9.26379	77.6594	திருநெல்வேலி	1
464	வாடிக்கோட்டை	9.22039	77.5229	திருநெல்வேலி	1
465	நல்வாசன்கோட்டை	9.16117	77.6437	திருநெல்வேலி	1
466	பழங்கோட்டை	9.1344	77.6952	திருநெல்வேலி	1
467	பெரியகோட்டை	10.5865	77.2816	திருப்பூர்	1
468	சோமன்கோட்டை	10.7801	77.6805	திருப்பூர்	1
469	கடக்கோட்டை	10.8095	77.76	திருப்பூர்	1
470	பழையகோட்டை	11.0968	77.6708	திருப்பூர்	1
471	பழையகோட்டை	11.0605	77.6872	திருப்பூர்	1
472	சாமந்தன்கோட்டை	11.1299	77.2563	திருப்பூர்	1
473	நச்சமலைக்கோட்டை	12.6618	78.9735	திருவண்ணாமலை	2
474	மேல் பழன்கோட்டை	12.6121	78.8906	திருவண்ணாமலை	2
475	பழன்கோட்டை	12.6072	78.8912	திருவண்ணாமலை	2
476	வெள்ளிக்கோட்டை	12.6019	78.8862	திருவண்ணாமலை	2
477	சின்னவெளவாக்கோட்டை	12.5531	78.8673	திருவண்ணாமலை	2
478	வண்ணன்கோட்டை	12.5216	78.8231	திருவண்ணாமலை	2
479	புதுக்கோட்டை	12.6005	79.4347	திருவண்ணாமலை	1

480	கோட்டை	12.4712	79.6998	திருவண்ணாமலை	1
481	அகரகோரக்கோட்டை	12.4084	79.5387	திருவண்ணாமலை	1
482	கோரக்கோட்டை	12.3989	79.5169	திருவண்ணாமலை	1
483	தடம்கோட்டை	12.4817	78.4277	வேலூர்	2
484	கொட்டகோட்டை	12.6474	78.6783	வேலூர்	2
485	பூசாரிக்கோட்டை	12.562	78.7305	வேலூர்	2
486	ஆலமரக்கோட்டை	12.5629	78.7465	வேலூர்	2
487	புதுக்கோட்டை	12.5005	78.5911	வேலூர்	2
488	குறும்பேரியான்கோட்டை	12.4102	78.5629	வேலூர்	2
489	மண்கோட்டை	12.4131	78.528	வேலூர்	2
490	வாசல்கோட்டை	12.4567	78.5855	வேலூர்	2
491	பசிலிக்கோட்டை	12.4513	78.5493	வேலூர்	2
492	தாத்தன்கோட்டை	12.3812	78.5759	வேலூர்	2
493	குள்ளமணியன்கோட்டை	12.7118	78.8823	வேலூர்	2
494	களமவன்கோட்டை	12.7693	79.1706	வேலூர்	1
495	கோவிந்தராஜாகோட்டை	13.0241	79.2285	வேலூர்	1
496	தாத்தன்கோட்டை	12.8763	78.9153	வேலூர்	2
497	லாலாசாகேட்கோட்டை	12.8359	78.9136	வேலூர்	2
498	கோனேரிக்கவுண்டன்கோட்டை	12.7642	78.923	வேலூர்	2
499	எகிலிபாப்பையன்கோட்டை	12.7707	78.8362	வேலூர்	2
500	திப்சகோட்டை	12.8499	78.9245	வேலூர்	2
501	பசவன்கோட்டை	12.8464	78.9307	வேலூர்	2
502	எளவனசூர்கோட்டை	11.7173	79.1796	விழுப்புரம்	1
503	குறுமன்கோட்டை	11.9608	79.5654	விழுப்புரம்	1
504	ஆத்தூர்கோட்டை	11.9342	78.7445	விழுப்புரம்	2
505	கணியமூர்கோட்டை	11.6646	78.8932	விழுப்புரம்	1
506	புலியன்கோட்டை	12.001	78.858	விழுப்புரம்	2
507	சக்கரக்கோட்டை	9.66548	78.1514	விருதுநகர்	1
508	அருப்புக்கோட்டை	9.50916	78.0954	விருதுநகர்	1
509	நக்கலக்கோட்டை	9.50895	78.0119	விருதுநகர்	1
510	மேல் புலியாண்டகோட்டை	9.53776	78.3267	விருதுநகர்	1
511	எதிர்கோட்டை	9.37569	77.7276	விருதுநகர்	1
512	சங்கரராஜாகோட்டை	9.44462	77.5555	விருதுநகர்	1
513	புதுக்கோட்டை	9.59081	77.8057	விருதுநகர்	1
514	வேம்பக்கோட்டை	9.3328	77.7686	விருதுநகர்	1
515	மன்னர்கோட்டை	9.43826	77.9647	விருதுநகர்	1

துணைநூல் பட்டியல்

ஆங்கிலம்

Allchin, Bridget and F. Raymond Allchin. 1982. *The rise of civilization in India and Pakistan.* Cambridge: Cambridge University Press.

Balakrishnan, R. 2010. "Tamil Indus?: Korkay, Vanji, Tondi in the North-West and a 'Bone-eating Camel' in the Caṅkam text". *Journal of Tamil Studies.* 77: 191-206.

Bisht, R. S. 1982. "Excavations at Banawalai: 1974-77." In Harappan *Civilization: a contemporary perspective,* edited by Gregory L. Possehl, 113-124. New Delhi: Oxford & IBH Pub. Co.

Bray, Denys. 1986. *Brahui language: introduction and grammar.* New Delhi: Asian Educational Services.

Brown, Cecil H. 1983. "Where do cardinal direction terms come from?" *Anthropological Linguistics.* 25 (2): 121-161. Accessed Aug. 19, 2012. http://www.jstor.org/stable/30027665

Buck, Carl Darling. 1949. *A dictionary of selected synonyms in the principal Indo-European languages; a contribution to the history of ideas.* Chicago: University of Chicago Press.

Burrow, Thomas and Murray Barnson Emeneau, eds. 1984. *A Dravidian etymological dictionary.* Oxford: Clarendon Press.

Caldwell, Robert. (1913) 1974. *A comparative grammar of the Dravidian or South-Indian family of languages.* Reprint, New Delhi: Oriental Books Reprint Corp.

Daniel, Glyn. 1964. *The idea of prehistory.* Harmondsworth, Middlesex: Penguin Books.

Hadley, G. 1997. "Lexis and culture: bound and determined?" *Journal of Psycholinguistic Research.* 26 (4): 483-496.

Indian archaeology 1986-87: a review. 1992. New Delhi: Archaeological Survey of India.

Indian archaeology 1991-92: a review. 1996. New Delhi: Archaeological Survey of India.

Israel, M. 1979. *A grammar of the Kuvi language: with texts and vocabulary.* Trivandrum: Dravidian Linguistics Association.

Jansen, Michael. 1985. "Mohenjo-Daro, city of the Indus Valley." In *Endeavour New Series.* 9 (4): 161-169.

Joshi, Jagat Pati. 1990. *Excavation at Surkotada 1971-72 and exploration in Kutch.* New Delhi: Archaeological Survey of India.

Joshi, Jagat Pati and R. S. Bisht. 1995. *India and the Indus civilization.* New Delhi: V.C. National Museum Institute.

Karashima, Noboru, Y. Subbarayalu and Toru Matsui. 1978. *A concordance of the names in the Cōḷa inscriptions:* Volume I. List of names with related information. Madurai: Sarvodaya Ilakkiya Pannai.

Lal, B. B. 1997. *The earliest civilization of South Asia: rise, maturity, and decline.* New Delhi: Aryan Books International.

Madhava Menon, T. 1996-97. *The encyclopaedia of Dravidian tribes.* 3 vols. Thiruvananthapuram: International School of Dravidian Linguistics.

Mahadevan, Iravatham. 2003. *Early Tamil epigraphy from the earliest times to the sixth century A.D.* Chennai: Cre-A.

Mahadevan, Iravatham. 2011. "Akam and puṟam : 'Address' signs of the Indus script." *International Journal of Dravidian Linguistics.* 40 (1): 81-94.

MacCarthy, Michael J. 1994. *Vocabulary.* Oxford: Oxford Univ. Press.

Monier-Williams, Sir Monier. (1899) 1979. *A Sanskrit-English dictionary.* Reprint, Oxford: Clarendon Press.

Monnet, Jerome. 2011. "The symbolism of place: a geography of relationship between space, power and identity." *Cybergeo: European Journal of Geography* (online). Political, cultural and cognitive geography, document 562. Accessed Jan. 18, 2012. http://cybergeo.revues.org/24747

Parpola, Asko. 2000. Deciphering the Indus script. Cambridge: Cambridge University Press.

Possehl, Gregory L. 2003. *The Indus civilization: a contemporary perspective.* New Delhi: Vistaar Publications.

Rao, S. R. 1973. *Lothal and the Indus civilization.* New York: Asia Pub. House.

Rao, S. R. 1979. *Lothal, a Harappan port town: 1955-62.* Vol. 1. New Delhi: Archaeological Survey of India.

Saparov, Arseny. 2003. "The alteration of place names and construction of national identity in Soviet Armenia". *Cahiers Du Monde Russe.* 44 (1): 179-198. Accessed Oct. 29, 2012. http://www.jstor.org/stable/20174766

Sapir, E. 1929. "The status of linguistics as a science." In *Culture, language and personality: selected essays,* edited by David Goodman Mandelbaum. Berkeley: University of California Press.

Southworth, Franklin C. 2005. *Linguistic archaeology of South Asia.* London: RoutledgeCurzon.

Southworth, Franklin C. 1995. "Reconstructing social context from language : Indo-Aryan and Dravidian prehistory" In *The Indo-Aryans of ancient South Asia: language, material culture and ethnicity.* Edited by Erdosy, George. Berlin: Walter de Gruyter.

Subbarayalu, Y., ed. 2002-03. *Tamiḻk kalveṭṭuc collakarāti = Glossary of Tamil inscriptions.* 2 vols. Chennai: Santi Sadhana.

Thurston, Edgar and K. Rangachari. (1909) 1975. *Castes and tribes of southern India.* Vol. 7. Reprint, Delhi: Cosmo.

Turner, Ralph L. 1999. *A comparative dictionary of the Indo-Aryan languages.* Vol. 2, Indexes. Delhi: Motilal Banarsidass Publ.

University of Madras. 1982. *Tamil lexicon.* 6 vols. Madras: University of Madras.

Vats, Madho Sarup. (1940) 1999. *Excavations at Harappa: being an account of archaeological excavations at Harappa carried out between the years* 1920-21 and 1933-34 . 2 vols. Reprint, New Delhi: Archaeological Survey of India.

Wheeler, Mortimer. 1968. The Indus civilization. Cambridge: University Press.

Whorf, Benjamin Lee. 1940. "Science and linguistics." In *Language, thought, and reality.* Cambridge, MA: The M.I.T. Press.

Wright, Rita P. 2010. The *ancient Indus: urbanism, economy, and society.* New York: Cambridge University Press.

Zvelebil, Kamil. 1972. "The descent of the Dravidians." *International Journal of Dravidian Linguistics.* 1 (2): 57-65.

தமிழ்

அகநானூறு. 2006. சங்க இலக்கியம். ச.வே. சுப்பிரமணியன். சென்னை: மணிவாசகர் பதிப்பகம்.

இளங்கோவடிகள் மற்றும் உ.வே. சாமிநாதையர் (பதிப்.) 1892. *இளங்கோவடிகளருளிச்செய்த சிலப்பதிகாரமூலமும் அடியார்க்குநல்லாருரையும்*. சென்னை: வெ.நா. ஜூபிலி அச்சுக்கூடம்.

ஐயனாரிதனார் மற்றும் பொ.வே. சோமசுந்தரனார். 1955. *புறப்பொருள் வெண்பாமாலை*. சென்னை: திருநெல்வேலித் தென்னிந்திய சைவசித்தாந்த நூற்பதிப்புக் கழகம்.

குறுந்தொகை. 2006. சங்க இலக்கியம். ச.வே. சுப்பிரமணியன். சென்னை: மணிவாசகர் பதிப்பகம்.

சாத்தனார் மற்றும் உ.வே. சாமிநாதையர் (பதிப்). 1898. *மணிமேகலை*. சென்னை: வெ. நா. ஜூபிலி அச்சுக்கூடம்.

சிறுபாணாற்றுப்படை. 2006. சங்க இலக்கியம். ச.வே. சுப்பிரமணியன். சென்னை: மணிவாசகர் பதிப்பகம்.

தொல்காப்பியர். 1973. *தொல்காப்பியம் சொல்லதிகாரம் இளம்பூரணருரை*. சென்னை: திருநெல்வேலித் தென்னிந்திய சைவசித்தாந்த நூற்பதிப்புக் கழகம்.

தொல்காப்பியர். 1975. *தொல்காப்பியம் சொல்லதிகாரம் பேராசிரியர் உரை*. சென்னை: திருநெல்வேலித் தென்னிந்திய சைவசித்தாந்த நூற்பதிப்புக் கழகம்.

தொல்காப்பியர். 1975. *தொல்காப்பியம் பொருளதிகாரம் பேராசிரியர் உரை*. சென்னை: திருநெல்வேலித் தென்னிந்திய சைவசித்தாந்த நூற்பதிப்புக் கழகம்.

நற்றிணை. 2006. சங்க இலக்கியம். ச.வே. சுப்பிரமணியன். சென்னை: மணிவாசகர் பதிப்பகம்.

பட்டினப்பாலை. 2006. சங்க இலக்கியம். ச.வே. சுப்பிரமணியன். சென்னை: மணிவாசகர் பதிப்பகம்.

பதிற்றுப்பத்து. 2006. சங்க இலக்கியம். ச.வே. சுப்பிரமணியன். சென்னை: மணிவாசகர் பதிப்பகம்.

பரிபாடல். 2006. சங்க இலக்கியம். ச.வே. சுப்பிரமணியன். சென்னை: மணிவாசகர் பதிப்பகம்.

பவணந்தி. 1889. *நன்னூல்*. சென்னை: அமெரிக்கன் அச்சுக்கூடம்.

புறநானூறு. 2006. சங்க இலக்கியம். ச.வே. சுப்பிரமணியன். சென்னை: மணிவாசகர் பதிப்பகம்.

மதுரைக்காஞ்சி. 2006. சங்க இலக்கியம். ச.வே. சுப்பிரமணியன். சென்னை: மணிவாசகர் பதிப்பகம்.

மலைபடுகடாம். 2006. சங்க இலக்கியம். ச.வே. சுப்பிரமணியன். சென்னை: மணிவாசகர் பதிப்பகம்.

பொருளடைவு

அடிக்கல் மேடைகள்	80
அந்த்யஜா	108
அரசலாபுரம்	152, 153
அஸ்கோ பர்போலா	39, 41, 120, 131
ஆடுகளம்	150
இடப்பெயர்கள்	39, 42, 45, 48
இந்தோ-ஐரோப்பிய மொழி	103
இருமைப்பாகுபாடு	57, 64, 74
உறையூர்	148, 149
ஊர்ப்பெயர்	41, 42, 43, 114
ஐராவதம் மகாதேவன்	40, 41, 120, 145, 147, 151
ஒருசொல் இடப்பெயர்	46
காலிபங்கான்	68
கிழக்கு	95, 96, 99
கிழக்கு-மேற்கு	150, 152
கீழ்	112
கீழ்-கிழக்கு	57, 90
கீழ்ச்சேரி	152, 154
கீழ்நகரம்	63
கீழச்சேரி	151
கீழான	95
குடக்கு	97, 98
குடியிருப்புப்பகுதி	63
குறுந்தொகை	95
கொற்கை, வஞ்சி, தொண்டி வளாகம்	47. 121
கொற்கை, வஞ்சி, தொண்டி, மதிரை	40
கோட்ட	39
கோட்டா	131

கோட்டை	131, 132, 133, 135, 136
கோட்டைப் பகுதி	63, 64, 72
கோழி	148, 149
கோழிச்சண்டை	151, 153
கோழியூர்	148, 153, 158
சங்க இலக்கியம்	45, 48, 49, 50, 96
சண்டைக்கோழிகள்	147, 148, 158
சிந்துவெளிப் பண்பாடு	120, 121, 126, 150, 157
சிலப்பதிகாரம்	96
செசில் எச். பிரவுன்	85, 97
சேவல் நகரம்	147, 150
திசை-உயர-பொருட்புல-சமூக	57, 141
திசைப்பெயர்	111
திராவிட அடித்தளம்	40
திராவிட நாகரிகம்	49
திராவிட மொழி	57
திராவிடக் கருதுகோள்	51
திராவிடப் பண்பாட்டு	115
திருமுருகாற்றுப்படை	118
தொல்காப்பியர்	95
தோலாவிரா	70
நடுகல்	153
நெடுவீச்சுக் கோட்பாடுகள்	59
பட்டனம்	39
பண்பாட்டின்	25
பழந்தமிழ் மரபுகள்	118
பள்ளி	39, 46
பனவாலி	74
பார்	49
பாலாகோட்	75
பிரவுன்	103

பிராகுயி	41
புவிநிலைத்தரவுகள்	51
புவி-மைய (topo-centric) அணுகுமுறை	53
புறநானூறு	145
பெயராய்வியலின்	39
மலை	129
மலைச்சொற்கள்	129
மலைநில மனிதர்கள்	117
மனித-மைய (anthropo-centric) அணுகுமுறை	57
முருகன்	115
முன்-கிழக்கு: பின்-மேற்கு	57, 104, 105, 145
மெலுரகா	40, 120
மெஹர்கர்	64, 131
மேல்	112
மேல்-கீழ்	114
மேல்கோட்டைப் பகுதி	64
மேல்நகரம்	63
மேல்-மேற்கு	103
மேல்-மேற்கு: கீழ்-கிழக்கு	462 64, 68, 75, 87, 102, 111, 113, 119, 145, 157, 158
மேலச்சேரி	151, 152, 154
மேற்கு	96, 97, 115
மேற்கு-கிழக்கு	66
மொகஞ்சதாரோ	66
ரீட்டா ரைட்	132
வடமேற்கு நிலப்பகுதி	47
வடமேற்குப் புலங்களில்	48, 49
வீரச்சேவல்	148
வேத இலக்கியங்கள்	81
சூர்கோட்டடா	74
ஹரப்பா	66, 131

இந்நூல் பற்றிய மதிப்புரை

சிந்து வெளிப்பண்பாட்டின் திராவிட அடித்தளம் நூல் திறனாய்வு!

நா.மம்மது

இந்நூல் இந்திய ஆட்சிப் பணியாற்றிவரும் திரு.ஆர். பாலகிருஷ்ணன் ஐ.ஏ.எஸ் அவர்களால் எழுதப்பட்டுள்ளது. இது ஓர் ஆய்வு நூல். சிந்துச் சமவெளி நாகரிகம் ஓர் திராவிட நாகரிகம் என்பதை இந்நூல் ஆய்வு செய்துள்ளது.

இரண்டு ஆய்வுக் கட்டுரைகளைக் கொண்டது இந்நூல். அத்துடன் மூன்று பின்னிணைப்பு, துணை நூல் பட்டியல், பொருளடைவு என ஓர் ஆய்வு நூலுக்கான அத்துனை தரவுகளையும், கட்டமைப்பையும் கொண்டுள்ளது.

மதுரை யாதவர் கல்லூரியில் படித்த தமிழ் இலக்கிய மாணவர் இந்நூலின் ஆசிரியர். திராவிட இயல், இந்தியவியல் ஆய்வாளர். சிந்துவெளி ஆய்வில் 28 ஆண்டுகள் அனுபவம் பெற்றவர். தற்போது ஒடிசா மாநில கூடுதல் தலைமைச் செயலர் மற்றும் அம்மாநிலத்தின் வளர்ச்சி ஆணையர் பொறுப்பில் பணியாற்றி வருகின்றார்.

சிந்துவெளி ஆய்வு அறிஞர் திரு.ஐராவதம் மகாதேவன் இவரை சிந்துவெளி ஆய்வுக்கு ஆற்றுப்படுத்தியவர். ஐராவதம் மகாதேவன் இந்நூலுக்கு அழகிய செறிவான ஓர் அணிந்துரை தந்திருக்கின்றார்.

நூலாசிரியர் பாலகிருஷ்ணன் முதன்முதலில் தமிழிலே ஐ.ஏ.எஸ். தேர்வு எழுதி வெற்றி பெற்றுள்ளதை அணிந்துரையில் தெரிவிக்கின்றார். மேலும் நூல்தரும் முக்கியமான செய்திகளை வரிசைப்படுத்துகின்றார்.

இடப்பெயர் ஆய்வு என்ற துறையில் கணினி மூலம் ஆய்வுகள் செய்து உலகப் புகழ் பெற்றவர் என்று நூலாசிரியரைக் குறிப்பிடுகின்றார்.

சிந்து வெளியிலும், ஆப்கானிஸ்தான், ஈரான் போன்ற நாடுகளிலும் திரவிட இடப்பெயர்கள் தொடர்ந்து நிலை பெற்றுள்ளன என்ற உண்மையை நூலாசிரியர் நிறுவியுள்ளதை அணிந்துரையில் குறிப்பிட்டுக் கூறுகின்றார்.

அணிந்துரை தரும் மற்றுமொரு குறிப்பு:

சங்க இலக்கியங்களில் குறிப்பிடப்பட்டுள்ள கொற்கை, வஞ்சி, தொண்டி போன்ற நகரங்களின் பெயர்கள்கூட சிந்து வெளியிலும், அதற்கும் அப்பாலுள்ள ஆப்கானிஸ்தான், ஈரான் போன்ற நாடுகளிலும் இன்றுவரை நிலைத்துள்ளன என்பது போன்ற செய்தி முற்றிலும் புதியது; எவரும் இதுவரை கேள்விப்படாதது.

கூகுள் போன்ற கணினி மயமாக்கப்பட்ட தரவுகளிலிருந்து பன்னாட்டுப் புவியியல் வரைபடங்களிலிருந்தும் அரும்பாடுபட்டு செய்திகளைச் சேகரித்து அட்ச ரேகை, தீர்க்க ரேகை உள்ளிட்ட துல்லியமான தகவல்களை அட்டவணைப்படுத்தி இந்நூலில் ஆசிரியர் தந்துள்ளார்.

நூலாசிரியர் திராவிட மொழியியலையும் சிந்துவெளிப் புவியினையும் பிணைத்து ஒரு புதிய கருதுகோளைப் படைத்துள்ளார். அதன்மூலம் சிந்து நகர மக்கள் திராவிட மொழிகளையே பேசியிருக்க வேண்டும் என்ற வரலாற்று உண்மையை அறிவியல் அடிப்படையில் அனைவரும் ஏற்றுக்கொள்ளும் வண்ணம் மீண்டும் நிறுவியுள்ளார்.

நூலாசிரியரின் ஆய்வு நெறிமுறைகள் பற்றியும், ஆய்வு முடிவுகள் பற்றியும் இவ்வாறு தமது அணிந்துரையில் ஐராவதம் மகாதேவன் குறிப்பிடுகின்றார்.

சிந்துவெளி நகர வடிவமைப்பில் கோட்டை அமைந்த அகநகர் மேடான மேற்குப்புறத்திலும், புறநகர் தாழ்வான கிழக்குத் திசையிலும் அமைந்திருப்பது தொல்லியல் ஆய்வாளர் கண்ட உண்மை. இந்த இருமைப்பாகுபாடு திராவிட மொழிச் சொற்களில் காணப்படுவது. சொல்லின் இருமைப்பாகுபாடு, நகர் நிர்மானத்திலும் உள்ளதை ஆசிரியர் ஆய்வு செய்த முறைகளை அணிந்துரை மேலும் கூறுகின்றது.

நூலின் முதல் ஆய்வுக் கட்டுரை 'இடப்பெயர் ஆய்வு' பற்றியது. அதாவது சிந்து சமவெளி நிலவிய இடங்கள், ஈரான், ஆப்கானிஸ்தான் போன்ற இடங்களில் இப்போதுள்ள ஊர்கள் சில தமிழக, தென்னக ஊர்ப்பெயர்களாக உள்ளன.

இன்று சமவெளியில் கிடைத்துள்ளவை குறியீடுகளா அல்லது மொழியா என்பதில் இன்றும் சிக்கல் உள்ளது. அது எந்த மொழி? வலமிருந்தா, இடமிருந்தா

எழுதப்பட்டுள்ளது என்பவையெல்லாம் இன்றும் தீராத சிக்கல்தான்.

சிந்து சமவெளி நாகரிகமான அரப்பா பகுதியில் வழக்கிலுள்ள இடப்பெயர்கள் அரப்பா பண்பாட்டின் மொழியைக் கண்டறியும் முயற்சியில் உதவக்கூடும் என்ற எதிர்பார்ப்பை ஏற்கனவே சுஸ்கோ பர் போலா பதிவு செய்திருக்கின்றார்.

மேலும் இவ்வாறான இடப்பெயர் ஆய்வுகளை பிரிட்செட், ரேமோண்ட், சங்காலியா, சௌத் நர்த், விசுவநாத்கைரே போன்றோரும் முன்னெடுத்துள்ளனர்.

பாகிஸ்தானில் அமைந்துள்ள சிந்துவெளி நாகரிக இடங்களில் தொண்டி, கொற்கை, ஆரணி என்ற ஊர்கள் உள்ளன. ஆப்கானிஸ்தானில் செஞ்சி என்ற ஊர் உள்ளது. இவ்வாறாக, தமிழகத்தில் முன்னாளிலிருந்தே வழங்கிவரும் ஊர்ப்பெயர்கள் இன்றுவரை 2000 கி.மீ. அப்பாலில் உள்ள ஊர்ப்பெயர்களாக வழங்கி வரும் உண்மைகளை நூலாசிரியர் சுட்டிக் காட்டுவது நம்மை வியப்பில் ஆழ்த்துகின்றது. நூலாசிரியர் தமது ஆய்வில் அடைந்துள்ள வெற்றியை இது காட்டுகின்றது.

5000 ஆண்டுகளுக்கு முன்பான சுமேரிய நாகரிக, பாபிலோனிய மொழியில் கூறப்படும் மெலூகா என்பது சிந்துவெளி நாகரிகமே என்று பரவலாக நம்பப்படுகின்றது.

ரிக் வேதத்தில் குறிப்பிடப்படும் 'ஹரியுப்பா' என்பது சிந்துவெளி ஹரப்பாதான் என்ற அணுகுமுறை குறித்தும் ஏற்கனவே டி.டி.கோஸாம்பி மற்றும் மார்ட்டிமர் வீலர் போன்றோர் குறிப்பிட்டுள்ளனர்.

தமிழ்நாட்டிலுள்ள கமூர், கூரணி, கஞ்சூர், கள்ளூர், காலூர், கொற்கை, மைலம், மானூர், நாகல், நள்ளி, பாகூர், தள்ளி, தொண்டி, ஊரல், கண்டிகை போன்ற ஊர்ப்பெயர்கள் தற்போதைய பாகிஸ்தான் பகுதிகளிலுள்ள சிந்து சமவெளி இடங்களில் ஊர்ப் பெயர்களாக உள்ளன.

ஆப்கானிஸ்தான் நாட்டில் திராவிட மொழிகளில் ஒன்றான 'பிராகுயி' மொழி பேசும் மக்கள் இன்றைக்கும் வாழ்ந்து வருகின்றனர். அங்கும் செஞ்சி, ஆலூர், குளதா போன்ற பெயர்களில் இன்னும் ஊர்கள் உள்ளன. காவிரி என்பது காவ்ரி என்றும் போர் தமிழ், தமுல், பூம்புகார், பாண்டி என்ற பெயர்களிலும் அங்கு ஊர்கள் உள்ளன என்ற செய்திகள் நம்மைப் பூரிப்பில் ஆழ்த்துகின்றன.

காஞ்சி, வஞ்சி, தொண்டி, பாண்டியன் வாலா, செவியின் வாலா (செழியன் வாலா), சேரன் வாலி, பாலை, நொச்சி, மலை என்ற பாகிஸ்தான் சிந்துவெளி ஊர்ப் பெயர்கள் நம் கண்களை விரியச் செய்கின்றன.

ஈரான் நாட்டில் குறிஞ்ச் அதாவது குறிஞ்சி என்ற பெயரில் இன்று ஓர் ஊர் உள்ளது. அரேபிய வட்டத்திலுள்ள ஊர் என்ற இடப்பெயர் புனித விவிலியத்தில் இடம் பெற்றுள்ளதை நாம் அறிவோம்.

திராவிட மொழி அல்லது தமிழ் மொழிப் பரவலை அதாவது 2000 கி.மீ. அப்பாலும் பேசப்பட்டுள்ளதை நூலாசிரியர் நிறுவிட இக்கட்டுரையில் முயன்றுள்ளார். மேலும் மேலும் புதிய தரவுகள் கிடைக்க இச்செய்தி வலுப்பெறும் என்று நம்பலாம்.

நூலின் இரண்டாவது கட்டுரை மிக முக்கியமான கட்டுரை; சற்று நீண்ட கட்டுரை. சிந்துவெளி நகரங்களின் 'மேல் மேற்கு; கீழ்கிழக்கு' வடிவமைப்பும் அதன் திராவிட அடித்தளமும் என்பது கட்டுரைத் தலைப்பு.

மேல் என்பது மேற்குத் திசையையும், உயரமான அதாவது மேடான பகுதியையும் குறிப்பது. கீழ் என்பது கீழ்த்திசை என்ற கிழக்குத் திசையையும், தாழ்வான அதாவது உயரம் குறைந்த பகுதியையும் குறிப்பது. இது தமிழ் மொழிக்கும், தென் திராவிட மொழிகளுக்கும் பொருந்தும்.

மேற்கே உயர்ந்த மலைப்பகுதி. கிழக்கே தாழ்வான கடற்கரைப்பகுதி. இது தமிழகத்தின் தென் இந்தியாவின் நில அமைப்பாக உள்ளது. இதுவே திசைப் பெயர்களுக்கான காரணமாக உள்ளது. இருவகைப் பொருண்மைக்கும் மூலமாக உள்ளது. இந்த முறையிலேயே சிந்துவெளி நகரமைப்பு உள்ளது என்று ஆய்வாளர் ஒப்புமைப்படுத்துகின்றார்.

புறநகர் என்ற அமைப்பு தாழ்வான கிழக்குப் பகுதியில்; அகநகர் கோட்டை என்ற அமைப்பு மேடான மேற்குப் பகுதியில். இவ்வாறே காலிபங்கன், தோலவீரா, அரப்பா, மொகஞ்சதோரா நகர் அமைப்புகள் உள்ளன.

கீழக்குயில்குடி, மேலக்குயில்குடி, கீழச்சுரண்டை, மேலச்சுரண்டை போன்ற ஊர்கள் இன்றும் தமிழகத்தில் உள்ளன. அண்மையில் தெரியவந்த 'கீழடிக்கு' மேற்கே ஒரு 'மேலடி' மண்ணில் புதைந்து மறைந்திருக்கலாம்.

திசைகளின் பெயர்கள் வந்தவிதம், அவ்விதமே அமைந்த சிந்து சமவெளி நகர் அமைப்பு இதுகுறித்தே இந்த ஆய்வுக் கட்டுரை மிகப்புதுமையான ஆய்வுச் செய்தியைத் தெரிவிப்பது நம்மை மெய்சிலிர்க்கச் செய்கின்றது. அடடா! உண்மைகள் இப்படியெல்லாம் இருக்கிறதே என்று நம்மைத் திக்கு முக்காடச் செய்துள்ள கட்டுரை இது.

இக்கட்டுரையின் 8ஆம் பகுதியில் வீரச்சேவல் மரபும், அதன் தொடர்ச்சியும் என்ற அருமையான ஆய்வுப்பகுதி உள்ளது. சேவல் சண்டையை மையமாகக் கொண்ட 'ஆடுகளம்' திரைப்படம் பற்றியும் ஆசிரியர் எடுத்துக்காட்டுகிறார்.

சிந்து சமவெளியில் கிடைத்த முத்திரை ஒன்று, மார்சல் முத்திரை எண் 338, இரண்டு போர்ச் சேவல்களைத் தாங்கியுள்ளது.

புறப்பொருள் வெண்பா மாலையின் 'கோழி பென்றி', நன்னூல், குறுந்தொகை என்ற பழந்தமிழ்ப் பனுவல்களில் சேவல் பற்றிய பதிவுகள் உண்டு.

மேலும் கீழச்சேரி, மேலச்சேரி கல்வெட்டுப் பெர்ப்புகளும் உண்டு. ஏன், போரிட்டு வெற்றி மடிந்த சேவலுக்கு நடுகல் எடுத்த மரபும் தமிழர்க்குரியது. அரசலாபுரம் கல்வெட்டு அவ்வாறான ஒன்று. ஒரு தலைநகருக்கே அதாவது சோழர்களின் உறையூருக்கு 'கோழியூர்' என்ற பெயருமுண்டு.

இந்த சேவல் சண்டை சிந்து சமவெளி நாகரிகமுதல் இன்றைய கள்ளழகர் திரும்புகையில் எழுந்தருளும் அப்பன் திருப்பதிவரை தொடர்கின்றது. இது நமது 5000 ஆண்டுகால மரபு.

இதுவும் சிந்து சமவெளியில் தமிழ் அல்லது திராவிட மரபின் தொடர்பைக் காட்டுவதாக உள்ளதை நூலாசிரியர் சிறப்புற தம் ஆய்வில் கொண்டுவந்துள்ளார்.

ஆகவே மாடுபிடி சண்டைக்குத் தடை ஏற்பட்டதுபோல, எதிர்வரும் காலங்களில் சேவல் சண்டைகளுக்கும் முற்றாகத் தடை ஏற்படலாம்.

இந்த நூலின் சிறப்புகளைக் கூறவேண்டும். ஆய்வுநெறிமுறை மிக நேர்த்தியாகக் கடைப்பிடிக்கப்பட்டுள்ளது. நிணிளிநிஸிகிறிபிமிசிகிலி மிழிதிளிஸிவிகிஜிமிளிழி ஷிசீஷிஜிணிவி என்ற புவித்தகவல் முறைமை மற்றும் ஊர்களின் அச்ச ரேகை, தீர்க்க ரேகைக் குறிப்புகளை மிகச்சிறப்பாய் சிந்துவெளி மக்கள், திராவிட மொழிகளைப் பேசியோராகக் கருதப்படும், புதிய கருதுகோள் உறுதிப்பட்டுவருவதை ஆய்வில் கூறுகின்றார்.

இக்கருதுகோள் முன்னை ஆய்வாளர்களான அனித்குமார் சட்டர்ஜி,

அஸ்கோபர் போலா, ஐராவதன் மகாதேவர், கமில் சுவலபில் ஆகியோரால் ஏற்கனவே முன்னெடுத்துச் செல்லப்பட்டுள்ளதை நாம் நன்றியுடன் நினைக்க வேண்டும்.

ஆயினும் இந்நூலின் மீதான சில கேள்விகள் எழுகின்றன.

தமிழர் வடக்கிலிருந்து இடம்பெயர்ந்தவர்கள் என்ற ஒரு கருத்தை நூலில் கூறியுள்ளார் நூலாசிரியர்.

சிலப்பதிகாரத்தில் புகார் மற்றும் மதுரையின் சிறப்பு கூறுமிடத்து இளங்கோ அடிகள் கூறுவது :

"பதியெழு அறியாப் பழங்குடி" சிலப். 1:15 என்று புகாரின் சிறப்பை வாழ்த்துப் பாடலிலும்,

"பதியெழு அறியாப் பண்பு மேல்பட்ட மதுரை மூதூர்" சிலப்.15:56 என்று மதுரையின் சிறப்பை அடைக்கலக்காதையிலும் கூறுகின்றார்.

காவிரிப்பூம்பட்டினத்திலும், மதுரையிலும் வாழும் மக்கள் அந்நகர்களைவிட்டு வேறு ஊரை நாடிச் செல்லமாட்டார்கள் என்று கூறுகின்றார். எங்கிருந்து மக்கள் இந்நகருக்குக் குடியேறினார்கள் என்ற குறிப்பு இல்லை. ஆயினும் தெற்குத் திசையிலிருந்து, கடல் கோளுக்குப் பின் தமிழர்கள் அதாவது பாண்டியர்கள் வடக்குநோக்கி வந்ததாக கலித்தொகை 104ஆம் முல்லைக்கலிப்பாடல் குறிப்பிடுகின்றது.

"மலி திரை ஊர்ந்து தன்மண் கடல் வெளவலின்
மெலிவு இன்றி, மேல் சென்று மேவார் நாடு இடம்பட
புலியொடு வில் நீக்கி புகழ் பெர்த்த கிளர் கெண்டை
வலியினான் வனக்கிய வாடாச்சீர்த் தென்னவன்"

என்பதே இப்பாடல்.

மேலும் சிலப்பதிகாரமும், இறையனார் களவியல் உரையும் குமரிக் கடல்கோள் பற்றிப் பேசுகின்றன.

இறந்த முன்னோர்களை ‘தென்புலத்தார்’ என்று கூறுதல் தமிழர் மரபு.

புறநானூறு 9ஆம் பாடல்,

"தென்புலம் வாழ் நர்க்கு அருவிகடன் இனுக்கும்"

என்று தென்புலத்தாரைக் கூறுகின்றது. இந்தப் பாடலில் முன்னொரு காலத்தில் பஃறுளி ஆறு பாய்ந்தோடிய குமரிக்கண்டம் கண்ட பழமையான பாண்டிய மன்னன் நெடியோன் பற்றியும் புலவர் பாடுகின்றார்.

இவ்வாழ்க்கை எனும் அதிகாரம் மூன்றாம் பாடலில்,

"தென்புலத்தார், தெய்வம் விருந்து, ஓக்கல், தான் என்தாங்கு

ஐம்புலத்தாரு ஓம்பல் தலை" என்று தென்புலத்தார் பற்றிக் கூறுகின்றார் வள்ளுவர். தெற்கில் இறந்த முன்னோர் நினைவாக, தமிழர் தம் இடுகாடும், சுடுகாடும் ஊருக்குத் தெற்கே அல்லது தென்மேற்கே அமைத்துக் கொள்வது மரபு. சிந்துவெளி நகரங்களிலும் இந்நிலையே இருந்துள்ளது.

தெற்கே செல்லச் செல்ல தமிழ் தூய உருவம் கொள்கின்றது. வடக்கே செல்லச் செல்ல திராவிட மொழிகள் மிகவும் திரிபடைகின்றன.

சிந்துவெளி நகர அழிவிற்குப் பின் தமிழர் தெற்கே குடியேறியதாகவோ, தமிழர் வடக்கிலிருந்து வந்ததாகவோ சங்க இலக்கியம் முதற்கொண்டு எங்கும் பதிவுகள் இல்லை.

நான்மறை, வட இமயம், கங்கை, சோனை நதி, மௌரியர் பற்றியெல்லாம் சங்க இலக்கியங்கள் பதிவு செய்துள்ளதை நாம் நினைவில் கொள்ளவேண்டும்.

பொருளியல் அகழாய்வு கி.மு.5000ற்கும், தாண்டிக்குடி அகழாய்வு கி.மு.1000 என்ற வரலாற்றுக் காலத்திற்கும் தமிழர் தொன்மையைக் கொண்டு சென்றுள்ளது.

தமது நூல் பக்கம் 13இல், 1500 ஆண்டுகால இடைவெளியில் சிந்துவெளிப் பண்பாட்டிற்கும், திராவிடப் பண்பாட்டிற்குமான நேரடித் தொடர்பு பற்றி ஐயம் எழ வாய்ப்புள்ளதாக ஆசிரியர் கூறுகின்றார்.

ஆதிச்சநல்லூரில் ‘2இசட் கி16கியூ2’ என்று அடையாளமிடப்பட்ட குழியிலிருந்து எடுத்த பொருட்கள் மணிப்பூரில் உள்ள ஆய்வகத்தில், ’ஆய்வுக்குட்படுத்தப்பட்டன’. இதன்காலம் 3500 ஆண்டுகள் அல்லது அதற்கும் அதிகமாக 570 ஆண்டுகளுக்கும் முற்பட்டதாக இருக்கும் என்று கணித்திருக்கிறார்கள் என்று ஆதிச்சநல்லூர் அகழாய்வாளர் தியாக.சத்யமூர்த்தி குறிப்பிடுகின்றார்.

ஆதிச்சநல்லூரில் அகழாய்வு செய்த மேலடுக்கின் தொன்மை 4000 ஆண்டுகள் என்று நிறுவப்பட்டுவிட்டது.

மேலடுக்கின் கீழ் ஓர் அடுக்கு; அதற்கும் கீழ் ஓர் அடுக்கும் உள்ளது. இவை ஒவ்வொன்றும் ஆயிரம், ஆயிரம் ஆண்டுகால தொன்மை கொண்டவை. அவற்றையும் ஆய்வுக்கு உட்படுத்தினால் தமிழர் தொன்மை கி.மு.5000 என்ற பழமையையும் முந்தும்.

இதிலிருந்து நாம் பெறும் முடிவு சிந்து சமவெளி நாகரிக அழிவு காலமான கி.மு.4000இல் மட்டுமல்ல, அதன் செழிப்பான காலமான கி.மு.5000லும் வளமான ஓர் நாகரிகத் தமிழ் மரபினர் தமிழகத்தில் வாழ்ந்து வந்துள்ளனர். இது மெசபடோமிய (சுமேரியா), நாகரிக காலத்திற்குச் சமமானது. எனவே ‘தமிழர் வடக்கிலிருந்து வந்தவர்கள்’ என்ற நூலாசியர் கருத்து மறுபரிசீலனைக்கு உரியது.

உலகம் போற்றும் ஆய்வாளர் திரு.ஐராவதம் மகாதேவன் மற்றும் நெறிமுறை ஆய்வாளர் திரு.பாலகிருஷ்ணன் ஆகியோருக்குள்ள ஒரு தயக்கம் குறித்துப் பேசியாக வேண்டும்.

"சிந்துவெளி மக்கள் பேசிய மொழி ஒரு திராவிட மொழியாக இன்றும் குறிப்பாகச் சொல்வதெனில் பழந்தமிழ்த் தொன்மங்களோடு தொடர்புடைய தொல்தமிழ் மொழியாக இருந்திருக்கலாம்" என்று பக்.137இல் ஆசிரியர் கூறுகின்றார்.

இன்று நாகரிக மக்கள் நடத்திய கோழிச்சண்டையின் போது"அப்பேரூரின் ஆற்றல்மிக்க குடிமக்கள் பழந்தமிழ் தொன்மங்களோடு வேர்நிலைத் தொடர்பு கொண்ட பழந்திராவிட மொழியொன்றில் உரக்கக்கூவி உற்சாகமாக ஆர்ப்பரித்துக் காத்திருக்கக்கூடும்" என்று பக்.140இல் கூறுகின்றார்.

திராவிட மொழி, பழந்திராவிட மொழி, தொல்தமிழ் மொழி, ஜிகிவிமிலி மிழிஞிஹிஷி (பக்.29) என்ற சொல்லாட்சிகளெல்லாம் எதன் பொருட்டு?

சிந்து சமவெளியிலுள்ள தமிழ் ஊர்ப் பெயர்கள், சேவல் சண்டை, தமிழக நில அமைப்பிலுள்ள சிந்து நாகரிக மேல்கீழ் நகர அமைப்பு என இவ்வளவு சார்ந்திருந்தும், சிந்து சமவெளி மக்கள் பேசியமொழி தமிழ்தான் என்ற ஒரு கருதுகோளைக்கூட முன்வைக்க என் ஒரு தயக்கம்? நூலின் பெயர் சிந்துவெளிப் பண்பாட்டின் தமிழ் அடித்தளம் என்றல்லவா இருந்திருக்க வேண்டும். மேலும் சான்றுகள் தேடப்பட வேண்டும் என்ற எண்ணத்தில் என நம்மை நாம் ஆற்றுப்படுத்திக்கொள்ளலாம்.

மொத்தத்தில் திராவிட அல்லது தமிழ் மொழி, தமிழர் பண்பாடு 4000, 5000 ஆண்டுகளுக்கு முன்பே இந்திய நாடு முழுவதும் பரவி இருந்துள்ளது என்பதுவே இந்நூலின் மையச் செய்தி. இதற்காக தமிழ்கூறு நல்லுலகு நூலாசிரியர் திரு.பாலகிருஷ்ணன் இ.ஆ.பா. அவர்களுக்கு என்றும் கடமைப்பட்டுள்ளது.

174பக்கங்களைக் கொண்ட இவ் ஆய்வு நூலை, நல்ல தாளில், அழகிய அச்சுடன் மிக நேர்த்தியாகக் கொணர்ந்த பாரதி புத்தகாலயத்தார் பாராட்டப்பட வேண்டியவர்கள். விலை 150ரூ.. அனைவரும் வாங்கும் விலையே. தமிழர்க்கு இந்நூல் ஒரு பொன்னேடு; ஒரு நல்ல நூலை யாவரும் படித்துப் பயன்பெற வேண்டுகிறேன். தமிழர் ஒவ்வொருவரும் ஒரு கையில் திருக்குறளை வைத்திருந்தால், மறுகையில் இந்த நூலை வைத்திருக்க வேண்டும்.

நன்றி: உயிர்மை மாத இதழ்

இந்நூல் பற்றிய மதிப்புரை

அறிஞர் உவக்கும் ஆய்வு

பிரபஞ்சன்

தமிழ் இந்து நாளிதழில் 22 நவம்பர் 2017 அன்று எழுத்தாளர் பிரபஞ்சன் அவர்களின் "எமதுள்ளம் சுடர்விடுக" தொடரில் சிந்துவெளிப் பண்பாட்டின் திராவிட அடித்தளம் நூல் குறித்து வெளிவந்த கட்டுரை

சிந்துவெளிப் பண்பாட்டின் அடித்தளம், திராவிடப் பண்பாடு என்பதன் கொடை, என்பதை மீண்டும்நம் காலத்து ஆய்வறிஞர் ஆர். பாலகிருஷ்ணன் மிகுந்த ஆதார பலத்துடன் நிறுவிப் புத்தகம் வெளியிட்டுள்ளார். நூலின் தலைப்பு: 'சிந்துவெளிப் பண்பாட்டின் திராவிட அடித்தளம்'. இந்நூலைப் பற்றி ஐராவதம் மகாதேவன் 'சிந்துவெளி நாகரிகத்தைப் பற்றி வெளியாகியுள்ள தமிழ் நூல்களிலேயே சிறப்புவாய்ந்தது எனச் சிலாகிப்பது மிகச் சரியாகும்.

சிந்துவெளியிலும், ஆப்கானிஸ்தான், ஈரான் போன்ற நாடுகளிலும் இன்றுவரைக் காணக் கிடைக்கும் திராவிடப் பண்பாட்டைப் பற்றிய ஆய்வே, இந்த நூல். வட இந்திய மாநிலங்களிலும், வடமேற்குப் பிரதேசங்களிலும் திராவிடப் பண்பாடு நிலைபெற்றிருக்கும் விதத்தை ஆராய்கிறார் ஆய்வாளர் பாலகிருஷ்ணன். அவருடைய முக்கியமான தரவு, இடப்பெயர் ஆய்வு முடிவாகும். மனிதர் வாழும் இடப்பெயர்கள் மிகவும் தொன்மையானவை. நாகரிகம் தோன்றும் முன்னமே இடப்பெயர்கள் தோன்றிவிட்டன. மொழியாக்கத்தின் தொடக்கநிலையே இடங்களுக்குப் பெயர் சூட்டல்தான். மனிதகுலம், இடப்பெயர்வுக்கு உள்ளாகும்போது, மனிதர்கள் தங்கள் ஊர், இடம், குளம் போன்றவைகளைச் சுமந்துகொண்டே புலம்பெயர்கிறார்கள். சிந்துவெளி மக்கள், (இன்றைய பாகிஸ்தான், வடமேற்கு, ஆப்கானிஸ்தான் போன்றிடங்களில் இருந்து) குடிபெயர்ந்தபோது, தங்கள் பெயர்ந்த இடங்களின் பெயர்களைப் புகுந்த இடங்களில் வைத்துக்கொண்டார்கள். ஆசிரியரின் ஆய்வின் அடிப்படை இது.

தமிழ்நாட்டில் உள்ள ஆமூர், ஆரணி, கள்ளூர், காலூர், கொற்கை, மானூர், கண்டிகை போன்ற இடப்பெயர்வுகள், தற்போது பாகிஸ்தான் எனப்படும் பழைய சிந்துவெளி நிலப் பகுதியில் புழக்கத்தில் உள்ளன. தமிழ்நாட்டில் உள்ள ஆலூர், ஆகூர், படூர், குந்தா, நாகல், செஞ்சி போன்ற இடப்பெயர்கள் தற்போது ஆப்கானிஸ்தானிலும் பயிலப்படுகின்றன. இந்தப்

பகுதியில் பிராகுயி என்கிற திராவிட மொழி இன்னும் பேசப்படுகிறது. சங்க இலக்கியத்தில் பேசப்படும் கொற்கை, வஞ்சி, தொண்டி, மதிரை போன்ற பெயர்கள் வடமேற்கில் இன்னும் இருக்கின்றன.

சிந்துவெளி நாகரிகம், ஒரு திராவிட நாகரிகம் என்ற கருதுகோளின் அடிப்படையில் புலம் பெயர்ந்த சிந்துவெளியினர் தங்களது ஊர்ப் பெயர்களான மீள் நிறைவாகக் கொண்டுவந்து, தங்களது புதிய தாயகத்தில் (தென் இந்தியாவில்) பயன்படுத்தியதும் சங்க இலக்கியத்தில் ஆவணப்பதிவு செய்யப்பட்டது.

திசைகள் பற்றிய சொல்லாக்கத்தில், திராவிட மொழிகள் மேல் மேற்கு; கீழ் கிழக்கு என்ற புவி மைய அணுகுமுறையைக் கையாள்கின்றன. இந்தக் கருத்தியலின் தொடக்க வேர்களைத் தொல்பழங்காலத் திராவிடர்களின் வாழ்விடங்களாகக் கருதப்படும் வடமேற்குப் புலங்களின் (பாகிஸ்தான் மற்றும் ஆப்கன், ஈரான்) காண முடிகிறது.

கோட்டைகள் மேற்கிலும், மக்கள் வாழ் இடங்கள் பள்ளமான, குறைந்த மேட்டு நிலங்களில் அமைந்திருப்பது திராவிடர்க்கும் வடமேற்கு மக்களுக்கும் பொது. மேடான இடப்பகுதி அரண்மனைக்கு அல்லது தலைவன் இருக்கும் இடத்துக்கு. இந்த இருமைப் பண்பு, திராவிடர்கள் வடமேற்கு மக்களை இணைக்கிறது. கோட்டைப் பகுதி எனப்படும் மேல் நகரம், குடி இருப்புப் பகுதி எனப்படும் கீழ் நகரம் என இருவகை வடிவமைப்பு, சிந்துவெளிப் பண்பாடு. தமிழகக் கோட்டை, மக்கள் ஊர் அங்ஙனமாகவே இருக்கிறது. இவைகள் எதேச்சையாக அமைந்தவை அல்ல. இவைகள் ஆசிரியர் பாலகிருஷ்ணன் கண்டு உணர்ந்த ஆவணங்கள்.

சிந்துவெளி நகரமைப்பின் சமூகப் பின்னணி, முக்கியமான கருகோளாக இருப்பதை ஆசிரியர் குறிப்பிடுகிறார்.

வாழிடம் என்பது, 'நிலம்' மட்டும் அல்ல. அது வாழ்வியல். மற்றும் சமூக உளவியல் சார்ந்த, பலப்பல அகப்புறப் பரிமாணங்கள் கொண்டது. மேல்மேற்கு உயர்ந்த மேடை, எல்லாம் 'மேன்மை' பொருந்திய அதிகாரப் பகுப்பு. கண்ணகி, மதுரையின் கிழக்கு வாசலில் புகுந்து மேற்கு வாசல் வழியாக மேற்கு மேட்டுநிலமான சேர மலை நாடு வெளியேறுகிறாள். புகழ்பெற்ற கடையெழு வள்ளல்கள் எல்லோரும் மலைநாட்டு அதிகாரிகள். தமிழில் மலையைக் குறிக்கும் 'வரை' பாகிஸ்தானிலும் அதேப் பொருளில் வழங்குகிறது. கோட்டை என்ற சொல், கட்டமைப்பு, கருத்தியல் சார்ந்தது. அச்சொல், சிந்துவெளி அரப்பா நாகரிகத்தில் இருக்கிறதா என்றால், அதே அர்த்தத்தில் 'கோட்டா' என்று வழங்குகிறது.

கோழிகள் பெயரில் தமிழ்நாட்டில்தான் ஒரு தலைநகர் இருக்குமா, என்ன? 'கோழி' என்ற பெயரில் சோழர் தலைநகரம் இருந்துள்ளது. அதுவே உறையூர். திருச்சிக்குப் பக்கம் இருக்கிற அந்தச் சின்னஞ்சிறு ஊர்தான். இந்த நகரம் அமைக்கப்பட்ட இடத்தில் சேவலொன்று யானையை எதிர்த்து வீரமுடன் போரிட்டது. கோழியின் வீரத்தைக் கொண்டாட வேண்டாமா?

வீரம் உள்ளவர்கள் கோழியாக இருந்தால் என்ன, கோமானாக இருந்தால் என்ன? அந்த மண்ணுக்குக் கோழியூர் என்பதே பெயராயிற்று. சங்கச் சோழர்கள், யானையை எதிர்க்கும் கோழிக்கு மரியாதை செய்யும் வகையாக காசு வெளியிட்டுள்ளார்கள்.

இந்த வீரச் சேவல் பற்றிய மரபு பல காலம் தமிழர் மனப் பரப்பில் இருந்திருக்கிறது. கோழியூரான உறையூர் பஞ்சவரணேசுவரர் கோயிலில் கோழி சண்டையிடும் புடைப்புச் சிற்பம் காணப்படுவதை ஆசிரியர் குறிப்பிடுகிறார்.

மொகஞ்சதாரோவில் பொதுவாக நகரைக் குறிப்பதாக கருதப்படும் குறியீட்டுடன், இரண்டு சேவல்கள் அருகருகே இருக்கும் உருவப் பொறிப்புடன் கூடிய முத்திரையொன்று கிடைத்திருக்கிறது. இது அந்நகரின் பெயர் சேவல் நகரம் என்பதைக் குறிப்பதாக சிந்துவெளி ஆய்வறிஞர் ஐராவதம் மகாதேவன் கருதுகிறார். கோழிச்சண்டை என்கிற விளையாட்டு மரபு, 'ஆடுகளம்' என்கிற திரைப்படமாகவும் வந்துள்ளது என்பதையும் ஆசிரியர் சுட்டுகிறார். தமிழ்நாட்டில், அரசலாபுரம் ஊரில் கி.பி.5ம் நூற்றாண்டைச் சேர்ந்த ஒரு வீரக்கல், ஒரு சண்டைக்கோழிக்காக எழுப்பப்பட்டுள்ளது.

சுமார் 100 ஆண்டுகளுக்கு முன்பு கண்டுபிடிக்கப்பட்டது சிந்துவெளிப் பண்பாடு. தொடக்கம் முதல் இப்பகுதியில் பண்பாடு திராவிடத்துடையது என்று அறிவுலகம் கூறிக்கொண்டிருந்தது. உறுதியானதும், உலகம் ஒப்புக்கொண்டதுமான இடப்பெயர்ச்சி மற்றும் மேல் கீழ் வைப்பு முறை ஆய்வுகளில் உலகப்புகழ் பெற்றவர் ஆசியரியர் ஆர். பாலகிருஷ்ணன். சிந்துவெளியிலும், ஆப்கானிஸ்தான், ஈரான் போன்ற நாடுகளிலும் இன்றுவரை திராவிட இடப்பெயர்கள் தொடர்ந்து நிலைபெற்றுள்ளன என்ற உண்மையை அறிவியல்பூர்வமாகவும், வெளிப்படையான ஆதாரங்களின் அடிப்படையிலும் இவர் இந்தச் 'சிந்துவெளிப் பண்பாட்டின் திராவிட அடித்தளம்' நூலில் நிறுவியிருக்கிறார் என்று ஐராவதம் மகாதேவன் முன்னுரைத்துள்ளார்.

ஆர். பாலகிருஷ்ணன் தமிழ் இலக்கிய மாணவர். கடந்த 30 ஆண்டுகளாக, இடப்பெயர் ஆய்வுகளைச் செய்து வருபவர். சிந்துவெளிப் பண்பாடு செழித்த வடமேற்கு நிலப் பகுதியில் தமிழில் இன்றுவரை வழக்கில் உள்ள கொற்கை, வஞ்சி, தொண்டி வளாகத்தை முதன்முதலாக ஆய்வுலகத்தில் பார்வைக்குக் கொண்டுவந்தவர்.

1984ம் ஆண்டு இந்திய ஆட்சிப் பணித் தேர்வை முதன்முதலாக முழுவதுமாக தமிழில் எழுதி முதல் முயற்சியிலேயே வெற்றி பெற்றவர். திராவிட மொழியியலையும், சிந்துவெளிப் புவி இயலையும் பிணைத்து ஒரு புதிய கருதுகோளைப் படைத்திருக்கிறார் பாலகிருஷ்ணன். இதன் மூலம், சிந்து நகர மக்கள் திராவிட மொழிகளிலேயே பேசியிருக்கவேண்டும் என்ற வரலாற்று உண்மையை நிறுவியுள்ளார்.

இந்த அரிய அழகிய நூலைப் பதிப்பித்திருப்பது பாரதி புத்தகாலயம். ரோஜா முத்தையா ஆராய்ச்சி நூலகத்தின் சிந்துவெளி ஆய்வு மையத்தில் ஆசிரியர் மேற்கொண்ட ஆய்வு இது.

நன்றி: தமிழ் இந்து்

* எழுத்தாளர் பிரபஞ்சன் அவர்களின் "எமதுள்ளம் சுடர்விடுக" தொடரில் வெளிவந்த கட்டுரை

இந்நூல் பற்றிய மதிப்புரை

சிந்து சமவெளி நாகரிகமும் ஊர்ப்பெயர்களும்

சு.கி. ஜெயகரன்

சிந்து வெளிப்புதிரும், இடப்பெயர் ஆய்வுகள் தரும் புத்தொளிச் சான்றுகளும் 'சிந்து வெளிநாகரிகங்களின் மேல், மேற்கு/கிழக்கு வடிவமைப்பும் அதன் திராவிடத் தளமும்' என்ற தலைப்புகளில் தான் எழுதிய இரு கட்டுரைகளையும் இணைத்து பாலகிருஷ்ணன் இந்நூலைப் படைத்துள்ளார்.

1924இல் ஜான் மார்ஷல் சிந்துவெளி பண்பாடு பற்றி உலகிற்கு அறிவித்ததைத் தொடர்ந்து மொழியியலாளர் தி குமார் சட்டர்ஜி திராவிடர்களின் தோற்றமும் இந்திய நாகரித்தின் தொடக்கமும் என்ற ஒரு ஆய்வுக் கட்டுரை எழுதினார்.

இதுதான் சிந்து சமவெளி பண்பாட்டின் திராவிடத் தொடர்பை சுட்டிக்காட்டிய முதல் கட்டுரை இதுதான். இவர்தான் முதலில் ராபர்ட் கால்டு வெல்லின் திராவிட மொழிக் குடும்பத்தைப் பற்றிய ஆய்வுகளையும், அகழாய்வுகள் வெளிப்படுத்திய ஹரப்பா பண்பாடு பற்றிய சான்றுகளையும், ஆதிச்சநல்லூர் அகழ்வாய்வுச் செய்திகளையும் ஆதாரமாகக் கொண்டு அத்தொடர்பை விளக்கினார். அவரைப் போலவே அந்தப் பண்பாட்டிற்கு தன் ஆய்வை அர்ப்பணித்த அஸ்கோ பர்போலா, ஐராவதம் மகாதேவன் போன்ற பெருந்தகைகளின் வழியில் பயணிக்கும் பாலகிருஷ்ணனின் ஆய்வுகளில் முடிவுகள் திராவிடச் சான்றுகளைக் காட்டுபவை. திராவிடர்கள் புலம் பெயர்ந்ததின் தடயங்களை ஊர்ப்பெயர் சான்றுகளால் ஆசிரியர் தெளிவு படுத்துகின்றார்.

கோவை செம்மொழி மாநாட்டில் (2010) சிந்துவெளித் தமிழ்ப்பெயர்கள் பற்றி ஆற்றிய சொற்பொழிவின் சுருக்கத்தை ஒரு சிறிய நூலாக, ஆசிரியர் வெளியிட்டார். இதையே மையமாகக்கொண்டு, புதிய தரவுகளை சேர்த்து விரிவாக்கி இங்கு மதிப்புரை செய்யப்படும் இந்த நூலின் முதற் கட்டுரையை எழுதியுள்ளார்.

இதன் முதற்பாகத்தில் தமிழகத்தின் பெருங்கற்கால, இரும்புக்கால பண்பாட்டிற்கும் உள்ள ஒற்றுமைகளைச் சுட்டிக்காட்டிச் சிந்துசமவெளிப் பண்பாட்டை உருவாக்கியவர்களுக்கும் சங்ககாலத் தமிழர்களுக்கும் ஒரு தொன்மத்தொடர்பு இருந்திருக்க வேண்டும் என்று கூறும் ஆசிரியர், சிந்துவெளி நாகரிகம் தழைத்த, வட இந்தியாவுடன், பாகிஸ்தான், ஆப்கானிஸ்தான், இரான், உட்பட்ட பகுதிகளில் காணப்படும் தமிழ்ப் பெயர்களை பட்டியலிட்டுள்ளார். வஞ்சி, தொண்டி, மதுரை, கூடல், பூம்புகார் போன்ற ஊர்ப்பெயர்கள், காவிரி, பொருணை போன்ற நதிகளின் பெயர்கள், அதியமான், பாரி, திதியன் போன்ற குடித்தலைவர்களின் பெயர்களையும் சுட்டிக்காட்டி அவர், சிந்து வெளி பண்பாட்டிற்கும், சங்க இலக்கியத்திற்கும் முற்பட்ட தமிழ் மரபுகள், புலம்

பெயர்தல், உள்ளிட்ட பழந்தமிழர் தொன்மங்களுக்கும் ஒரு உந்திக்கொடி உறவு இருந்திருக்க வேண்டும் என்று வாதிடுகிறார்.

தமிழ்நாடு, கேரளாவில் வழங்கும் பல இடப்பெயர்கள் ஒடிஸ்ஸா, சத்திஸ்கர் போன்ற இடங்களில் காணப்படும் பெயர்களில் உள்ள ஒற்றுமைகளை சிந்துவாரா நிலவரம் (Chindwara Syndrome) என்று இவர் குறிப்பிடுகின்றார். (சிந்துவாரா எனும் திராவிடப்பழங்குடியினர் மத்தியப் பிரதேசத்தில் வாழ்கின்றனர்.) இவர் மேற்கொண்டுள்ள இடப்பெயராய்வு பண்டைய பண்பாடுகள் பற்றிய ஆய்வுகளில் ஒரு சிறப்பான பங்களிப்பை தருகின்றது. அன்று நாகரிகம் தழைத்திருந்த பகுதிகளில் வாழ்ந்திருந்தவர்கள் என்ன மொழி பேசியிருப்பார்கள் என்பதை ஆராய இன்றும் அங்கு வழக்கிலுள்ள ஊர்ப்பெயர்கள்,உதவக்கூடும் என்கிறார் அஸ்கோ பர்ப்போலா. திராவிடக்கருதுகோளின் அடிப்படையில் சிந்து சமவெளி பண்பாட்டை ஆராய்வதில் பழந்தமிழ் இலக்கிய மரபுகள் உதவக்கூடும் என்று மகாதேவனும் குறிப்பிட்டுள்ளார். இந்நூலாசிரியரும் அந்த அடிப்படையிலேயே ஆய்வுகள் செய்து அழுத்தமான திராவிடச் சான்றுகள் காட்டும் ஊர்ப்பெயர்களை பட்டியலிடுள்ளார்.

இந்த நூல், இந்தியா தவிர, பாகிஸ்தான், இரான், ஆப்கானிஸ்தான் போன்ற நாடுகளில் உள்ள திராவிட மொழி, முக்கியமாக தமிழ்ப் பெயர்களையும், அவை அமைந்துள்ள அட்சரேகை-தீர்க்க ரேகை, மக்கள் தொகை ஆகிய புள்ளி விவரங்களையும் கணினி மய தரவுகளாக்கி ஆராய்ந்துள்ளார். தமிழ் ஆய்வு நூல் ஒன்றில் முதல் முறையாக அன்மைக்கால மென்பொருளான புவித்தகவல் ஒழுங்கு (Geographical Information System-GSI) முறை பயன்படுத்தப்பட்டுள்ளது இந்நூலின் ஒரு சிறப்பு.

இரண்டாம் கட்டுரையில் ஆசிரியர் திராவிட மொழிகளில் உள்ள 'மேற்கு, கீழ்-கிழக்கு' எனும் இருமைப் பாகுபாடு, சிந்துவெளிப் பண்பாட்டு குடியிருப்புகளின் வடிவமைப்புகளில் காணப்படும் ஒரு முக்கியமான கூறு என்பதைச் சுட்டிக்காட்டுகின்றார். இத்தகைய தன்மை இந்தோ-ஆரிய மொழிகளில் இல்லை என்பதால், சிந்துசமவெளி (ஹரப்பா) பண்பாடு, திராவிடமொழி பேசியவர்களுடன் தொடர்பு உடையது என்ற கருத்தாக்கத்தை முன் வைக்கின்றார். அங்கிருந்த குடியிருப்புகளின் அமைப்பில் இத்தகைய பாகுபாடு இருந்ததை தொல்லியலாளர்கள் குறிப்பிட்டிருந்த போதிலும், இது திராவிட அடித்தளத்திற்கான சான்றாகக் காட்டும் ஆசிரியரின் அணுகுமுறை புதியது. மொகஞ்சதாரோ, ஹரப்பா, லோத்தால், தோலவீரா அகழாய்வுகள் அங்கு குடியிருப்புகள் மேற்கு கிழக்காய் உள்ளதை காட்டுகின்றன. மேட்டுப் பாங்கான பகுதியில் அரண் போன்ற அமைப்பும், அதற்கு கிழக்காக உள்ள தாழ்ந்த பகுதிகளில் குடியிருப்புக்கள் அமைந்திருப்பதை காணலாம். மேட்டுப்பாங்கான பகுதிகளில் மதிற்சுவர்களுடன் எழுப்பப்பட்ட கோட்டை போன்ற அமைப்பாக இருந்திருக்கலாம். என்று குறிப்பிடும் ஆசிரியர், வட இந்தியாவிலும் பாகிஸ்தானிலும் 'கோட்டை' எனும் திராவிடச்சொல் 'கோட்டா' அல்லது 'கோட்' என்ற மருவிய நிலையிலிருப்பதை சுட்டிக்காட்டுகிறார். (எ.கா. ராஜ்கோட்) தமிழ்நாட்டில் மட்டும் கோட்டை என்ற சொல் *248*

ஊர்களின் பின்னொட்டாகவும் 515 ஊர்ப்பெயர்களில் கோட்டை எனும் பெயர்கொண்ட இடங்கள் பல இருப்பதையும் பதிவு செய்கின்றார். (எ.கா. அதியமான்கோட்டை, புதுக்கோட்டை, அல்லிக்கோட்டை). சிந்து சமவெளிப்பண்பாட்டில் காணப்படும், திட்டமிட்டு உருவாக்கப்பட்ட குடியிருப்புகள், நகர அமைப்பு, போன்ற கூறுகள் திராவிட இனத்தவர்களின், சிறப்பாக தமிழர் வாழிடங்களிலும் இன்றும் காணப்படுகின்றன என்பது இவரது நிலைப்பாடு.

புவியமைப்பு, திசையறிவு அன்று நடைமுறைத் தேவையாகப் பரிணமித்திருக்கலாம் என்கிறார். திராவிட இனத்தவர் மலையும், மலை சார்ந்த குறிஞ்சி நிலத்தையும் பூர்விகமாகக் கொண்டு வாழ்ந்தனர். இதனாலேயே மொழியியல் அறிஞர் கமில் சுவாலபில் இவர்களை 'மலை மாநில மக்கள்' என்று குறிப்பிடுகின்றார். இன்று வாழும் பல திராவிடப் பழங்குடியினர்களின் இனப் பெயர்கள், 'மலை' என்ற சொல்லை அடிப்படையாகக் கொண்டவை. எடுத்துக்காட்டாக தமிழகத்தில் கொல்லிமலை, கல்ராயன் மலை, ஜவ்வாது மலைகளில் வாழும் 3 லட்சத்திற்கு மேற்பட்ட மலயாளிகள், கேரளப்பகுதியில் வாழும் மலசர், மலையக்கண்டி, மலவேடர், மலக்குறவர் போன்றவர்களைக் குறிப்பிடலாம். அவை போலவே மலை, முகடு, குன்று, வரை போன்ற மலை சார்ந்த இடப்பெயர்களும் உண்டு. இந்தியாவின் வடக்கு, கிழக்கு, மேற்கு மாநிலங்களில் திராவிட மொழிகளை வேராகக் கொண்ட புவியியல் சூழலுக்கேற்ப பெயர் சூட்டப்பட்ட இடங்கள் உள்ளன. இத்தகைய சொற்பயன்பாடு தொன்மையானது என்றும், நெடுங்காலத்திற்கு முன் திராவிட இனத்தவர் அங்கு வாழ்ந்திருக்கக்கூடும், பின்னர் அவர்கள் புலம் பெயர்ந்து தென்னிந்தியாவிற்கு வந்திருக்கலாம் என்கிறார் ஆசிரியர்.

எனவே திராவிட மொழிகளில் உள்ள மலைசார்ந்த சொற்கள் சிந்து சமவெளியில் இன்றும் இருப்பது எதேச்சையாக நிகழவில்லை என்றும் அங்கிருந்து குடியேறி வந்தவர்கள் இங்கும் மலை சார்ந்த பெயர்களைச் சூட்டினர் என்று வாதிடும் ஆசிரியர், தமிழ்நாட்டில் மட்டும் 'மலை' என்ற சொல் 17 ஊர்ப்பெயர்களில் முன்னொட்டாகவும் 84 ஊர்ப்பெயர்களில் பின்னொட்டாகவும் இருப்பதை சான்றாகக் காட்டுகின்றார்.

பழந்தமிழ் இலக்கியக்குறிப்புகள், சிற்பங்கள், கல்வெட்டுகளையும் சான்றுகளாக ஆசிரியர் முன்வைக்கின்றார். எடுத்துகாட்டாக மொகஞ்சதாரோவில் கிடைத்த ஒரு முத்திரையில் காளை உருவத்திற்கு மேலே சண்டைக்குத் தயாராகும் இரு சேவல்கள் சித்தரிகப்படுத்தப்பட்டுள்ளன. மார்ஷல். 338 என்று அறியப்படும் இம்முத்திரை 'சேவல் நகரம்' என்பதை குறிப்பிடுவதாக ஐராவதம் மகாதேவன் தம் ஆரம்பக் குறிப்பில் எழுதியுள்ளார். பழந்தமிழ் தொன்மம் ஒன்றில் சேவலொன்று யானையை எதிர்த்து சண்டையிட்டதால் உறையூருக்கு 'கோழி நகரம்' என்ற பெயர் வந்ததாகவும், அதற்கு ஆதாரங்களாக கி.மு.முதலாம் நூற்றாண்டைச் சேர்ந்த சோழர்கால நாணயமொன்றில் பொறிக்கப்பட்டுள்ள கோழி உருவையும், உறையூர் பஞ்சவர்ணேஸ்வரர் கோவிலில் உள்ள யானை சேவல் சண்டையைக் காட்டும் இரு புடைப்புச் சிற்பங்களையும் ஆசிரியர் சுட்டிக் காட்டுகின்றார். சண்டைச்

சேவல்களைப் போற்றும் நடுகற்கள் தமிழ்நாட்டில் முகையூர், இந்தாளூர் என்ற இரு இடங்களில் உள்ளன. எனவே இன்றும் தொடரும் சேவல் சண்டை எனும் பண்டைய மரபு அங்கும் இருந்திருக்க வேண்டும் என்பது ஆசிரியரின் முடிவு.

ஒரு பண்பாட்டைச் சார்ந்த பொருட்கள் அழிந்து பட்டாலும், இடப்பெயர்கள் எஞ்சி நிற்கும் என்ற நிலைப்பாட்டுடன், சிந்துவெளி நாகரிகம் விட்ட இடத்திற்கும், சங்க இலக்கியங்கள் தொட்ட இடத்திற்கும் நெருங்கிய வேர்த்தொடர்பு உள்ளது என்பதை மொழியியல், புவியியல், சமூகவியல் அடிப்படையில் சான்றுகளுடன் பாலகிருஷ்ணன், காட்டுகின்றார். சிந்து சமவெளிப் பண்பாட்டை உருவாக்கியவர்கள் என்ன மொழி பேசியிருப்பார்கள் என்பதைப் பழந்தமிழ் தொன்மங்களில் உள்ள தொடர்புகள் என்ன கூறுகின்றன என்பது பற்றி தெளிவாக எழுதுகின்றார். சீரிய தமிழில் படைக்கப்பட்ட இந்நூலில் ஆசிரியரின் தமிழ்ப்புலமை வெளிப்படுகின்றது.

இந்த ஆய்வுக் கட்டுரைகளில் சான்றுகளாக குறிப்பிடப்பட்டுள்ள ஊர்ப்பெயர்கள், அங்கு குடியிருப்பவர்களின் எண்ணிக்கை போன்ற புள்ளி விவரங்கள், மக்கள் தொகை கணிப்புத்துறை, மாநில அரசின் தகவல் துறை ஆவணங்கள், தளங்களின் அடிப்படையில் பெறப்பட்டவை. பட்டியல்கள் தெளிவானவை, தான் விளக்கிகள். கூகுள் நிலப்படங்கள், புவித்தகவல் ஒழுங்கு முறை, ஆர்க் வியூக மென்பொருள் உதவியுடன் உருவாக்கப்பட்ட வரைபடங்கள், இவை ஆசிரியரின் வாதத்திற்கு வலிமை சேர்க்கும் சான்றுகளாகின்றன. எனவே இந்த வரைபடங்களின் அளவின் விகிதாச்சாரத்தை குறைத்தும், முப்பரிமாணம் காட்டுபவைகளாகவும் வண்ணப்படங்களாகவும் அமைத்து, அவற்றின் தன்மைகளையும், தரத்தையும் மேம்படுத்தியிருக்கலாம் என்று நினைக்கின்றேன்.

வேதகால கலாச்சாரத்தவரின் வழித்தோன்றல்கள் என உரிமை கொண்டாடும் சிலர், வேதகாலம் சிந்து வெளி நாகரிகத்திற்கும் முற்பட்டது என்றும், அந்த நாகரிகத்தை ‘சரஸ்வதி’ (ஆறு) கலாச்சாரம் என்று குறிப்பிட வேண்டும் என்றும் குரல் எழுப்பிக் கொண்டிருக்கின்றனர். அது வரலாற்று, தொல்லியல் உண்மைகளுக்கு முற்றும் புறம்பானது. வேதகாலத்தவர்களது பண்பாட்டு ஒரு நாடோடி கலாச்சாரம். ஆனால் சிந்து சமவெளிப்பண்பாடோ ஒரு நகர்ப்புற கலாச்சாரம். வரலாற்றை புறக்கணிக்கும் முயற்சிகள் இவ்வாறு நடந்து கொண்டிருக்கையில், சிந்து வெளியில் தழைத்த பண்பாடு பழந்தமிழர்களுடன் தொடர்பு கொண்டது என்பதைச் சான்றுகளுடன் நிறுவும் நூல் போற்றத்தக்கது. மொழியியல் ஆய்வுரீதியாக பர்போலா, மகாதேவன் போன்ற அறிஞர்களின் நிலைப்பாடும் இதுதான். அவர்களின் வழித்தடத்தில் எளிய தமிழில் எழுதப்பட்ட இந்த ஆய்வு நூல் வரலாற்று வானில் உதித்த ஒரு புதிய தாரகை.

நன்றி: புதிய புத்தகம் பேசுது மாத இதழ்

இந்நூல் பற்றிய மதிப்புரை

சிந்துசமவெளியில் இருக்கிறது தமிழனின் வேர்கள்

டாக்டர் சங்கர சரவணன்

சிந்துசமவெளி நாகரிகம்தான், பழந்தமிழர்களின் பண்பாட்டுத் தொட்டில் என்கிறது ஆர். பாலகிருஷ்ணனின் சமீபத்திய ஆய்வு. இதுவரை நாம் படித்துக்கொண்டிருந்த வரலாற்று உண்மைகளைப் புரட்டி போடுகின்றன அவர் முன் வைக்கும் தரவுகள், சங்க இலக்கியங்களின் வேர்கள் சிந்துசமவெளி என்றும் ஹரப்பாவிலும் மொகஞ்சதாரோவிலும் வாழ்ந்தவர்கள் தமிழ் தொல்குடிகளே என்றும் ஆணித்தரமாக மட்டும் அல்ல, அறிவியல்பூர்வமாகவும் நிரூபிக்கிறார் இந்த ஐ.ஏ.எஸ். அவருடைய இந்த ஆய்வு 'சிந்துவெளிப் பண்பாட்டின் திராவிட அடித்தளம்' என்கிற பெயரில் நூலாக சமீபத்தில் வெளியிடப்பட்டுள்ளது.

தமிழர்களின் தோற்றம் குறித்து உலக அளவில் நான்குவிதமான கொள்கைகள் உண்டு. அதில் முதலாவது, கனகசபை பிள்ளை முன்வைத்த மங்கோலிய கொள்கை, அடுத்து எமன்டர்ப் என்கிற வெளிநாட்டு அறிஞருடைய 'இரும்புகால கொள்கை'. மூன்றாவது கில்பர்ட் சிலேட்டரும் மொழிஞாயிறு தேவநேயப்பாவாணரும் முனைந்து விளக்கிய 'லெமூரியா கொள்கை. நான்காவதாக வருவதுதான் சமீபத்திய அறிவியல் ஆராய்ச்சிகளால் உருவான 'சிந்துசமவெளிக் கொள்கை'. அந்த வகையில்தான் 2010-ம் ஆண்டில் கோவையில் நடைபெற்ற உலகத்தமிழ் செம்மொழி மாநாட்டின் இலச்சினையில்கூட சிந்துசமவெளி முத்திரைகள் சிறப்பிடம் பிடித்தன. அந்த மாநாட்டில்தான் ஐ.ஏ.எஸ் அதிகாரியான ஆர்.பாலகிருஷ்ணன் சிந்துசமவெளி நாகரிகத்தின் திராவிட அடித்தளம் பற்றிய ஆய்வுக்கட்டுரையை முதன்முதலாக வெளியிட்டார்.

மொழியியல் அறிஞர் ராபர்ட் கால்டுவெல் தென்னிந்தியாவில் பேசப்படும் தமிழ், தெலுங்கு, மலையாளம், கன்னடம் ஆகிய மொழிகளையும் இந்தியா முழுவதிலும் பேசப்படும் வேறு பல பழங்குடியினரின் மொழிகளையும் பகுத்து ஆராய்ந்தவர். தென்னிந்திய மொழிகள், வடஇந்திய மொழிகளில் இருந்து இலக்கணரீதியில் மாறுபட்டவை என்பதை விளக்கி, திராவிட மொழிக் குடும்பத்தின் பண்புகளைப் பட்டியலிட்டவர். அவருடைய ஆய்வில் பாகிஸ்தானின் பலுசிஸ்தானில் பேசப்படும் 'ப்ராகுயி' என்கிற மொழியும் திராவிட மொழியாக இருக்கும் எனக் கருத்து தெரிவித்திருந்தார். காரணம், ப்ராகுயி மொழியில் எண்களின் பெயர்கள் 'ஒட், இரட், முசிட் என திராவிட மொழிகளில் இருப்பதைப்போலவே அமைந்து இருந்து (வடமொழியில் இந்த எண் பெயர்கள் ஏகம், துதம், திரிதம் என அமையும்) எனவே, சிந்துசமவெளி

நாகரிகம் திராவிட நாகரிகமாக இருப்பதற்கு வாய்ப்பு உண்டு எனக் கருதி கால்டுவெல் வைத்த தொடக்கப்புள்ளிதான் 'ப்ராகுயி'.

கால்டுவெல் வைத்த புள்ளியில் பயணித்து சிந்துசமவெளி நாகரிகம் திராவிட நாகரிகம்தான் எனவும், ஆனால் அவர்கள் பேசிய மொழியும் வாழ்ந்த இடங்களும் மூத்த திராவிட மொழியான தமிழோடு மிக நெருங்கிய தொடர்புகொண்டவை என்பதையும் அறிவியல் பூர்வமாக நிரூபித்திருக்கிறது ஆர்.பாலகிருஷ்ணனின் ஆய்வு.

"சிந்துசமவெளி மக்கள் யார்?" என்ற கேள்வியும், தமிழர்களின் தோற்றம் பற்றிய கருத்துக்கான முடிவும் ஒரே நாணயத்தின் இரு பக்கங்கள்" என்கிறார் ஆர்.பாலகிருஷ்ணன். அவருடைய ஆய்வு நூலில் இடம்பெற்றுள்ள தனது ஆய்வு முடிவுகளை கருதுகோள்கள் (HYPOTHESIS), என்றே குறிப்பிடுகிறார். ஆனால், சிந்துவெளி ஆராய்ச்சி முன்னோடி ஐராவதம் மகாதேவன் இந்த நூல் குறித்து பேசும்போது, "திராவிட மொழியியலையும் சிந்துவெளிப் புவியியலையும் பிணைத்து ஒரு புதிய கருதுகோளை பாலகிருஷ்ணன் உருவாக்கியுள்ளார், அதன் மூலம் சிந்து நகர மக்கள் திராவிட மொழிகளையே பேசியிருக்க வேண்டும் என்ற வரலாற்று உண்மையை அறிவியல் அடிப்படையில் அனைவரும் ஏற்றுக்கொள்ளும் வண்ணம் மீண்டும் நிரூபித்துள்ளார்" என்று குறிப்பிடுகிறார்.

'இந்தியாவில் வழங்கப்படும் நான்கு வகை மொழிக் குடும்பங்களில் 25 சதவிகித மக்கள் பேசும் மொழியாக இருப்பவை திராவிடக் குடும்பத்தைச் சார்ந்த மொழிகள்தான். திராவிடக் குடும்பத்தின் மூத்த மொழி தமிழ். திராவிடம் என்ற சொல்லே தமிழ்-தமிளம்-திரமிளம்-திராவிடம் எனத் திரிந்து உருவானதுதான் என்கிறார் இராமசந்திர தீட்சிதர். வேத கால நாகரிகத்துக்கு ஏராளமான இலக்கியச் சான்றுகள் உண்டு. ஆனால், தொல்பொருள் சான்றுகள் குறைவு. மாறாக, சர்.ஜான் மார்ஷலால் 1924-ம் ஆண்டில் கண்டுபிடிக்கப்பட்டு உலகுக்கு அறிவிக்கப்பட்ட சிந்துவெளி நாகரிகத்துக்கு ஏராளமான தொல்பொருள் சான்றுகள் (ஹரப்பா தானிய களஞ்சியம், மொகஞ்ச தாரோ பெரிய குளம், கைவினைப்பொருட்கள், முத்திரைகள்) உண்டு. ஆனால், இலக்கியச் சான்று என எதுவும் இல்லை. சித்திர எழுத்து வடிவில் அமைந்த சிந்து சமவெளி முத்திரைகளை திராவிட மொழிகளோடு நெருங்கிய தொடர்புடையவை என்று ஐராவதம் மகாதேவன், அஸ்கோ பார்போலா போன்ற அறிஞர்கள் கூறுகிறார்கள். ஆனாலும், இதை முடிந்த முடிவாக ஆய்வுலகம் இன்னும் அறிவிக்கவில்லை. ஆனால், ஆர்.பாலகிருஷ்ணனின் இடப்பெயர் ஆய்வுகள் சங்க இலக்கியங்களே சிந்து சமவெளி நாகரிகம் பற்றிய ஆகச்சிறந்த இலக்கியப் பதிவுகள் என்ற முடிவுக்கு இட்டுச்செல்கின்றன.

நன்றி: ஆனந்த விகடன்,
27-04-2016

கருத்துரை

முனைவர் பக்தவத்சல பாரதி
மேனாள் இயக்குநர்
புதுச்சேரி மொழியியல் பண்பாட்டு ஆராய்ச்சி நிறுவனம், புதுச்சேரி

சிந்துவெளி ஆய்வில் அறிஞர் ஆர்.பாலகிருஷ்ணன் உலகப் புகழ் பெற்ற வல்லுநர் என்பதை நாமறிவோம். இந்த உயரத்தை அடைந்த வரலாற்றை நாம் அறிய வேண்டுமல்லவா? இந்நூல் அதைப் பேசுகிறது. சிந்துவெளிப் பண்பாட்டை யார் உருவாக்கினர் என்பதை 2016 வரை யாரும் அறுதியிட்டுச் சொல்ல முடியவில்லை. அது திராவிடப் பண்பாடாக இருக்க வேண்டுமென சுனிதிகுமார் சட்டர்ஜி, கமில் சுவலபில், ஐராவதம் மகாதேவன், அஸ்கோ பர்போலா முதலானவர்கள் கருதுகோள் நிலையில் சொன்னார்கள்.

சிந்துவெளிப் பண்பாடு திராவிடப் பண்பாடே எனத் திட்டவட்டமாக நிறுவியிருப்பவர் அறிஞர் ஆர்.பாலகிருஷ்ணன் மட்டுமே. இதற்கான வியத்தகு முடிவுகளைச் சிந்துவெளிப் பண்பாட்டின் திராவிட அடித்தளம் (2016) எனும் இந்நூலில் வெளியிட்டார். இதுவே ஆர்.பாலகிருஷ்ணன் எழுதிய மிக முக்கியமான முதல் நூல். சிந்துவெளி பற்றிய நூல்களிலேயே இந்நூல் தனிச்சிறப்பு வாய்ந்தது என்று சிந்துவெளி அறிஞர் ஐராவதம் மகாதேவன் இந்நூலின் அணிந்துரையில் வெகுவாகப் பாராட்டியிருக்கிறார். இந்த நூலின் ஆய்வுத் தரத்திற்கு இது ஒன்றே போதுமானது.

சிந்துவெளிப் பண்பாடு பதினைந்து லட்சம் ச.கி. மீட்டர் பரப்பில் விரிந்துள்ளது. இப்பரப்பு முழுவதிலும் சங்க இலக்கிய இடப்பெயர்களும், ஊர்ப் பெயர்களும், மலை, ஆறு, தெய்வங்கள், இனக்குழுக்கள், மன்னர்கள், புலவர்கள் உள்ளிட்ட இன்ன பிற வகையான பெயர்களும் விரவிக் கிடப்பதை ஆர்.பாலகிருஷ்ணன் கண்டறிந்தார். இது தற்செயலானதல்ல; பல்லாண்டுக்காலத் தேடுதலின் பயனாகும். கொற்கை - வஞ்சி - தொண்டி எனும் பெயர்கள் ஒரே கொத்தாகப் பல இடங்களில் இருந்ததையும் ஆய்வுக்குட்படுத்தினார். கணினிவயப்பட்ட 'புவித்தகவல் முறை' (Geographical Information System - GIS) மூலம் இன்னும் பலநூறு இடப்பெயர்களையும் புள்ளியியல் அணுகுமுறையோடு பகுத்தாய்ந்தார். பின்னர் இடப்பெயர்ச்சி கோட்பாட்டின் மூலம் அவற்றை ஆராய்ந்தார்.

இந்த ஆய்வின் மூலம் திராவிட மொழியியலானது சிந்துவெளிப் புவியியலைப் பிரதிபலிக்கிறது எனும் கோட்பாட்டை ஆர்.பாலகிருஷ்ணன் முன் வைத்தார். இதனை நூற்றாண்டுக்காலமாகச் சிந்துவெளி ஆய்வில் ஈடுபட்ட எவரும் கனவில்கூட எண்ணிப் பார்த்ததில்லை. இதனூடாக ஆர்.பாலகிருஷ்ணன் முன்னெடுத்த 'ஒப்பியல் வரலாற்றுப் புவியியல்' எனும் அணுகுமுறையையும் இதுவரை எவரும் உருவாக்கவில்லை. கூடவே, சங்க இலக்கியத்தைத் தமிழ்ச் சமூக வரலாறாகப் படித்து வந்தவர்கள் மத்தியில், சங்க இலக்கியத்தில் சிந்துவெளி வரலாறு இருக்கிறது என்பதை உலகிற்கு முதன் முதலில் நிரூபித்தவரும் ஆர்.பாலகிருஷ்ணன் மட்டுமே. இது ஒரு மகத்தான கண்டுபிடிப்பாகும்; இது மாபெரும் ஆய்வு முடிவுகளுக்கு இட்டுச் சென்றது. சங்கிலித் தொடராய் பல உண்மைகள் வெளிப்பட்டன.

சிந்துவெளிப் பண்பாட்டின் திராவிட அடித்தளம் எனும் இந்த நூலில் பல புதிய ஆய்வுத் தடங்களைக் காட்டுகிறார் ஆர்.பாலகிருஷ்ணன். சமகாலத் திராவிடப் பண்பாட்டுக் கூறுகள் பலவற்றையும் சிந்துவெளிப் பண்பாட்டோடு ஒப்பிட்டு திராவிட இடப்பெயர்ச்சிக் கோட்பாட்டை மெய்ப்பித்துக் காட்டுகிறார். இதன் மூலம் இந்தியத் துணைக் கண்டத்தின் பண்பாட்டு அடித்தளம் திராவிடமே என நிறுவுகிறார்.

ஆர்.பாலகிருஷ்ணனின் இந்நூல் இந்தியவியல் ஆய்வில் ஒரு மைல் கல். தனித்துயர்ந்து ஒளிரும் கலங்கரை விளக்கு. சிந்துவெளி ஆய்வு என்றாலே தொல்லியல் ஆய்வுகளே முதலிடம் பிடிக்கும். ஆனால் சிந்துவெளிப் பண்பாட்டின் திராவிட அடித்தளம் எனும் இந்நூலானது தொல்லியலைத் தாண்டியது. திராவிட மொழியியலையும், சிந்துவெளிப் புவியியலையும் இணைத்து ஆராய்கிறது. இதற்காக ஆர்.பாலகிருஷ்ணன் முன்னெடுத்த முறையியலும், கண்டடைந்த கோட்பாட்டுக் கருத்தினங்களும் முழுக்க முழுக்க தொல்லியல் சாராதவை.

தொல்லியல் காட்டாத உண்மைகளை இடப்பெயராய்வு நிரூபிக்கின்றது. இத்தகைய ஆய்வு அணுகுமுறையை இதுவரை எவரும் முன்னெடுத்ததில்லை. ஒரு யுகத்தின் புலமை வெடிப்பாக இதனைச் சாதித்திருக்கிறார் ஆர்.பாலகிருஷ்ணன். இதன் மூலம் யாராலும் மறுக்க முடியாத வியக்கத்தக்க புதிய உண்மைகளைக் கண்டுபிடித்துள்ளார். இந்தியப் பண்பாட்டு வரலாற்றியலில் இந்நூல் ஒரு மகத்தான பங்களிப்பாகும்.

இந்த நூலுக்குப் பின்னரே ஆர்.பாலகிருஷ்ணன் சிந்துவெளி ஆய்வை மேலும் முனைப்பாக முன்னெடுத்தார். முப்பதாண்டு உழைப்பின் பயனாக அண்மையில் *ஒரு பண்பாட்டின் பயணம்: சிந்து முதல் வைகை வரை (2019)* எனும் நூல் நம்வசப்பட்டுள்ளது. இந்த நூலில்தான் ஆர்.பாலகிருஷ்ணன் சிந்துவெளிப் பண்பாடு திராவிடப் பண்பாடே, தமிழ்ப் பண்பாடே என்பதை நீள, அகல, ஆழங்களுடன் வெகு நுட்பமாக நிரூபித்திருக்கிறார்.

இத்தகைய புலமைப் பரிசிலை சாதிப்பதற்கு சங்க இலக்கியப் புலமையே காரணம் என்பதை ஆர்.பாலகிருஷ்ணனின் இரண்டு நூல்களும் பரக்கப் பேசுகின்றன. முத்தாய்ப்பு என்னவென்றால், சங்க இலக்கியத்தை அறியாத எவர் ஒருவரும் சிந்துவெளிப் பண்பாட்டையோ, இந்தியத் துணைக் கண்டத்தின் வரலாற்றையோ ஆராய இயலாது எனும் பேருண்மையை இந்த இரண்டு நூல்கள் வழி உரக்கச் சொல்லியிருக்கிறார்.

இதன் மூலம் தமிழும் சங்க இலக்கியமும் சிறு வட்டாரம் சார்ந்தவையல்ல; மாநிலம் தழுவியவையல்ல; இந்தியத் துணைக் கண்டம் சார்ந்தவை என்பதையும் ஓங்கி ஒலிக்கச் செய்திருக்கிறார்.

இந்நூல் முப்பதாண்டுக்கால ஆய்வு; அறிவின் பயனாக விளைந்திருக்கிறது. அறிவின் பயனைத் துய்க்க விரும்புகிற ஒவ்வொருவரும் வாசிக்க வேண்டிய நூலிது. இதன் வகைமையில் இதுவே முதல் நூல். நூலாசிரியரைப் போற்றுவோம்; கொண்டாடுவோம்.

புதுச்சேரி — *-பக்தவத்சல பாரதி*

20 அக்டோபர் 2024